D1770951

மனமே நீ அமைதியாகி விடு

மனமே
நீ அமைதியாகி விடு

அ.தி. ராஜ்குமார்

நூல் தலைப்பு: மனமே நீ அமைதியாகி விடு

நூல் ஆசிரியர்: அ.தி. ராஜ்குமார்

முதல் பதிப்பு 2024
பதிப்புரிமை © அ.தி. ராஜ்குமார் 2024
அனைத்து உரிமைகளும் பாதுகாக்கப்பட்டவை
ISBN: 978-93-340-8869-4

நூலில் கண்டுள்ள விஷயங்களில் எவ்விதப் பிழையும் இல்லை என்பதை உறுதிசெய்ய அனைத்து முயற்சிகளும் மேற்கொள்ளப்பட்டு, ஆசிரியரின் ஒப்புதலுக்குப் பின்னர் இந்நூல் பதிப்பிக்கப்படுகிறது. இருப்பினும், கவனக்குறைவு, தற்செயல் அல்லது வேறு காரணங்களால் ஏற்படும் பிழைகள் அல்லது விடுபட்டவைக்கு ஆசிரியரோ, பதிப்பாளரோ காரணமல்ல என்பதையும், இதுபோன்ற பிழைகள் அல்லது விடுபட்டவையால் எந்தத் தரப்பினருக்கேனும் ஏதேனும் இழப்பு, சேதம் அல்லது இடையூறு ஏற்பட்டால் அதற்கு ஆசிரியரோ, பதிப்பாளரோ பொறுப்பேற்க மாட்டார்கள் என்பதையும் இதன்மூலம் தெரிவித்துக் கொள்கிறோம்.

எவ்விதப் பிழையோ அல்லது விடுபடலோ ஏற்பட்டுவிடக்கூடாது என்பதற்காக எல்லாவிதமான முயற்சிகளையும் எடுத்துள்ள போதிலும், இந்த நூல் பதிப்பில் ஏற்படும் ஏதேனும் ஒரு பிழை அல்லது விடுபடல் காரணமாக அல்லது இந்தப் பணியின் அடிப்படையில் ஏதேனும் ஒரு நடவடிக்கை மேற்கொள்ளுதல் அல்லது விடுபட்டதை ஏற்றுக்கொண்டு சேர்த்தல் அல்லது ஆலோசனை வழங்குதல் அல்லது ஏற்றுக்கொள்ளுதல் என்ற வகையில் எந்த ஒரு நபருக்கும் எந்த ஒரு வகையிலும் ஆசிரியரோ அல்லது பதிப்பாளர்களோ அல்லது அச்சிடுபவர்களோ பொறுப்பில்லை என்ற நிபந்தனை மற்றும் புரிந்துகொள்ளலின் அடிப்படையில் இந்தப் பதிப்பானது விற்கப்படுகிறது. நூலை அச்சிட்டதில் அல்லது பைண்டிங் செய்ததில் ஏதேனும் பழுது

இருந்தால், பழுதான பிரதிக்குப் பதிலாக கையிருப்பில் இருந்தால் மற்றொரு பிரதியை மாற்றிக் கொடுப்பதற்கு மட்டுமே பதிப்பாளர்கள் பொறுப்பாவர்.

நூலைப் பதிப்பித்தவர்

அ.தி. ராஜ்குமார்

16/31, எஃப் 1, 2-ஆம் பிளாக், 'ஸ்ரீ வாரி நெஸ்ட்' திருவீதி அம்மன் கோயில் தெரு, கோயம்பேடு, சென்னை 600 017.

மொபைல்   : 98410 23962
இ-மெயில்   : itsonlymind01@gmail.com

அச்சுக்கு முந்தைய பணி மற்றும் அச்சிட்டோர்

புஸ்தகா டிஜிட்டல் மீடியா பிரைவேட் லிமிடெட்
☏ +91 7418555884

முன்னுரை

அன்பார்ந்த வாசகர்களே,

'மனதில் கொள்' (மைண்ட் இட்) நூல் வரிசையில் ஐந்தாவதான இந்நூலை, நான் மிகுந்த மகிழ்ச்சியுடனும் ஆழ்ந்த நன்றியுணர்வுடனும் உங்கள் முன் சமர்ப்பிக்கிறேன். முந்தைய மூன்று நூல்கள்: மனதில் கொள்…. நீங்கள் துறவியாக இருக்க வேண்டிய அவசியமில்லை (மைண்ட் இட்….. யூ டோன்ட் ஹேவ் டு பீ எ ஸ்வாமிஜி), மனமே நீ உணர்ந்திடு… அறிந்துணர்தலும் தீர்வுகளும் – கவலைகளை (களைதல்) வெறுமையாக்குதல் (மைண்ட் இட்… ரியலிசேஷன்ஸ் அண்ட் சொல்யூஷன்ஸ் - பிளாங்கிங் த (திங்கிங்) வொர்ரீஸ் மற்றும் மனமே நீ மகிழ்ந்திடு (இட்ஸ் ஒன்லி மைண்ட்) ஆகியவை, பெரும் வெற்றியைப் பெற்றன. மக்களின் தேவை அதிகரித்ததாலும், விரிவாகப் பல தரப்பு மக்களைச் சென்றடைய வேண்டும் என்பதாலும், இந்நூல்கள் தமிழ் மற்றும் ஹிந்தியில் மொழிபெயர்க்கப்பட்டதுடன், அவையும் சிறந்த வரவேற்பைப் பெற்றன.

எமது 4 ஆங்கில நூல்கள், 3 தமிழ் நூல்கள் மற்றும் 2 ஹிந்தி நூல்களுக்குச் சில விருதுகளும் கிடைத்துள்ளன. பிளாக்குகள், ஆன்லைன்/ ஆஃப் லைன் நிகழ்வுகள், கேள்வி-பதில் நிகழ்ச்சிகள் மற்றும் இ-மெயில்களில் நேரடியாகக் கிடைக்கப்பெற்ற கேள்வி – பதில் வடிவத்தைப் பின்பற்றி, இந்நூல்கள் படைக்கப்பட்டுள்ளன. இந்தக் கேள்விகள் பல்வேறு விதமான மனநலப் பிரச்சனைகளை, குறிப்பாக பதட்டம், மனக்கட்டுப்பாடு, அச்சம், அதீத சிந்தனை, ஊக்கம், உறவுமுறை, சுயமுன்னேற்றம், எதிர்மறைச் சிந்தனைகள் மற்றும் மனம் தொடர்பான இதர விஷயங்களை உள்ளடக்கியதாக அமைந்துள்ளன.

வாழ்வின் உண்மையான நோக்கத்தை முன்கூட்டியே கண்டறிவதும் அதற்குத் தகுந்தபடி வாழ்வதும், மிகச் சிறந்த

திருப்தியைத் தரும் என்பதை இந்நூல் வலியுறுத்துகிறது. மானுட வாழ்வானது, ஆசைகள், உணர்வுகள், பற்றுதல்கள், எதிர்பார்ப்புகள் மற்றும் சாதனைகள் ஆகியவற்றைச் சுற்றியே அமைந்துள்ளது. இவற்றைப் பின்தொடர்ந்து செல்கின்ற அதேவேளையில், சூழ்நிலைகள் எவ்விதம் இருந்தாலும் அமைதியான, தொந்தரவு இல்லாத மனத்தைப் பராமரிப்பது வாழ்வின் உண்மையான நோக்கமாகும். இந்நூல்களில் கொடுக்கப்பட்டுள்ள கேள்வி – பதில்களைப் படித்தறிவதன் மூலம், இந்த நோக்கத்தைத் தெளிவாக உணர முடியும்.

எனது சொந்த வாழ்வின் அனுபவங்களின் மூலம் நான் கற்றுக்கொண்ட முக்கியமான பாடம் என்னவென்றால், வாழ்க்கை என்பது எண்ணங்கள் மற்றும் நமது மனநிலையைப் பற்றியதுதான் என்பதே. நமது மனத்தின் இயல்பைப் புரிந்துகொள்ளவும், நமது சொந்த எண்ணங்களைக் கட்டுப்படுத்தவும் கற்றுக்கொள்வதே, தொந்தரவற்ற மனத்தை அடைவதற்கு முக்கியமாகும். கிரியைகள் மற்றும் தியானத்தை வழக்கமாகவும், தொடர்ச்சியாகவும் பயிற்சி செய்வதே, எவர் ஒருவருக்கும் கட்டுப்பாட்டுடன் கூடிய, அமைதியான மனத்தை அடைவதற்கு உதவுகின்ற நிலையான வழிமுறையாகும். அமைதியான மனமானது, நெறிமுறை சார்ந்த, மகிழ்ச்சியான மற்றும் வெற்றிகரமான வாழ்க்கையை நடத்துவதற்கு நமக்கு உதவுகிறது.

மனிதர்களுக்கு இளம் வயதிலேயே இத்தகைய பயிற்சிகளைக் கற்றுக்கொடுத்துவிட வேண்டும், இது, படிப்பு, வேலை, உறவுமுறை மற்றும் வாழ்வின் ஒவ்வொரு அம்சத்திலும் வாழ்வின் ஆரம்பக் கட்டத்திலேயே கவனம் செலுத்தவும், வெற்றி பெறவும் உதவுகிறது. இந்தப் பயிற்சிகள், வாழ்வின் உண்மையான நோக்கத்தைக் கண்டறிவதற்கும், உலகில் தங்களது செயல்களில் திருப்தியை உணர்வதற்கும் மனிதர்களுக்கு உதவுகிறது. லட்சியமற்ற உணர்வுடன் அல்லது நமது எண்ணங்களையும் மனத்தையும் நாம் எப்போதோ கட்டுப்படுத்தியிருக்க வேண்டும் என்ற வருத்தத்துடன் நாம் வாழக் கூடாது. எந்தச் செயலைச் செய்தாலும் அதில்

கவனத்தோடு இருப்பதும், அத்துடன் தேவையற்ற எண்ணங்களை வளர்த்துக்கொண்டே செல்லாமல் இருப்பதும், வாழ்வின் தவறான திசைதிருப்புதல்களில் இருந்து விலகிச் செல்வதற்கு ஒருவருக்கு இருக்க வேண்டிய மிகவும் முக்கியமான உணர்தல்களாகும். இந்த இரண்டு விஷயங்களிலும் தேர்ச்சி பெறுவது, உத்தரவாதமுள்ள அமைதியான மனநிலைக்கு வழிவகுக்கும். 'தேவையற்ற எண்ணங்களை வெறுமையாக்குதல்' போன்ற குறிப்பிட்ட நுட்பங்களின் பயன்பாடானது, வாழ்வில் எவ்வித பாதகத்தை அல்லது சவாலைச் சந்திக்கின்ற சூழ்நிலையிலும் எந்தவொரு மனிதருக்கும், தங்களது எண்ணங்களைக் கைவிட்டுவிட்டு, அமைதியான மனத்தை அடைவதற்கு உதவுகிறது.

எதிர்பார்ப்புகள், ஆசைகள் மற்றும் உணர்வுகள், மனித வாழ்வின் சாராம்சம் என்பதை நாம் உணர்ந்துகொண்டாக வேண்டும். எதிர்பார்ப்புகளாலும், ஆசைகளாலுமே எந்தவொரு மனிதனின் மனமும் செயலுக்குத் தூண்டப்படுகிறது. நமது நோக்கங்கள், இலக்குகள் மற்றும் ஆசைகளை நிறைவேற்றுவதே, வாழ்க்கையில் நம்மை மகிழ்ச்சியுடன் வைத்திருக்கும் என்று நாம் நினைக்கிறோம். வெற்றியை நாம் பணம், செல்வாக்கு மற்றும் அதிகாரம் ஆகியவற்றால் வரையறுத்து வைத்துள்ளோம். வசதி மற்றும் சௌகரியத்துக்கான நமது தேவையானது, மென்மேலும் பல ஆசைகளைக் கூட்டுகிறது, இதனால் நாம் அதிகப் பதட்டம், எதிர்பார்ப்புகள் மற்றும் நமது வாழ்க்கையில் எரிச்சல் ஆகியவற்றையும் கூட்டிக் கொள்கிறோம். இந்த நோக்கங்கள், இலக்குகள் மற்றும் ஆசைகளை அடைவதன் மூலம் நம்மை நாமே மகிழ்ச்சியாக வைத்துக்கொள்ளும் நடைமுறையில், வெற்றியின் மீதே நாம் அதிகப்படியான கவனம் செலுத்துவதால், நமது உள்ளார்ந்த மகிழ்ச்சி உணர்வு, அமைதி மற்றும் நிதானம் ஆகியவற்றை இழந்துவிடுகிறோம்.

மனம், எண்ணங்கள் மற்றும் உணர்வுகளின் இயல்பைப் புரிந்துகொள்வதை, இந்நூல் உள்ளடக்கியுள்ளது. அழுத்தத்துக்கு ஆளாகாமல் வெற்றி அடைதல், நமது உணர்வுகளை

நிதானத்துடன் வைத்திருத்தல் மற்றும் வாழ்வைத் திறம்பட நடத்துதல் ஆகியவற்றுக்கான சில எளிய மற்றும் சாத்தியமான ஆலோசனைக் குறிப்புகளை இந்நூல் பகிர்கிறது. ஆசைகள் மற்றும் எதிர்பார்ப்புகளைப் பொருத்தவரையில் சரியான மனநிலையை நாம் எவ்வாறு உருவாக்கலாம்; நாம் அடைய வேண்டிய புரிந்துகொள்ளல்கள் மற்றும் உணர்ந்துகொள்ளல்கள் என்ன; நமது மனம், எண்ணங்கள் மற்றும் உணர்வுகளில் நாம் எத்தகு மாற்றங்களை உருவாக்க வேண்டும்; உறவுகளை நாம் வளர்த்துக்கொள்வதும், சரிசெய்வதும் எப்படி; ஆழமான சஞ்சலமற்ற நிலை மற்றும் அமைதியான அனுபவத்தின் வாயிலாக நமது இலக்குகளை அடைவது எப்படி ஆகிய நுட்பங்களை இந்நூல் பகிர்கிறது. ஆழமான தெளிவுடனும் நம்பிக்கையுடனும் சரியான செயல்களைச் செய்வதற்கான சாத்தியத்தை ஏற்படுத்தும், அமைதியான மற்றும் தொந்தரவற்ற மனநிலைக்கு நாம் திரும்பிச் செல்வதற்கு உதவுகின்ற எளிய மற்றும் நடைமுறை உண்மைகளையும், பயிற்சிகளையும் இந்நூல் தன்னகத்தே கொண்டுள்ளது.

இந்நூலை மகிழ்ச்சியோடு வாசிப்பீர்கள் என்று நம்புகிறேன்!

நல்வாழ்த்துகளுடன்

அ.தி. ராஜ்குமார்

நூலாசிரியர் குறிப்பு

நூலாசிரியர் அ.தி. ராஜ்குமார், “மனதில் கொள்” (மைண்ட் இட்) நூல் வரிசையில் ஏற்கெனவே 4 நூல்களை எழுதியிருக்கிறார் – அந்நூல்கள் புத்தகச் சந்தையில் கிடைக்கின்றன, அவை மிகவும் பிரபலமானவை, அத்துடன் ஏராளமான வாசகர்களால் நன்கு வரவேற்கப்பட்டவை. நூலாசிரியரிடம் பல்வேறு பிரச்சனைகள் தொடர்பாகவும், மனம், எண்ணங்கள், உணர்வுகள், வாழ்க்கை மற்றும் உறவுமுறைகள் தொடர்பாகவும் ஏராளமானோர் எழுப்பிய கேள்விகளுக்கு அவர் அளித்த பதில்களின் தொகுப்பே இந்நூல்கள். இத்தகைய கேள்விகளுக்கு தனது சொந்த அனுபவங்கள், கற்றறிந்தவை மற்றும் உணர்ந்துகொள்ளல்களின் வலுவான ஒன்றிணைப்பால் உருவான தனது அறிவு மற்றும் ஞானத்தைக் கொண்டு ராஜ்குமார் பதிலளித்துள்ளார்.

அவர் தனது சொந்த வாழ்விலேயே சில காலம், மனஅழுத்தத்தின் பாதிப்புக்கு ஆளானார். இது, அவரது வாழ்வில் பதின்ம வயது (டீன் ஏஜ்) பருவத்தில் தொடங்கி, 40 வயது வரையிலான மதிப்பு வாய்ந்த சில வருடங்களை இழக்கச் செய்துவிட்டது. இருப்பினும், வாழ்வின் இந்தக் காலகட்டம், அவரைத் தீர்வுகளைக் காண்பதற்காக ஆன்மிகத்தை நோக்கித் திருப்பிவிட்டது. மனஅழுத்தத்துடனான போராட்டத்தில் அவர் வெற்றி காண்பதற்கு ஆன்மிகம் துணைநின்றது. இது நேர்மறையான அணுகுமுறையோடு வெற்றிகரமான வாழ்க்கையை நடத்த அவருக்கு உதவியது. வெவ்வேறு குருமார்களின் ஆன்மிக வகுப்புகளில் அவர் கலந்துகொண்டார், மேலும் மகரிஷி மகேஷ் யோகியின் தியான நுட்பங்கள், திருப்தியையும் அமைதியான மனத்தையும் கண்டறிய அவருக்கு உதவின.

இந்த நூல்களின் மூலம், தனது புரிந்துகொள்ளல்கள், உணர்தல்கள் மற்றும் நுட்பங்களைப் பகிர்ந்துகொள்வதற்கு அவர் முயல்கிறார். இதேபோன்ற சவால்களை எதிர்கொண்டதால்,

தங்களது எண்ணங்கள் மற்றும் தங்களது மனங்களை உணர்ந்துகொண்டு, தங்களது முழுமையான சாத்திய அளவுக்கு வாழ்க்கையை வாழ விரும்புகின்ற பிறரிடம் இருந்து பெற்ற கேள்விகளின் அடிப்படையில் அவர் பதில்களை வழங்கியுள்ளார்.

சிறந்த மனைவி, அழகான குழந்தைகள், அற்புதமான பெற்றோர், நேசமிகு சகோதரர்கள் - சகோதரிகள் மற்றும் மிக நல்ல நண்பர்கள் ஆகிய நற்பேறுகள் கிடைத்தமைக்காக ராஜ்குமார் எப்போதும் நன்றி பாராட்டுகிறார். பாடல்களைக் கேட்பதில் மிகவும் ஆர்வம் கொண்ட அவர், பாடுவதில் வல்லவரும்கூட. டென்னிஸ் மற்றும் செஸ் போன்ற விளையாட்டுகளிலும் நாட்டம் கொண்டவர்.

பொருளடக்கம்

சுய முன்னேற்றம் 13
உறவுமுறை 48
பதட்டம் 76
அச்சம் 96
மனக் கட்டுப்பாடு 114
ஊக்கம் 154
அதீத சிந்தனை 185
தியான பயிற்சி 211

சுய முன்னேற்றம்

❖ ***நாம் எதைப் பற்றி "அக்கறை" கொள்கிறோம் என்பதை நாம் கட்டுப்படுத்துகிறோமா அல்லது அது நமது கட்டுப்பாட்டில் இல்லாத உணர்வா? எதைப் பற்றியாவது அக்கறை கொள்ள வேண்டாம் என்று "முடிவு" எடுப்பது சாத்தியமா அல்லது அனைத்தும் தானாகவே நடக்கிறதா?***

"நமது உணர்ச்சிகள், புலன் இன்பங்கள் மற்றும் ஆசைகளின் அடிப்படையில், நாம் எதை வேண்டுகிறோம் அல்லது விரும்புகிறோம் என்பதைப் பற்றி பெரும்பாலும் நாம் சிந்திக்கிறோம். நாம் எதையாவது சாதித்துவிட்டால், அது திருப்தி தருவதாக இருக்கும். ஆனால் காலம் செல்லச் செல்ல அதன் முக்கியத்துவம் குறைகிறது, நமது வளர்ந்துவரும் ஆசைகளுக்கு ஏற்ப, புதிய விஷயங்களை நாம் நாடத் தொடங்குகிறோம். இந்தப் புதிய விஷயங்களைப அடைவது நிறைவு தரலாம். சில சமயங்களில் நாம் உணர்வுப்பூர்வமாக அவற்றின் மீது பற்றுக் கொள்வோம். ஒரு முறை அவை கிடைத்தவுடன், மற்றவர்களும் அவற்றை நன்கு பாராட்ட வேண்டும் என்று எதிர்பார்க்கிறோம், இது பற்றுகளுக்கும் எதிர்பார்ப்புகளுக்கும் வழிவகுக்கிறது. இங்குதான் பிரச்சனைகள் எழுகின்றன.

எல்லாம் தற்காலிகமானவை மற்றும் பரஸ்பரமானவை என்பதை அங்கீகரிப்பது முக்கியம். உங்கள் பொறுப்புகளை நிறைவேற்றுங்கள், அத்துடன் பிறரிடம் அன்பு காட்டுங்கள். மனிதர்கள் உங்களுக்காக இருப்பார்கள். இருப்பினும், அவர்கள்

உங்களை விட்டு விலகினால், அதை ஏற்றுக்கொண்டு முன்னேறிச் செல்லுங்கள். இந்த மனநிலை, பற்றில்லாமலும் உணர்வுரீதியில் திடமாகவும் மாற உதவுகிறது.

நமது எண்ணங்களில் பல, தேவையற்றவை. உங்களுக்கு உண்மையாகவே எதில் கவனம் தேவை என்பதை அடையாளம் காணுங்கள். உங்கள் மனம் அமைதியாகவும் குழப்பமின்றியும் இருக்கும் போது அவற்றைப் பற்றிச் சிந்தியுங்கள். அதற்கேற்ப, அவற்றைத் திட்டமிட்டுச் செயல்படுத்துங்கள். இல்லையெனில், அவற்றை விட்டுவிடுங்கள்.

ஓர் எண்ணம் உங்களைத் தொடர்ந்து தொந்தரவு செய்தால், அது உங்கள் கட்டுப்பாட்டில் இல்லை என்பதற்கான அறிகுறியாகும் – அது உங்களைக் கட்டுப்படுத்துகிறது. இதுபோன்ற நிலைமையில், அந்த எண்ணங்கள் எழும்போதெல்லாம் அவற்றைத் தீவிரமாக நிராகரிக்கவும். உங்கள் கவனத்தை வேறு எங்கோ திசைதிருப்புவதன் மூலம், உங்களால் அவற்றின் பிடியில் இருந்து படிப்படியாக விடுபட முடியும்."

❖ **எல்லோரும் நல்லவர்களா?**

"யாரும் கெட்டவர்கள் இல்லை – என் கதை

பொறியியல் தொழிலை வெற்றிகரமாக நடத்துதல், புத்தகங்கள் எழுதுதல் போன்ற சில விஷயங்களை நான் சாதித்திருந்தாலும், அத்துடன் கல்வி நிறுவனங்களில் ஊக்கமூட்டும் உரைகளை நிகழ்த்தினாலும், எனது பொறியியல் தொழிலின் தொடக்கக் கட்டமானது குறிப்பிடத் தக்க வகையில் உற்சாகமாக இருந்தது. அத்துடன் எனது பிற முயற்சிகளுக்கும் அடித்தளம் அமைத்தது. யாருடைய பண உதவியும் இல்லாமல், குறிப்பாக எனது காதல் திருமணத்தின் காரணமாக எனது தந்தை உதவ மறுத்த நிலையில், எனது தொழிலைச் சுயமாகத் தொடங்கியதில் நான் பெருமைப்படுகிறேன். தொழில் வெற்றிக்கு நிதிசார்ந்த சுதந்திரம் முக்கியமானது என்று நான்

நம்பினேன். இருப்பினும், உணர்வுப்பூர்வமாகவும் உடல் ரீதியிலும் ஆதரவை வழங்குவதில் எனது மனைவி முக்கியப் பங்காற்றினார் என்பதோடு, எனது பெற்றோர், ஊழியர்களின் கடின உழைப்பு, அக்கறை காட்டும் ஒப்பந்ததாரர்கள், பணம் செலுத்தும் வாடிக்கையாளர்கள், தொழில்நுட்ப முன்னேற்றங்கள், சாதகமான சூழ்நிலைகள், வாய்ப்புகள் மற்றும் அதிர்ஷ்டம் ஆகியவற்றின் பங்களிப்புகளும் இருப்பதை, பின்னர் நான் உணர்ந்தேன். இது, பல தனிநபர்களின் ஆதரவால் எனது வெற்றி சாத்தியமானது என்பதை எனக்குப் புரியவைத்தது.

எனது பெற்றோர், மனைவியின் பெற்றோர், உறவினர்கள் அல்லது நண்பர்கள் உட்பட யாரிடமிருந்தும் எனது வாழ்நாள் முழுவதும் நிதி உதவியை ஏற்க வேண்டாம் என்று நான் முடிவு செய்தபோதும் மற்றொரு குறிப்பிடத்தக்க உணர்தல் எனக்கு ஏற்பட்டது. இந்த முடிவு, தொடக்கத்தில் என்னைப் பெருமிதத்தில் மிதக்கச் செய்தது, ஆனால் நெருங்கிய உறவினர்கள் மற்றும் தெரிந்தவர்கள் தவறான நிதி மேலாண்மையால் கடனில் மூழ்கியதைக் கவனித்தேன். என்னை உயர்வாகக் கருதுவதற்குப் பதிலாக, அவர்கள் மீது நான் பச்சாதாபம் காட்ட ஆரம்பித்தேன்.

பலவருட தியானப்பயிற்சிக்குப்பிறகு, குறிப்பாகபச்சாதாபத்தைப் பற்றிய தெளிவு எனக்கு ஏற்பட்டது. எனது வெற்றிக்கு நான் மட்டுமே காரணம் அல்ல, சாதகமான சூழ்நிலைகள் மற்றும் மற்றவர்களின் ஆதரவும் காரணம் என்பதை உணர்ந்ததும், என்னைச் சுற்றியுள்ள அனைவரிடமும், எல்லாவற்றிலும் பச்சாதாபம் காட்டத் தொடங்கினேன். பாதகமான நிலைமைகள் அல்லது ஆதரவின்மையை நான் எதிர்கொண்டிருந்தால், எனது சூழ்நிலைகள் மிகவும் வித்தியாசமாக இருந்திருக்கலாம். என்பதை நான் ஒப்புக்கொண்டேன்.

மனிதர்களின் நடவடிக்கைகள் அவர்களது சூழ்நிலைகளால் வடிவமைக்கப்படுகின்றன என்பதை நான் புரிந்துகொண்டேன்,

மேலும் மோசமாக நடந்து கொள்பவர்களைப் பற்றி மதிப்பீடு செய்வதையோ அல்லது வெறுப்பதையோ நான் நிறுத்திவிட்டேன்.

மாறாக, அவர்கள் எதிர்கொள்ளும் சவால்களைச் சமாளிக்க அவர்களுக்கு உதவ முன்வந்தேன், இதில் தோல்வியடைந்தால், அதுதான் விதி என்பதை ஏற்றுக்கொண்டேன். பச்சாதாபம் கொள்ளுதல் மற்றும் புரிந்து கொள்ளுதல் ஆகியவை, மன அழுத்தமில்லாத மற்றும் அர்த்தமுள்ள வாழ்க்கையை நடத்துவதற்கு வழிகாட்டும் கொள்கைகளாக ஆகின."

❖ எல்லாவற்றையும் வென்றாக வேண்டுமா அல்லது வெற்றியை விட முக்கியமான சில விஷயங்கள் உள்ளனவா?

"நாங்கள் 20 ஆண்டுகளுக்கும் மேலாக டென்னிஸ் விளையாடி வருகிறோம். டென்னிஸின் உண்மையான மகிழ்ச்சி, குறிப்பிட்ட கோடுகளுக்குள் பந்தை அடிப்பதில் இருந்தும், மற்றும் பாஸிங் ஷாட்கள், வெற்றியாளர்களாக இருத்தல், ஏஸ் சர்வ்கள், ரன்னிங் ஃபார் டிராப்ஸ் மற்றும் ஓவர்ஹெட்ஸ் ஆகியவற்றில் இருந்தும் வருகிறது. இது உங்களைத் தனிப்பட்ட முறையில் திருப்திப்படுத்துவதோடு மட்டுமல்லாமல், பந்தை அடைவதற்காகவும் அடிப்பதற்காகவும் ஓடுவதால் உங்கள் உடல் தகுதிக்கும் பங்களிக்கிறது, எனவே, டென்னிஸ், தனிப்பட்ட திருப்தி மற்றும் உடல் பயிற்சி ஆகிய இரட்டை நோக்கத்திற்கு உதவுகிறது.

இருப்பினும், இரட்டையர் ஆட்டங்களில் வெற்றி பெறுவதில் மட்டுமே கவனம் செலுத்தும் சில விளையாட்டு வீரர்களை நான் கவனித்திருக்கிறேன். துடிப்புடன் ஆடாவிட்டாலும் எதிரிகளின் பிழைகள் மூலமாகவேனும் வெற்றி பெற வேண்டும் என்று அவர்கள் கருதுவதைக் கவனித்தேன். தங்கள் பங்கில் அதிக முயற்சி இல்லாமலேயே வெற்றி பெறுவதில் அவர்கள் மகிழ்ச்சி

அடைகிறார்கள், இதன்மூலம் அவர்கள் வந்த நோக்கமான உடல் தகுதி பெற வேண்டும் என்பதையே அவர்கள் புறக்கணிக்கிறார்கள். அதுபோலவே, வாழ்க்கையிலும், சில சமயங்களில் அற்ப விஷயங்களுக்காக அகங்காரம் கொண்டவர்களாகவும் பிடிவாதம் பிடிப்பவர்களாகவும் நாம் மாறுகிறோம்.

உதாரணமாக, யாராவது நம்மைப் பற்றி விமர்சித்தாலோ அல்லது தவறு செய்தாலோ, மேற்கொண்டு ஈடுபாடு காட்டவோ அல்லது தொடர்பு கொள்ளவோ நாம் மறுக்கிறோம். சிக்கலைத் தீர்க்க நாமாக எந்த முயற்சியும் எடுக்காமலேயே, மற்றவர்கள் தவறை ஒப்புக்கொண்டு, மன்னிப்புக் கேட்க வேண்டும் என்று எதிர்பார்க்கிறோம். மற்ற தரப்பினரும் தங்கள் ஈகோவைப் பிடித்துக் கொண்டிருந்தால், தொடர்பு கொள்வது நின்றுபோய், மீண்டும் நல்லிணக்கம் கொள்வதற்கான வாய்ப்புகளை இழக்க வழிவகுக்கும்.

மேலும், குடும்பத்தினர் மற்றும் நண்பர்களுடன் நேரத்தைச் செலவிடுவதல், ஆர்வமுள்ள விஷயங்களை வளர்த்துக்கொள்ளுதல், மற்றவர்களுக்கு உதவுதல் அல்லது இயற்கை அதிசயங்களைத் தேடிக் கண்டறிதல் ஆகியவற்றை விட, பணம் மற்றும் அதிகாரத்தை சம்பாதிப்பதற்குச் சிலர் முன்னுரிமை கொடுக்கிறார்கள். பொருட்செல்வம் மற்றும் அதிகாரம்தான் வெற்றி பெறுவதன் அடையாளம் என்று அவர்கள் நம்புகிறார்கள். வாழ்க்கையின் அனுபவங்கள் மற்றும் மனிதத் தொடர்புகளில் உள்ள செழுமையை அவர்கள் புறக்கணிக்கிறார்கள். குறுகிய கண்ணோட்டத்தில் அவர்கள் ஒட்டிக்கொள்வதால், உண்மையான நிறைவின்றி, மாறாமல் சலிப்பூட்டும் வாழ்க்கையை நடத்துகிறார்கள்."

❖ *மனிதர்கள் ஒன்றைக் கைவிடுவதற்கு முக்கியக் காரணம் என்ன?*

"உடனடியான தீர்வுகள், இன்பங்கள் அல்லது முடிவுகளைப் பலர் தேடுகிறார்கள், மேலும் அவர்கள் பொறுமையின்றி

இருக்கிறார்கள். தாங்கள் நீண்ட முயற்சிகளை எடுத்தாலும்கூட விஷயங்கள் எதிர்மறையாக முடிவடையலாம் என்று அவர்கள் பயப்படுகிறார்கள், இது ஊக்கக் குறைப்பாட்டுக்கும் நேரத்தை வீணடித்துவிட்டோம் என்ற உணர்வுக்கும் வழிவகுக்கிறது. பொறுமையாகக் காத்திருக்கும் தருணங்களில் அனுபவிக்கும் உணர்ச்சி ரீதியிலான வலி மற்றும் பதட்டம் ஆகியவை பொறுமையின்மையை மேலும் அதிகரிப்பதோடு, அவர்களை வேறு வழிமுறைகளில் முயற்சி செய்யத் தூண்டுகிறது.

மற்றவர்கள் வெற்றி அடைவதைப் பார்ப்பது, பதட்ட உணர்வுகளையும், உடனடி முடிவெடுப்பதற்கான விருப்பத்தையும் தூண்டும், இது எடுத்துக்கொண்ட பணிகளை காலம் கனிவதற்கு முன்பே கைவிடுவதற்கு வழிவகுக்கிறது. இருப்பினும், பெரும்பாலான சாதனைகளுக்குப் பொறுமை தேவை என்பதையும், தற்காலிக வெற்றிகள் கூட விடாமுயற்சியின் விளைவுதான் என்பதையும் அவர்கள் உணரத் தவறிவிடுகிறார்கள்.

இந்த மனநிலையை அகற்ற:

1. பொறுமையை வளர்த்துக் கொள்ளுங்கள், ஏனெனில் நீண்ட முயற்சிக்குப் பிறகே பல வெற்றிகள் கிடைக்கும்.
2. நீடித்திருக்கும் வெற்றிகள் பெரும்பாலும் பொறுமையின் விளைவாகும்.
3. உடனடித் தீர்வுகளும் வெற்றிகளும் பெரும்பாலும் உறுதியான அடித்தளத்தைக் கொண்டிருப்பதில்லை, மேலும் குறுகிய காலத்தில் அவை மறைந்துவிடும்.
4. உடனடி முடிவுகளை நிர்ணயிக்காமல் விடாமுயற்சியுடன் செயல்முறைகளைத் திட்டமிடுதல் மற்றும் செயல்படுத்துவதில் கவனம் செலுத்துங்கள். இறுதியில் வெற்றி வந்து சேர்வதுடன், அது மிக நீண்ட காலத்துக்கு நீடிக்கும்.

5. வெற்றி என்பது முயற்சிகளை மேற்கொள்வது மற்றும் நேர்மறையாக இருப்பது மட்டுமல்ல, பின்னடைவை எதிர்கொள்வதும் மீள்திறனுடன் இருப்பதும் ஆகும்..
6. ஒன்றை நாடிச் செல்லும்போது எதிர்மறை எண்ணங்கள் எழுந்தால், அவற்றை வளர்த்துக்கொண்டே செல்வதை விட அவற்றை நிராகரிக்கவும். அவை வெளிப்படும் போதெல்லாம் அவற்றை வெறுமையாக்கவும்."

❖ *ஒருவரிடம் பேசுவதை நிறுத்தக் கூடியது எது?*

"தவறான புரிந்துகொள்ளலை எதிர்கொள்ளும்போது, சிலர் மற்றவருடன் பேசுவதை நிறுத்துவதற்கும், அவர்கள் இருக்கக்கூடிய கூட்டங்களைத் தவிர்ப்பதற்கும் விரும்புகிறார்கள். தாங்கள் அங்கே இல்லை என்பதைக் காட்டுவதன் மூலமும், அவர்களைப் புறக்கணிப்பதன் மூலமும், அவர்கள் தங்களது முக்கியத்துவத்தை அறிந்துகொள்வதுடன், தவறை உணர்ந்துகொண்டு தங்களிடம் திரும்பி வருவார்கள் என்றும் நம்புகிறார்கள். இருப்பினும், அத்தகையோர் பின்வருவனவற்றை உணரவில்லை:

1. பார்வையில் இருந்து விலகுவது, மனத்தில் இருந்து விலகும். காலப்போக்கில், மனிதர்கள் அவர்களை மறந்துபோகலாம், ஏனெனில் யாருடன் தொடர்ந்து தொடர்பில் இருக்கிறார்களோ அவர்களை நோக்கி மனிதர்கள் இயல்பாகவே ஈர்க்கப்படுகிறார்கள்.
2. அவர்களின் கோபத்திற்கும் விலகி இருப்பதற்கும் காரணங்கள் இருப்பது போல், மற்றவர்களுக்கும், அணுகாமல் இருப்பதையோ அல்லது மன்னிப்புக் கேட்காததையோ நியாயப்படுத்துவதற்கான காரணங்கள் இருக்கும்.
3. உண்மையாக இருந்தாலும் இல்லாவிட்டாலும் மனிதர்கள் தங்கள் செயல்களை நியாயப்படுத்த முனைகிறார்கள்.

4. தொடர்பும் தெளிவும் இல்லாவிட்டால், மற்ற நபர்களால் தாங்கள் செய்த தவறு என்ன என்பதைப் புரிந்து கொள்ள முடியாது. குறைகளை வெளிப்படுத்தி தீர்வு காண்பது அவசியம்.
5. மீண்டும் இணக்கத்தை ஏற்படுத்துவதை எதிராளி தொடங்கட்டுமே என்று தொடர்ந்து காத்திருப்பது பதட்டத்துக்கு வழிவகுக்கும், குறிப்பாக பற்றுதல் இருக்கும்போது இது அதிகரிக்கும்.
6. வாழ்க்கையில் முன்னேற்றம் மற்றும் செல்வாக்கை நிரூபிக்க மற்றவர்களுடன் தொடர்ந்து தொடர்பைப் பேணுவது மிகவும் முக்கியமானது. இல்லையெனில், அவர்களது சாதனைகள் அல்லது அந்தஸ்தைப் பற்றி பிறர் அறிய மாட்டார்கள்."

❖ *நான் உணர்வுரீதியில் பற்றுக்கொள்ளாமல் இருப்பது எப்படி?*

இந்திய கிரிக்கெட் வீரர் கபில்தேவின் நேர்மையான நடத்தை, திறமை, ஆக்ரோஷம் மற்றும் ஸ்டைலுக்காக அவரை நான் வழக்கமாகப் பாராட்டுவேன். இருப்பினும், அவர் சிறப்பாகச் செயல்படுவதை நிறுத்தி, தனது கூர்மையை இழந்து, சுயநலவாதியாக மாறினால், எனது பாராட்டுகள் குறையும். அன்பும் போற்றுதலும் பெரும்பாலும் குறிப்பிட்ட குணங்களை அடிப்படையாகக் கொண்டவை, மேலும் அவை மறைந்துவிட்டால், பாசமும் மறையும். இது ஒரு பரஸ்பரமான மற்றும் நிபந்தனையுடன் கூடிய உறவு - நீங்கள் நல்லபடியாக இருந்தால், நான் உங்களுக்கு ஆதரவளிப்பேன் என்பதைப்போல. இதுபோலவே, நாம் யாரையேனும் அதிகமாகப் பாராட்டுகிறாம் என்றால், அது பொதுவாக இத்தகைய பண்புகளுக்காகத் தான். அந்தப் பண்புகள் மாறினால் அல்லது குறைந்தால், நாம் சில காலம் நமது உணர்வுகளை நியாயப்படுத்த முயற்சி செய்யலாம், ஆனால் இறுதியில், நாம் அவர்களை வெறுக்க ஆரம்பிக்கலாம். உறவுகளில் உள்ள இந்த பரஸ்பர இயல்பை

உணர்வது, தேவை எழும்போது, பிரிந்து செல்லவும், கடந்து செல்லவும் உதவுகிறது. அன்பைக் கொடுத்தாலும், பொறுப்புகளை நிறைவேற்றினாலும்கூட, மனிதர்கள் விலகிச் செல்ல நேரிடுவதால், தற்காலிக வருத்தம் ஏற்படுகிறது. இருப்பினும், காலப்போக்கில், வாழ்க்கையைத் தொடர வேண்டும் என்பதை அறிந்து, நாம் இந்தப் பிரிவை ஏற்றுக்கொள்கிறோம், மறக்கிறோம் மற்றும் முன்னேறிச் செல்கிறோம்.

❖ **நான் மிகவும் சோம்பேறியாக இருக்கிறேன், கடுமையாக உழைக்க நான் விரும்பவில்லை. இந்தச் சூழ்நிலையை சமாளிக்க உதவும் வகையிலான சிந்தனையைத் தூண்டும் சில விஷயங்களை எனக்கு நீங்கள் கூற முடியுமா?**

சோம்பேறித்தனமாக இருப்பது மகிழ்ச்சியூட்டும் விஷயம் அல்ல – இந்த மனநிலை, பெரும்பாலும் உடல் ரீதியிலான மற்றும் மன ரீதியிலான பிரச்சனைகளுக்கு வழிவகுக்கும். இது, சில விதமான மனப் பிரச்சனைகளால் ஏற்படுகின்ற பலவீனமான மனநிலையாகும். மறுபுறத்தில், கடுமையாக உழைப்பது ஒன்றும், அது தோற்றம் அளிப்பதைப்போல மிகவும் கடினமான விஷயம் அல்ல. ஒருமுறை நீங்கள் அதைப் பழக்கப்படுத்திப் பாருங்கள் – அது எளிதாகவும் ரசிக்கக்கூடியதாகவும் மாறும். கடுமையாக உழைப்பது உங்கள் உடலையும் மனத்தையும் உபயோகத்தில் வைத்திருந்து, கவலைகளைக் குறைப்பதுடன், பணத்தைச் சம்பாதித்தல் மற்றும் திருப்திப்படுதல் போன்ற பலன்களையும் கொண்டு வந்து சேர்க்கும். பயிற்சி மற்றும் வழக்கப்படுத்திக் கொள்வதன் மூலமாக எதுவுமே எளிதாகிவிடும்.

❖ **நிகழ்காலத்தில் வாழ்வதைவிட கடந்த காலத்தில் வாழ்வதில் உள்ள சாதக, பாதகங்கள் என்ன?**

நீங்கள் ஒரு விஷயம் தொடர்பாக மனஅழுத்தத்தில் இருக்கும்போது, மற்ற விஷயங்களில் நீங்கள் கவனம்

செலுத்தாமல் இருப்பீர்கள், அத்துடன் நிகழ்காலத்தில் வாழ மாட்டீர்கள். சரியாக பல்துலக்குதல் அல்லது கதவுகளைப் பூட்டுதல் போன்ற சாதாரண வேலைகளில்கூட நீங்கள் கவனக்குறைவாக இருக்கலாம். முக்கிய சிக்கலைத் தீர்த்துவிட்ட பிறகும் அல்லது மறந்துவிட்ட பிறகும்கூட, கவனம் செலுத்தப்படாத செயல்களால் ஏற்படும் சேதம், பெரிய பிரச்சனைகளை ஏற்படுத்தும். உதாரணமாக, கதவைப் பூட்டாமல் விட்டுவிடுவது திருட்டுக்கு வழிவகுக்கும் அல்லது காசோலையை ஞாபக மறதியாக எங்கோ வைத்துவிடுவது நிதிச் சிக்கலை ஏற்படுத்தும். இதைத் தவிர்க்க, நீங்கள் மன அழுத்தத்தில் இருந்தாலும்கூட, தற்போதைய தருணத்தில் கவனம் செலுத்த உங்களைக் கட்டாயப்படுத்துங்கள். முக்கியப் பிரச்சனையில் கவனம் தேவை என்றால், உறக்கம் அல்லது தியானத்திற்குப் பிறகு, உங்கள் மனம் அமைதியாக இருக்கும் போது, பிரச்சனைக்கான தீர்வைத் திட்டமிட்டு அதனை நிவர்த்தி செய்யுங்கள். இல்லையெனில், கையில் இருக்கும் பணியில் கவனம் செலுத்துங்கள். நிகழ்காலத்தில் இருப்பதன் மூலமும், கவனம் செலுத்துவதன் மூலமும், தேவையற்ற இடையூறுகளைத் தவிர்க்கலாம், அத்துடன் நிம்மதியாக வாழலாம்.

❖ எந்த ஒரு நபருக்கும் வாழ்க்கையில் இறுதியானது எது?

கோடிக்கணக்கான ஆதரவாளர்களைக் கொண்டிருப்பதோ அல்லது நாட்டின் அதிபராக இருப்பதோ, மகிழ்ச்சி அல்லது கடவுள் போன்ற நிலைக்கு உத்தரவாதம் அளிக்காது. அது, மேலான ஒரு சக்தி நடத்தும் சோதனை ஆகும். திறமை அல்லது புத்திசாலித்தனம் மூலம் அவர்கள் வெற்றியை அடைய முடியும் என்றாலும், செய்து விடுகின்ற தவறுகள், அவர்களைத் திருப்தி அடையாதவர்களாகவும், குற்றஉணர்வு கொண்டவர்களாகவும் ஆக்கிவிடும். அதிகாரத்தைத் தக்கவைப்பதற்கான அழுத்தம், மன அழுத்தத்தை அதிகரிக்கிறது. உள்ளார்ந்த திருப்தியிலும், கர்வம் கொள்ளாமல் இருப்பதிலும் அவர்கள் கவனம் செலுத்த

வேண்டும். ஒரு கிராமத்தில் உள்ள எளிய மனிதர் கூட அதிக மனநிறைவைக் காணலாம். உள் அமைதியே இறுதியான வெற்றி.

❖ *தியானம் ஏன் முக்கியமாகக் கருதப்படுகிறது?*

தியானம் என்பது துறவிகளுக்கு மட்டுமமே அல்ல - மனத்துக்கு ஓய்வு கொடுக்க வேண்டும் என்ற வகையில் அனைவருக்குமானது. இரவில் தூங்குவது உடலுக்குப் புத்துணர்ச்சி தருவது போல, பகலில் தியானம் செய்வது, நமது மனத்துக்கு புத்துணர்வு அளிக்கிறது. நமது மனம் தொடர்ந்து செயல்பட்டுக்கொண்டே இருப்பதால், அது சோர்வடையலாம் அல்லது செயல்திறன் குறையலாம். தினசரி இரண்டு முறையாவது கண்களை மூடிக்கொண்டு அமைதியாக இருப்பதன் மூலம், நாம் நம்முடைய மனத்துக்கு, சிறப்பாகச் செயல்படுவதற்குத் தேவையான ஓய்வைக் கொடுக்கிறோம். தியானத்தின் போது, நாம் ஓர் உருவம் அல்லது மந்திரத்தில் கவனம் செலுத்த வேண்டும். தவறான எண்ணங்கள் எப்போது எழுகின்றனவோ, நாம் மெதுவாக நமது கவனத்தைச் சரியான திசைக்குத் திரும்பக் கொண்டு வர வேண்டும். இவ்விதம் செய்வது, சிறப்பாக கவனம் செலுத்தவும், தேவையற்ற எண்ணங்களை விட்டுவிடவும் நமக்குப் பயிற்சி அளிக்கிறது. இந்தத் திறன்களில் நிபுணத்துவம் பெறுவது, நிலையான மகிழ்ச்சியைத் தருகிறது.

❖ *நாம் விஷயங்களை ஏன் தனிப்பட்ட முறையில் எடுத்துக் கொள்ளக்கூடாது?*

“ஒரு மாநிலத்தின் முதலமைச்சராக இருப்பது போன்ற, ஒரு குறிப்பிட்ட பதவியை நீங்கள் வகித்தால், உங்களுக்கு மரியாதையும் அதிகாரமும் கொடுக்கப்படுகின்றன. டாக்டர் அப்துல் கலாம் போன்றவர் கூட அவரது நல்ல செயல்களால் மிகவும் மதிக்கப்பட்டார். எப்போது மக்கள் உங்கள் பதவியை மதிக்கிறார்களோ, அப்போது அவர்கள் பெரும்பாலும் உங்களை நேசிக்கத் தொடங்குவார்கள்.

உங்கள் செயல்களால் இது நிகழ்கிறது. காலப்போக்கில், இந்த அன்பு, ஓர் உணர்ச்சிப்பூர்வமான இணைப்பாக மாறுகிறது. செயல்கள் மற்றும் பதவிகளின் அடிப்படையில் கிடைக்கும் மரியாதையும் அன்பும் எதிர்பார்ப்புகளுக்கு வழிவகுக்கிறது. தங்களது செயல்களின் விளைவாகவே தங்களுக்கு மரியாதை, அதிகாரம் மற்றும் அன்பு கிடைக்கிறது என்பதை சிலநேரங்களில் மனிதர்கள் மறந்து விடுகிறார்கள். எனவே, அன்பும் மரியாதையும் குறைந்தால், அதற்குத் தங்களின் செயல்களே காரணம் என்பதை மறுந்துவிட்டு, அதைச் தனிப்பட்ட முறையில் எடுத்துக் கொள்கிறார்கள். எல்லாமே பரஸ்பரமானவை என்பதைப் புரிந்துகொள்வது அவசியம். இதை உணர்ந்துகொண்டு, விஷயங்களை தனிப்பட்ட முறையில் எடுத்துக் கொள்ளாமல் இருக்க முயற்சி செய்யுங்கள்."

❖ ***தாங்கள் தேர்ந்தெடுத்த தொழில் குறித்தோ அல்லது தேர்ந்தெடுக்காமல் விட்ட தொழில் வாய்ப்பு குறித்தோ, பிற்காலத்தில் இதுபற்றி அப்போதே தெரிந்திருந்தால் தவிர்த்திருக்கலாமே என்று மனிதர்கள் வருத்தப்படுவது உண்டா?***

"நான் 10 ஆம் வகுப்பை முடித்தபோது, எனது வாழ்க்கைப் பாதை பற்றி என்னால் தீர்மானிக்க முடியவில்லை. என்னை பாலிடெக்னிக் க ல்லூரியில் சேர்த்துவிட எனது சகோதரர் முடிவெடுத்தார், நானும் வேறு என்ன செய்வது என்று தெரியாததால் அதற்கு உடன்பட்டேன். வழக்கமான கல்லூரியில் படிக்க அழுத்தம் கொடுக்கப்பட்ட போதிலும், எனது டிப்ளமோவுக்குப் பிறகு கூடுதல் சான்றிதழ் படிப்புகளைத் தொடர்ந்தேன். இவ்வாறாக இருந்த போதிலும், கவனச்சிதறல்கள் மற்றும் தனிப்பட்ட பிரச்சனைகளால் வேலை கிடைக்காமல் திண்டாடினேன். பாலிடெக்னிக் கல்லூரியில் சேர்ந்ததை நானும் எனது பெற்றோரும் ஒரு தோல்வியாகப் பார்த்தோம். இருப்பினும், அந்த நேரத்தில் நான் உருவாக்கிய

ஓர் உறவு எனக்கு ஒரு வரப்பிரசாதமாக அமைந்தது. அந்த நபர், எனது பழக்கங்களை மாற்றவும் எனது எதிர்காலத்தைப் பற்றி தீவிரமாகச் சிந்திக்கவும் என்னைத் தூண்டினார். இறுதியில், எனது சொந்தத் தொழிலைத் தொடங்குவதற்குப் போதுமான அனுபவத்தைப் பெற்றேன், தொழிலதிபராக ஆக வேண்டும் என்ற எனது கனவை நிறைவேற்றினேன். நான் வெற்றி அடைந்ததுடன், பட்டம் பெற்றவர்கள் கூட என்னிடம் வேலை செய்கிறார்கள். பின்னர், எழுதுவதிலும், புத்தகங்களை வெளியிடுவதிலும், கல்லூரிகளில் உரை நிகழ்த்துவதிலும் உள்ள எனது நாட்டங்களைத் தொடர்ந்தேன். இந்த அனுபவம் எனக்குப் பல பாடங்களைக் கற்றுக் கொடுத்தது.

❖ ***பச்சாதாபம் உள்ள ஒருவர், தான் உட்பட மற்ற எவரது உணர்வுகளைப் பற்றியும் கவலைப்படாத ஒருவருக்காகவும் பச்சாதாபம் காட்ட முடியுமா?***

மற்றவர்களின் நிலைமைகள் மற்றும் சூழ்நிலைகளைப் புரிந்துகொள்வதும் உணருவதும், அவர்கள் மீது நீங்கள் கோபப்படுவதைத் தடுக்கும். கோபம் மற்றும் வெறுப்பை நீங்கள் தவிர்க்கும்போது, சிலர் அதைக் கவனித்து, தங்களை மாற்றிக் கொள்ளத் தீர்மானிக்கலாம். இருந்தபோதிலும் ஒருசிலர் மாறுவதற்கு மறுத்தாலும், எதிர்வினையற்றாத உங்களது இயல்பு, பச்சாதாபத்தால் தூண்டப்படுவது, சூழ்நிலைகள் மோசமாவதைத் தடுக்கும். கூடுதலாக, அவர்களுக்கு எது சரியானது அல்லது நல்லது என்பதை எடுத்துக்கூறுவதற்கு இது உதவியாக இருக்கும். அவர்கள் மாறினால், நல்லது. இல்லையென்றாலும், நீங்கள் முயன்றதன் காரணமாக, நீங்கள் குற்ற உணர்ச்சி கொள்ள மாட்டீர்கள். இதில் முக்கியமாக அறிந்துகொள்ளப்பட வேண்டியது என்னவென்றால், கோபப்படாமல் அல்லது எதிர்வினையாற்றாமல் இருப்பதன் மூலம், மாறப்போவதில்லை என்று மற்றவர்கள் தீர்மானித்திருந்தாலும்கூட, நீங்கள் விஷயங்கள் மேலும் மோசமாவதைத் தவிர்ப்பதுடன்,

எதிர்மறை விளைவுகளில் இருந்து உங்களைப் பாதுகாத்துக் கொள்கிறீர்கள்.

❖ **கவனத்தை ஈர்ப்பதற்கு ஒரு மனிதர் கொள்கின்ற ஆசை, அதற்கான வடிகால் இல்லாத நிலையில் மோசமானதாக ஆகுமா?**

தெளிவான நோக்கமின்றி கவனத்தைத் தேடுவது பயனளிக்காது. கவனத்தை ஈர்ப்பது உங்களுக்குத் தற்காலிக மகிழ்ச்சியைத் தந்தாலும், எதிர்பார்த்த முடிவுகளுக்கு வழிவகுக்கவில்லை என்றால், அது மன அழுத்தத்தை ஏற்படுத்தும். அத்துடன், நீங்கள் ஒருமுறை கவனத்தைப் பெற்றுவிட்டால், அதைப் பராமரிப்பதற்கான அழுத்தம் ஏற்படுகிறது, இது அதிக மன அழுத்தத்துக்கு வழிவகுக்கிறது. நீங்கள் பெற்ற கவனத்தை மற்றவர்களுடன் ஒப்பிடுவது, மன அழுத்தத்தின் இந்தச் சுழற்சியை அதிகரிக்கிறது. அதற்குப் பதிலாக, சமூக நோக்கங்களுக்கு அல்லது உங்கள் சொந்த வாழ்க்கைக்கு அர்த்தமுள்ள இலக்குகளில் கவனம் செலுத்துங்கள். இந்த இலக்குகளுக்காகத் திட்டமிட்டு, பணியாற்றி, அவற்றை அடைவதன் மூலம், நீங்கள் சாதித்த உணர்வைப் பெறுவீர்கள். இது இயற்கையாகவே நேர்மறையான கவனத்தை ஈர்க்கிறது, மேலும் இது, தொடர்ந்து அங்கீகாரம் கிடைக்க வேண்டும் என்ற அழுத்தம் இல்லாமல் திருப்தியை அளிக்கிறது.

❖ **ஒரு காகிதத்தில் எழுதி வைப்பதன் மூலம், வாழ்க்கையில் ஏற்படும் பிரச்சனைகளில் இருந்து விடுபட முடியுமா?**

நீங்கள் வருத்தப்பட்டு யாரிடமாவது அதனைச் சொல்ல விரும்புகிறீர்கள், ஆனால், அது உங்கள் உறவுக்குத் தீங்கு விளைவிக்கும் என்று கவலைப்படுகிறீர்கள் அல்லது உங்கள் வருத்தத்தை வெளிப்படுத்த மிகவும் வெட்கப்படுகிறீர்கள்.

என்று கற்பனை செய்து பாருங்கள். இதற்கு இதோ ஒரு தீர்வு: உங்கள் உணர்வுகளை தயங்காமல் ஒரு டைரியிலோ அல்லது மொபைல் ஃபோன் நோட் பேடிலோ எழுதி வையுங்கள். எல்லாவற்றையும் கொட்டித் தீர்த்தவுடன், அனுப்ப வேண்டிய செய்தியைத் திருத்துங்கள். இந்தச் செயல்முறை, உங்கள் இதயத்தில் இருந்தும், மனத்தில் இருந்தும் சுமையை இறக்கி வைக்க உதவும். எழுதுவது என்பது நெருங்கிய நண்பரிடம் சொல்வது போன்றது – இது, கூச்ச சுபாவம் கொண்ட உள்முகச் சிந்தனையாளர்கள் அல்லது தங்களது உணர்ச்சிளைக் குறைவாக வெளிப்படுத்துபவர்களுக்கு, மூடிவைத்திருக்கும் உணர்ச்சிகளை வெளிப்படுத்துவதற்கு உதவுகிறது. சில நேரங்களில், உள்ளிருப்பதை வெளியேற்றுவதே காயத்தைக் குணப்படுத்தப் போதுமானது. தற்போது நன்றாக இருப்பதாக நீங்கள் உணர்ந்தால், செய்தியை அனுப்ப வேண்டாம் என்று கூட நீங்கள் முடிவு செய்யலாம். ஆயினும் எழுதி வைத்திருந்தால், நீங்கள் தயாராக இருக்கும்போது அனுப்பும் பொத்தானை அழுத்துவது எளிது. தொடக்கத்தில் அசௌகரியம் இருந்தபோதிலும், நீண்ட காலத்தில் மக்கள் உங்கள் நேர்மையைப் புரிந்துகொள்ளலாம், பாராட்டக் கூடச் செய்யலாம்.

❖ **தனிநபர்கள் பயனுள்ள முடிவெடுப்பதைத் தடுக்கின்ற சில உளவியல் தடைகள் யாவை?**

நாம் செயல்பட உத்வேகம் பெறும்போது, பல்வேறு காரணங்களுக்காக நாம் பெரும்பாலும் தயங்குகிறோம், மேலும் வேண்டுமென்றே தள்ளிப்போடுகிறோம். இதற்குப் பல்வேறு காரணங்கள் உள்ளன:

1. தற்போதைய சூழ்நிலையில் நாம் வசதியாக இருக்கிறோம் மற்றும் அந்த வசதி நிலையை விட்டு வெளியேற பயப்படுகிறோம்.

2. தவறு நடந்தால் மற்றவர்கள் என்ன சொல்வார்கள் என்று கவலைப்படுகிறோம்.
3. எதிர்மறை எண்ணங்களும், தோல்வி பயமும் நம்மைத் தடுத்து நிறுத்துகிறது.
4. அதிகப்படியாகச் சிந்திப்பது, அரைகுறைத்தனத்துக்கும் புதிய பொறுப்புகள் குறித்த அச்சத்துக்கும் வழிவகுக்கிறது.

இதற்கு இதோ சில தீர்வுகள்:

1. புதிதாக ஒன்றைத் தொடங்குவது இறுதியில் உங்களின் புதிய வசதி நிலையாக மாறுவதுடன், மாற்றம் குறித்த பயத்தைப் போக்கிவிடும் என்பதை உணருங்கள்.
2. உங்களது இலக்குகளை நோக்கிச் செல்வது, மற்றவர்களின் விமர்சனங்களால் தடைபடுவதற்கு அனுமதிக்காதீர்கள்.
3. எது முக்கியமானது அல்லது நீங்கள் எது குறித்து ஆர்வமாக இருக்கிறீர்கள் என்பதில் கவனம் செலுத்துவதன் மூலம் எதிர்மறை எண்ணங்களை எதிர்த்துப் போராடுங்கள்.
4. அதீத சிந்தனையைத் தவிர்க்க, உறக்கம் அல்லது தியானத்திற்குப் பிறகு உங்கள் மனம் தெளிவாக இருக்கும்போது, உங்கள் திட்டங்களை எழுதி வைத்துக்கொண்டு, அதில் ஒன்றைத் தேர்ந்தெடுத்து உடனடியாகத் தொடங்குங்கள்.

உடனடியாக நடவடிக்கை எடுப்பது சந்தேகங்களைத் தணிப்பதுடன், உங்கள் இலக்குகளை நெருங்கிச் செல்வதற்கும் உதவும்.

❖ **மனிதனின் வலிமை நிறைந்த உணர்வு எது?**

காதலிக்கப்படுவதாகவும், விரும்பப்படுவதாகவும், பாராட்டப்படுவதாகவும் உணர்வது சக்தி வாய்ந்தது மற்றும் பெரிய செயல்களைச் செய்யவும் உங்களைத் தூண்டும்.

இருப்பினும், சில யதார்த்தங்களைப் பொருத்தவரையில் அது உங்களைக் குருடாக்குவதுடன், அதனைச் சாதகமாகப் பயன்படுத்திக்கொண்டு உங்களைப் பாதிப்படையச் செய்கிறது. அதற்குச் சமமாக, வெறுப்பு, விமர்சனம் மற்றும் எதிர்மறையால் பாதிக்கப்படுவது உங்கள் ஈகோவை சேதப்படுத்தும். சமநிலையை பராமரிக்க, பாராட்டுகளைப் பெற்றாலும் அல்லது விமர்சனத்தை எதிர்கொண்டாலும், பணிவாகவும் அமைதியாகவும் இருப்பது முக்கியம். இது, உணர்ச்சிகளின் உயர்வு, தாழ்வு ஆகிய இரு நிலைகளிலும், உங்களது பார்வையை இழந்துவிடாமல், தொடர்ந்து செல்ல உதவுகிறது.

❖ **வாழ்க்கையில் ஒரே மாதிரியான சூழ்நிலையை, சிலர் ஏன் மீண்டும் மீண்டும் சந்திக்கிறார்கள்?**

எதிர்மறையான சூழ்நிலைகள் திரும்பவும் ஏற்படுவதாகத் தோன்றினால், அது விரக்தியைத் தரக்கூடும். இது ஏன் நிகழ்கிறது என்பதற்கான சில காரணங்கள் இதோ:

1. தவிர்ப்பதற்கான முயற்சிகளை எடுத்தபோதிலும்கூட சிலர் அதை தற்செயல் அல்லது விதி என்று பார்க்கிறார்கள். ஆன்மீகவாதிகள் அதை அமைதியாக, ஏற்றுக்கொள்கின்றனர், அதே சமயம் ஆராய்ந்து பார்ப்பவர்கள் போராடலாம்.

2. சிலர் விஷயங்களை மாற்ற முயற்சிக்காமல், எளிதாக விதியின் மீது பழி போடுகிறார்கள், இது துன்பத்துக்கு வழிவகுக்கும். முயற்சி செய்பவர்கள், மிகக் குறைவாகவே குற்ற உணர்வு கொள்கின்றனர்.

3. எதிர்மறை எண்ணங்களும் அச்சங்களும் மீண்டும் மீண்டும் எதிர்மறை அனுபவங்களை ஈர்க்கும். நீங்கள் விரும்பாத ஒன்றை அதிகப்படியாகச் சிந்தித்துக்கொண்டே இருப்பது, உங்களது விருப்பமில்லாமலேயே அதை வரவழைத்து விடுகிறது. இந்தச் சுழற்சியை உடைக்க, நேர்மறையான

விஷயங்களில் கவனம் செலுத்துங்கள் மற்றும் அச்ச உணர்வுகளை நீட்டித்துக்கொண்டே செல்வதைத் தவிர்த்து விடுங்கள்.

* ஒரு சூழ்நிலை குறித்து ஆராய்ந்து பார்த்து, உங்கள் மூளையின் அடிப்படையில் முடிவெடுப்பதா அல்லது உங்கள் இதயத்தின் அடிப்படையில்- உணர்வுகளின் அடிப்படையில் முடிவெடுப்பதா, நிஜ வாழ்க்கையில் எது மிகவும் முக்கியமானது என்று நீங்கள் நினைக்கிறீர்கள்?

இதயத்திலிருந்து வரும் உணர்ச்சிகள் மற்றும் உணர்வுகள் பெரும்பாலும் நமது மூளையின் சிந்தனைச் செயல்முறையின் தாக்கத்தால் ஏற்படுகின்றன. நாம் முடிவுகளை இரண்டு வகைகளாகப் பிரிக்க முடியும்:

1. மூளையின் தாக்கத்தால் ஏற்படும் உணர்ச்சி-உந்துதல் முடிவுகள்.
2. தர்க்கரீதியிலான சிந்தனையின் அடிப்படையில் எடுக்கப்படும் பகுத்தறிவு முடிவுகள்.

வகையைப் பொருட்படுத்தாமல், விளைவைப் பகுப்பாய்வு செய்வது முக்கியம். உதாரணத்துக்கு, ஒருவருக்கு உணர்ச்சிப்பூர்வமாக உதவுவது அவருக்குப் பயனளிக்கலாம், ஆனால் அது இறுதியில் அவருக்குத் தீங்கு விளைவிக்கும் என்றால், அது ஒரு நல்ல முடிவு அல்ல. உதவ வேண்டாம் என்று நீங்கள் எடுத்த முடிவு ஆரம்பத்தில் விமர்சிக்கப்படலாம், ஆயினும் உறுதியாக இருப்பது அவசியம். காலப்போக்கில், மக்கள் அதை ஏற்றுக்கொள்ளும்போது, குற்ற உணர்ச்சியிலிருந்து விடுபடுவீர்கள். சில நேரங்களில், "இல்லை" என்று உறுதியாகச் சொல்வது அவசியம். தியாகங்களை உள்ளடக்கியிருந்தாலும் கூட, உணர்ச்சிப்பூர்வமான முடிவுகள் சரியானதாகத் தோன்றலாம். கர்மா பெரும்பாலும் அத்தகைய

முடிவுகளுக்கு இறுதியில் வெகுமதி அளிக்கிறது. வணிகத்தில், பகுத்தறிவுச் சிந்தனை முக்கியமானது, ஆனால் நெறிமுறைகள் அந்த முடிவுகளை வழிநடத்த வேண்டும். அமைதியான மற்றும் விழிப்புணர்வுள்ள மனம், சூழ்நிலைகளை விரைவாக மதிப்பிடவும் பயனுள்ள முடிவுகளை எடுக்கவும் உதவுகிறது.

❖ **விஷயங்களைப் பற்றி நான் உணரும் விதம் எளிதாகவும் அடிக்கடியும் மாறுகிறது. நான் இதனை எப்படிச் சரிசெய்வது?**

"நீங்கள் திசைதிருப்பப்படுகிறீர்கள், உரிய கவனம் செலுத்தவில்லை, உங்கள் இலக்குகள் பற்றி உறுதியாகத் தெரியவில்லை, இது தள்ளிப்போடுவதற்கு வழிவகுக்கிறது. எதிர்மறை குறித்த அச்சம், உங்கள் வசதி நிலையை இழப்பது மற்றும் பிறரது கருத்துகள் குறித்த கவலை ஆகியவையே இதற்கான காரணிகள். நீங்கள் ஒரு தெளிவான திட்டம் அல்லது நோக்கம் இல்லாமல், உடனடி மனநிறைவு மற்றும் தேவையற்ற உணர்ச்சிகளின் மூலம் வாழ்க்கையை நகர்த்துகிறீர்கள்.

இதைச் சமாளிக்க:

1. மனத் தெளிவை அடையுங்கள்: நிம்மதியான உறக்கம் அல்லது தியானத்திற்குப் பிறகு, உங்கள் மனம் அமைதியாகவும், குழப்பமில்லாமலும் இருக்கும் போது, உங்கள் வாழ்க்கையின் நோக்கத்தையும் நீங்கள் உண்மையிலேயே எதை அடைய விரும்புகிறீர்கள் என்பதையும் சிந்தித்துப் பாருங்கள். மனத்தில் வரும் அனைத்து வாய்ப்புகளையும் பட்டியலிடுங்கள், அதில் இருந்து உங்களுக்கு மிகவும் பொருந்தக்கூடிய ஒன்றைத் தேர்ந்தெடுக்கவும்.

2. திட்டமிட்டுச் செயல்படுத்துங்கள்: நீங்கள் ஒரு இலக்கை முடிவு செய்தவுடன், அதை அடைவதற்கான தெளிவான

நிலைகள் மற்றும் செயல்பாடுகளுடன் கூடிய ஒரு திட்டத்தை விளக்கமாக எழுதிக் கொள்ளுங்கள். திட்டத்தைப் பற்றி அதிகப்படியாகச் சிந்திக்காமல் செயல்படுத்தத் தொடங்குங்கள். எதிர்மறை எண்ணங்கள் எழுந்தால், அவற்றை நீட்டித்துக் கொண்டே செல்லாமல் வெளியேற்றுங்கள்.

3. உங்கள் நேரத்தைச் சமநிலைப்படுத்துங்கள்: உங்கள் குடும்பத்தினர், நண்பர்கள், ஆர்வங்கள், விளையாட்டு, இசை போன்றவற்றுக்கு உரிய நேரத்தை ஒதுக்குங்கள். இந்தச் செயல்பாடுகளில் ஈடுபடுவது, உங்களுக்கு ஊக்கமளிப்பதுடன் உள்ளார்ந்த திருப்தியையும் அளிக்கும்.

இந்த மனநிலையுடன், நீங்கள் சரியான நடவடிக்கைகளை எடுக்கத் தொடங்குவீர்கள் மற்றும் வாழ்க்கையில் உண்மையான திருப்தியைக் காண்பீர்கள்."

❖ **நாம் ஏன் விஷயங்களை நினைவில் வைத்துக் கொள்வதற்குப் பதிலாக எழுதுகிறோம்?**

"எழுத்து என்பது நினைவூட்டல் மற்றும் திட்டமிடலுக்கான ஒரு கருவியாகச் செயல்படுகிறது, உங்கள் எண்ணங்களைக் கட்டமைப்பதிலும் உங்கள் யோசனைகளைச் செயல்படுத்துவதிலும் உதவுகிறது. மேலும் இது பகிர்ந்துகொள்ளுதலின் ஒரு வடிவமாகவும் செயல்படுகிறது- குறிப்பாக தங்களது எண்ணங்களை வாய்மொழியாகச் சொல்வதற்குக் கஷ்டப்படுகின்ற, கூச்ச சுபாவம் கொண்டவர்களுக்கு இது அவ்வகையில் செயல்படுகிறது. மன அழுத்தம் தரும் பிரச்சனைகளை எழுதுவது, மன அழுத்தத்தை குறைக்க உதவுகிறது. மேலும் நீங்கள் உடனடியாக மற்றவர்களுடன் அதனைப் பகிர்ந்து கொள்ளாவிட்டாலும்கூட நிவாரணம் அளிக்கிறது.

உத்தரவாதமான வெற்றியை உறுதிசெய்ய, முக்கியமான பணிகளுக்கு முன்னுரிமை அளித்து அவற்றை ஆவணப்படுத்துவது

அவசியம். தனிப்பட்டது, தொழில் சார்ந்தது அல்லது வேலை தொடர்பானது என எதுவாக இருந்தாலும் உங்கள் டைரியில் அல்லது மொபைல் நோட் பேடில், உங்கள் மனத்தில் தோன்றும் அனைத்தையும் எழுதுங்கள். ஒவ்வொரு நாள் காலையிலும், உங்கள் பட்டியலை ஆய்வு செய்து, எந்தப் பணிகளுக்கு முன்னுரிமை தர வேண்டும் என்பதைத் தீர்மானிப்பதுடன், அவற்றில் மிகவும் முக்கியமானவற்றை நிறைவேற்றுவதில் கவனம் செலுத்துங்கள். நீங்கள் ஏதேனும் தடைகளைச் சந்திக்க நேர்ந்தாலும், நீங்கள் எடுக்கும் முயற்சி மதிக்கத்தக்கது.

இந்த நடைமுறையைத் தொடர்ந்து கடைப்பிடிப்பது, உங்களை மிகவும் ஒழுங்கமைப்பதோடு மட்டுமில்லாமல், உங்கள் நேரத்தையும் மிச்சப்படுத்தும். உங்கள் வாழ்வின் அனைத்து அம்சங்களையும் பரவலாக நிர்வகிக்க முடிவதால், நீங்கள் சுதந்திர உணர்வையும் திருப்தியையும் உணர்வீர்கள். இந்தப் பயிற்சி மூலம் கிடைக்கும் ஒழுங்குமுறை மற்றும் செயல்திறன், உங்களது பெரும்பாலான முயற்சிகளில் வெற்றிக்கு வழிவகுக்கும், அத்துடன் உங்களது ஒழுக்கமான மற்றும் வெற்றிகரமான வாழ்க்கைக்காக, உங்களுக்குப் பாராட்டுகளையும் பெற்றுத்தரும்."

❖ **நேர்மறை ஆற்றலை வழங்குவதில், கலைகள் நமக்கு உதவுமா?**

"கவனம் செலுத்தும் கலையைப் பயிற்சி செய்வது, கூர்முகத்தன்மையை மேம்படுத்துவதோடு மட்டுமல்லாமல், தனிநபர்கள் தங்களிடமிருந்து தேவையற்ற எண்ணங்களை விரட்டியடிக்கவும் உதவுகிறது. இந்தப் பயிற்சியில் ஈடுபடும் போது, தனிநபர்கள் தாங்கள் எடுத்துக்கொண்டுள்ள பணியில் முழுமையாக மூழ்கி கவனம் செலுத்துகிறார்கள். இது தேர்ச்சி மற்றும் சாதனை உணர்வுக்கு வழிவகுக்கிறது.

கவனம் செலுத்துதல் மற்றும் மனத்தெளிவு அடைதல் ஆகிய இரண்டு அம்சங்களிலும் தேர்ச்சி அடைவதன்

மூலம், தனிநபர்கள் தங்களது வாழ்வை கணிசமாக மேம்படுத்த முடியும். இந்த உயர்வான கவனம் நேர்மறை ஆற்றலை வளர்ப்பதோடு மட்டுமல்லாமல் மனத்தை எதிர்மறை எண்ணங்களிலிருந்தும் பாதுகாக்கிறது. நிகழ்காலத்தில் இருக்கும் திறனைத் தழுவுவதும் தேவையற்ற கவனச்சிதறல்களைத் தவிர்ப்பதும், ஒருவரின் வாழ்க்கையைச் சிறப்பாக இருக்கும் வகையில் உண்மையிலேயே மாற்றும்."

❖ எனது நச்சுத்தனமான சுற்றுச்சூழலை மாற்றாமலேயே எனது ஆளுமையை எப்படி மாற்றுவது?

"பெரும்பாலும், நமது சுற்றுப்புறங்கள் நமது ஆசைகளுக்கு இணங்க இருக்க வேண்டும் என்று நாம் எதிர்பார்க்கிறோம், மேலும் அவ்விதம் இருக்கும்போது நாம் மகிழ்ச்சியை அனுபவிக்கிறோம். இருப்பினும், இந்தத் திருப்தி, குறுகிய காலத்துக்கானது, ஏனெனில் நமது மனம் தொடர்ந்து அதிகமாக ஆசைப்படுகிறது, இது பேராசைக்கும் சாத்தியமில்லாத எதிர்பார்ப்புகளுக்கும் வழிவகுக்கிறது. இந்த எதிர்பார்ப்புகளை யதார்த்தம் பூர்த்தி செய்யத் தவறினால், நம்மிடம் மகிழ்ச்சிக்குப் பதில் அதிருப்தி குடியேறுகிறது, இது நமது ஆளுமையைப் பாதிக்கும்.

நமது சுற்றுப்புறங்கள் நச்சுத்தன்மை வாய்ந்ததாக இருந்தாலும் அல்லது சாதகமற்றதாக இருந்தாலும் அதை ஏற்றுக்கொள்வதில்தான் இதற்கான முக்கியத் தீர்வு அடங்கியுள்ளது. அவற்றைப் பயனுள்ளதாகப் பார்ப்பதன் மூலம், நாம் கவலையிலிருந்து விடுபட்டு உள் அமைதியை அடைகிறோம். இந்த ஏற்றுக்கொள்ளல், சொந்த வளர்ச்சி மற்றும் மேம்பாட்டுக்கு வழிவகுக்கிறது, ஏனெனில் மிகவும் நேர்மறையான மனநிலையுடன் நமது சூழ்நிலைகளுக்குத் தக்கவாறு நம்மைப் பழக்கப்படுத்திக் கொள்கிறோம்."

❖ தனிநபர் வழிபாடு மற்றும் ஹீரோ வழிபாட்டை எவ்வாறு தடுப்பது?

“நீங்கள் எம்.எஸ். தோனியின் மிகப்பெரிய ரசிகர், அவரை சேப்பாக்கம் மைதானத்தில் பார்ப்பது உங்களை உற்சாகத்தில் ஆழ்த்துகிறது. என்றாவது ஒருநாள் அவரைச் சந்திக்க வேண்டும் என்று கனவு காண்கிறீர்கள், ஆனால் அது சாத்தியமாவது தொலைதூரத்தில் இருப்பது போல் தெரிகிறது. பின்னர், அதிர்ஷ்டம் அடித்ததால், நீங்கள் ஒரு நாள் அவரைச் சந்திக்கிறீர்கள், உற்சாகம் கரைபுரண்டோடுகிறது. அந்த அனுபவத்தை நண்பர்களிடமும் குடும்ப உறுப்பினர்களிடமும் எண்ணற்ற முறை பகிர்ந்து கொள்கிறீர்கள், அந்த நினைப்பில் மகிழ்கிறீர்கள்.

இரண்டு ஆண்டுகளுக்குப் பிறகு, நீங்கள் ஒரு விளையாட்டு வசதி மேலாண்மை நிறுவனத்தில் வேலைக்குச் சேர்கிறீர்கள், ஆச்சர்யம் என்னவென்றால் அதன் உரிமையாளர் எம்.எஸ். தோனியே தான். நீங்கள் அவருடைய செயலாளராகி, தொடர்ந்து அவருக்கு அருகிலேயே இருக்கிறீர்கள். காலம் கடக்கையில், இதில் உள்ள புதுமை தேய்ந்து போகிறது, மேலும் எம்.எஸ். தோனியே கூட உங்களுக்குச் சாதாரணமாகி விடுகிறார்.

இந்த அனுபவம், இரண்டு மதிப்புமிக்க பாடங்களைக் கற்பிக்கிறது: முதலாவதாக, ஒன்றின் மீதுள்ள கவர்ச்சி, அது நமக்குப் பழக்கமானதாக மற்றும் அணுகக்கூடியதாக மாறும்போது குறைந்துவிடுகிறது. இரண்டாவதாக, இக்கரைக்கு அக்கரை பச்சையாகத் தெரிகிறது, இது நம்மை அடுத்த பெரிய விஷயத்தைத் தேடுவதற்குத் தூண்டுகிறது. ஆகையால், கிரிக்கெட் நட்சத்திரங்களையோ அல்லது சினிமா ஹீரோக்களையோ அளவுக்கு மீறி ஆராதிக்காமல் இருப்பது புத்திசாலித்தனம் ஆகும். ஏனெனில் அவர்களும் நம்மைப்போல் சாதாரண மனிதர்களே. சரியான வாய்ப்புகளும் சூழ்நிலைகளும் அமைந்தால், எவரும் சிறப்பாகச் சாதிக்க முடியும்.

இதேபோல், இந்த உணர்தல், உறவுகளுக்கும் திருமணத்திற்கும் பொருந்தும். ஒரு உறவில் ஏற்படும் உற்சாகம் பெரும்பாலும் அது வாடிக்கையாக மாறியவுடன் மங்கிவிடும், வாக்குவாதங்கள் மற்றும் உடைமைக்குணத்துக்கு வழிவகுக்கும். இருப்பினும், திருமணம் என்பது உடல் ரீதியிலான நெருக்கத்துக்காக மட்டுமல்ல, உணர்ச்சிப்பூர்வமான ஆதரவுக்காகவும் என்பதைப் புரிந்துகொள்வது, நீடித்த மற்றும் நிறைவான உறவுமுறைக்கு வழிவகுக்கும்."

- ❖ நான் தற்போதைய தருணத்தில் வாழ முயற்சிக்கிறேன், ஆனால் நான் அதில் நிரந்தரமாக இல்லை. எனவே, தற்போதைய தருணத்தில் நான் நிரந்தரமாக வாழ்வது எப்படி?

"அவ்வப்போது ஏற்படும் குறைபாடுகளை பெரிதுபடுத்தாமல் நிகழ்காலத்தில் வாழ மனப்பூர்வமாக முயற்சி செய்யுங்கள். ஆரம்பத்தில், அது சவாலாக இருக்கலாம், ஆனால் தொடர்ந்து முயற்சிப்பதன் மூலம் நீங்கள் அதற்குப் பழகிக்கொள்வீர்கள். கடந்த கால அனுபவங்கள், எதிர்காலக் கவலைகளின் தாக்கத்துக்கு ஆளாவதோ அல்லது வெளிப்புறத் தாக்கங்கள், உங்களை நிகழ்காலத்திலிருந்து வெளியே தள்ளுவதோ இயல்பானதே.

கடந்த காலம், எதிர்காலம் அல்லது வெளிப்புறக் கருத்துக்கள் பற்றிய எண்ணங்களில் நீங்கள் நகர்வதைக் கண்டால், அவற்றை நீட்டித்துக்கொண்டே செல்லாமல் அவற்றை ஒப்புக் கொள்ளுங்கள். அதற்குப் பதிலாக, உங்கள் கவனத்தை தற்போதைய தருணத்திற்குத் திருப்பி விடுங்கள். இதனை அடைவதற்கு, தியானம் செய்வது ஒரு பயனுள்ள கருவியாகும். தியானப் பயிற்சியின்போது, நீங்கள் ஒரு மந்திரத்தின் மீது கவனம் செலுத்தி, விழிப்புணர்வுடன்

கவனச்சிதறல்களிலிருந்து உங்கள் மனத்தைத் திருப்பிவிடுவதால், உங்கள் எண்ணங்களைக் கட்டுப்படுத்தப் பயிலுகிறீர்கள்.

தியானத்தை ஆன்மீகப் பயிற்சியாக மட்டுமே கருதாமல், மனப் பயிற்சியாகவும் கருதுங்கள். தொடர்ந்து தியானப் பயிற்சியை மேற்கொள்வது, தேவையற்ற எண்ணங்களை விலக்கி, தற்போதைய தருணத்தில் இன்னும் எளிதாக கவனம் செலுத்த உங்கள் மனத்தைப் பயிற்றுவிக்கிறது."

❖ **மனிதர்கள் அனைவரும் சமம் என்று சொல்வது பகுத்தறிவா?**

"உண்மையான மகிழ்ச்சியும் திருப்தியும், அந்தஸ்து அல்லது செல்வத்தைப் பொருட்படுத்தாமல், தனிப்பட்ட சாதனைகளிலிருந்து உருவாகின்றன. செல்வத்தைக் குவிப்பது, தேர்தல்களில் வெற்றி பெறுவது, விளையாட்டுப் போட்டிகளில் சாம்பியன் ஆவது, அல்லது ஒருவர் தனது குடும்பத்துக்குத் தேவையானவற்றை வழங்குவது என எதுவாக இருந்தாலும், இந்த இலக்குகளை நிறைவேற்றுவதில் இருந்து மகிழ்ச்சியைப் பெறுவது, உலகளாவியது. வெற்றிகரமான அறுவடையில் இருந்து ஒரு விவசாயி அனுபவிக்கின்ற மகிழ்ச்சி, ஒரு நாட்டின் அதிபரது மகிழ்ச்சியைக் கூட விஞ்சலாம். இறுதியில், மகிழ்ச்சியும் திருப்தியும்தான் நிறைவான வாழ்க்கையை மதிப்பிடுவதற்கான உச்சபட்ச அளவீடுகளாகும். இந்த வகையில் அனைத்து மனிதர்களும் சமமானவர்கள். ஒவ்வொரு தனிமனிதரும் அவர்கள் சந்திக்கும் வாய்ப்புகள் மற்றும் சூழ்நிலைகளின் அடிப்படையில்தான் வெற்றியை அடைகிறார்கள், அதே வாய்ப்புகள் கொடுக்கப்பட்டால், மற்றவர்களும் இதேபோன்ற விளைவுகளை அடைவார்கள். இது, விதி அல்லது தெய்வீகத்தின் பார்வையில் அனைத்து மனிதர்களும் சமம் என்பதை எடுத்துக்காட்டுகிறது."

❖ **நான் ஏன் காலையில் மிகவும் நேர்மறையாகவும், இருட்டில் மிகவும் தாழ்வாகவும் உணர்கிறேன்?**

"காலையில், பகலின் பிரகாசத்துடன் நாம் பொருந்துவதால், நமது மனம் இயற்கையாகவே உற்சாகமடைகிறது. இது நமது உணர்வுகளை உயர்த்துகிறது. பகல் முழுவதும், நாம் உயிர்வாழ்வதற்கான பல்வேறு பணிகளில் ஈடுபடுகிறோம், இது நமது மனத்தை ஈடுபாடாக இருக்கச் செய்வதுடன், எதிர்மறை எண்ணங்களை விரட்டியடிக்கிறது.

இருப்பினும், மாலை நெருங்கி இருள் சூழ்ந்தவுடன், நமது மனப் பிரகாசம் குறைந்து, அச்ச உணர்வுகள் மற்றும் பதட்டம் தோன்றலாம். இதை முறியடிப்பதற்கு, பிரகாசமான உணர்வைப் பராமரிப்பதற்காக நாம் பெரும்பாலும் செயற்கை விளக்குகளை நம்பியிருக்கிறோம். ஆனாலும், நம் மனத்தில், குறிப்பாக பின்னிரவு நேரத்தில், சில பணிகள் மட்டுமே இடம்பிடித்திருப்பதால், எதிர்மறை எண்ணங்கள் தலைதூக்கி, விஷயங்களை மேலும் சிக்கலாக்குகிறது.

இதை எதிர்த்துப் போராட, குறிப்பிட்ட சில செயல்களைச் செய்வது, உற்சாகமூட்டும் இசையைக் கேட்பது அல்லது அதிக எதிர்மறையான தொலைக்காட்சி நிகழ்ச்சிகளைத் தவிர்ப்பது போன்றவற்றில் ஈடுபடுவது முக்கியம். கூடுதலாக, இரவு உணவைச் சீக்கிரமாக எடுத்துக்கொள்வது, அதனைத் தொடர்ந்து மெதுவாக நடப்பது மற்றும் படுப்பதற்கு முன் நன்றி தெரிவிப்பது போன்ற வழக்கத்தைத் தொடர்ந்து மேற்கொள்வது, தூங்குவதற்கு முன் அமைதியையும் நேர்மறை உணர்வையும் மேம்படுத்த உதவும்."

❖ **மற்றவர்களின் தவறுகளில் இருந்து கற்றுக்கொள்வதை விட, நமது தவறுகளில் இருந்து கற்றுக்கொள்வதை எளிதாக்கும் சில வழிகள் யாவை? இதனை விளக்குங்கள்?**

"மனிதர்கள் தங்களது நிலைமைகள், சூழ்நிலைகள், குணநலன்கள் மற்றும் உயிரியல் காரணிகள் போன்ற

பல்வேறு காரணிகளால் தவறு செய்கிறார்கள். இருப்பினும், ஒவ்வொருவருடைய சூழ்நிலைகளும் பண்புகளும் தனித்துவமானவை என்பதை அங்கீகரிப்பது முக்கியம், எனவே ஒப்பீடுகள் செல்லுபடியாகாது. ஒருசிலர், பயம் அல்லது நீங்கள் அறியாமல் இருக்கும் பிற காரணிகளால் இவ்வாறு தவறு செய்யலாம், மேலும் அவர்கள் தீர்ப்புக்கு பயந்து விளக்கமளிக்கத் தயங்குவார்கள்.

அதே அச்சங்கள் அல்லது உயிரியல் காரணிகளால் நீங்கள் கட்டுப்படுத்தப்படவில்லை என்பதால், அதே தவறுகளை நீங்கள் செய்யாமல் இருக்கலாம். ஒப்புமையான சூழ்நிலையில் வேறொருவர் தவறு செய்திருக்கிறார் என்பதற்காக நடவடிக்கைகளைத் தவிர்ப்பது முட்டாள்தனமாக இருக்கும். அதற்குப் பதிலாக, நீங்கள் தவறு செய்தால், அதற்குப் பின்னால் உள்ள காரணங்களைப் புரிந்துகொள்வது அவசியம்.

உங்கள் உள்ளார்ந்த சுயம் (அந்தராத்மா), குறிப்பாக உங்கள் மனம் அமைதியாக இருக்கும்போது, நீங்கள் ஏன் தவறு செய்தீர்கள் என்பதற்கான நுண்ணறிவுகளை வழங்க முடியும். இந்தக் காரணங்களை அங்கீகரித்து அவற்றிலிருந்து கற்றுக்கொள்வதன் மூலம், எதிர்காலத்தில் அதே தவறுகளை நீங்கள் மீண்டும் செய்வதைத் தவிர்க்கலாம்."

❖ நான் குழந்தையாக இருந்தபோது, நான் ஒருபோதும் வெற்றிபெற மாட்டேன் என்றும் சராசரி வாழ்க்கைதான் வாழ்வேன் என்றும் எனது தந்தை எப்போதும் கூறி, எனது கனவுகளை நசுக்கினார். இப்போது எனக்கு சுயமரியாதை சார்ந்த சிக்கல் உள்ளது. இதில் இருந்து நான் எப்படி விடுபடுவது?

"சில பெற்றோர்கள் தங்கள் குழந்தைகளின் இயல்பு அல்லது நம்பிக்கைகளுடன் ஒத்துப்போகும் பார்வை

இல்லாமல், அவற்றைப் பற்றிப் பொருட்படுத்தாமல், தங்களது கருத்துகளைத் திணிக்கிறார்கள். இருப்பினும், தங்களது குழந்தைகளின் பார்வையில் இருந்து தங்களது பார்வைகள் வேறாக இருந்தாலும், எல்லா பெற்றோர்களும் இப்படி நடந்துகொள்வதில்லை. இதை அங்கீகரிப்பது அவசியம். மேலும், பெற்றோரின் எதிர்மறையான கருத்துகளையே நினைத்துக்கொண்டிருக்க வேண்டாம்.

கடந்த காலத்தில் நீங்கள் மந்தமானவராகக் கருதப்பட்டாலும், காலப்போக்கில் மனிதர்கள் மாறவும் வளரவும் முடியும் என்பதை நினைவில் கொள்ளுங்கள். கடந்தகால விமர்சனங்களைப் புறக்கணித்துவிட்டு, தற்போது சுயமரியாதையை வளர்ப்பதில் கவனம் செலுத்துங்கள். எதிர்மறையான விமர்சனங்களையே நினைத்துக் கொண்டிருப்பது மன அழுத்தத்திற்கே வழிவகுக்கும். மாறாக, அந்த எண்ணங்களை உணர்வுப்பூர்வமாக நிராகரித்து, உங்களது தற்போதைய செயல்கள் மற்றும் நாட்டங்களில் கவனம் செலுத்துங்கள்

உங்களது இலக்குகளையும் லட்சியங்களையும் திட்டமிடுங்கள், அவற்றை அடைவதற்கான பல்வேறு உத்திகளைத் தீட்டுங்கள். உங்கள் குறிக்கோள்களை எட்டுவதற்கு உறுதியான நடவடிக்கைகளை எடுங்கள். தடைகள் ஏற்பட்டால், அவற்றை மனதார ஏற்றுக்கொள்ளுங்கள். தீர்க்கப்படாத பிரச்சனைகளுக்குத் தீர்வுகாண, ஏற்றுக்கொள்வது முக்கியமானதாகும்.

வெற்றி என்பது செல்வம், அதிகாரம் அல்லது செல்வாக்கைத் தாண்டி பரந்து விரிந்துள்ளது. இது நெறிமுறையாக வாழ்தல், மற்றவர்களுக்கு உதவுதல், உண்மையான முயற்சியுடன் உங்கள் பணியைத் தொடருதல் ஆகியவற்றையும் உள்ளடக்கியுள்ளது. உங்கள் தந்தையின் கடந்தகால கருத்துகளால், உங்கள் முன்னேற்றம் தடைபடுவதை அனுமதிக்காதீர்கள். கர்ம

வினைக் கோட்பாட்டின் படி, அவர் தனது தவறுகளை உரிய நேரத்தில் உணரலாம்."

❖ ***ஒரு யோசனை, உங்கள் அகங்காரத்தில் (ஈகோவில்) இருந்தா அல்லது உங்கள் உயர்ந்த சுயத்திலிருந்தா எதில் இருந்து உந்தப்பட்டது என்பதை நீங்கள் எப்படி அறிவீர்கள்? மேலும் தெளிவைப் பெறுவதற்கும், பிற்பாடு வருத்தப்படக்கூடிய நடவடிக்கைகளைத் தடுப்பதற்கும் என்ன செய்ய வேண்டும்?***

"ஒரு யோசனையானது, கோபம், எதிர்வினை, மனக்காயம் அல்லது பொறாமையில் இருந்து முளைக்கும்போது, அது பெரும்பாலும் ஈகோவிலிருந்து உருவாகிறது. இருப்பினும், இத்தகைய யோசனைகள் நேர்மறையான விளைவுகளுக்கும், லட்சியங்கள், நோக்கங்கள் அல்லது உயிர்வாழும் தேவைகளை நிறைவேற்றுவதற்கு வழிவகுத்துள்ள உதாரணங்கள் உள்ளன. அத்த கைய யோசனைகள் பலனளிக்கின்றனவா இல்லையா என்பதற்கு ஐம்பதுக்கு ஐம்பது சதவீத வாய்ப்பு உள்ளது. அவற்றின் மதிப்பை அறிய, அமைதியான மற்றும் குழப்பமில்லாத மனத்துடன் அவற்றை மதிப்பீடு செய்யுங்கள்.

ஒரு யோசனையானது ஈகோ-உந்துதலால் உருவாகியிருப்பதுடன், உன்னத நோக்கங்களுடன் ஒத்துப்போகவில்லை என்றால், அதைப் பின்தொடர்ந்து செல்வதைத் தவிர்ப்பது நல்லது. மாறாக, அது அதிக நன்மையை வழங்கும் என்றால், அதைப் பின்தொடர்வது மதிப்புக்குரியதாக இருக்கலாம். அமைதியான மற்றும் குழப்பமில்லாத மனம்ஸ உங்களது உண்மையான நோக்கங்களையும் விருப்பங்களையும் நீங்கள் அங்கீகரிப்பதற்கு அனுமதிக்கிறது, இது, உங்கள் வாழ்க்கை இலக்குகளைப் பற்றிய சுய விழிப்புணர்வுக்கும் தெளிவுக்கும் வழிவகுக்கிறது."

❖ பெரும்பாலானவர்கள் செய்ய முடியாத ஒன்றை நம்மால் செய்ய முடியும்போது, நாம் அனைவரையும் விடச் சிறந்தவர் என்று நினைத்துக் கொள்வதை எப்படி நிறுத்துவது?

மனத்தின் இயல்பானது, தொடர்ச்சியான வெற்றி பெறும்போது நம்பிக்கையை வளர்க்கிறது, சில சமயங்களில் அதீத நம்பிக்கைக்கும் வழிவகுக்கிறது. தொடர்ச்சியான சாதனைகள், தனிமனிதர்களைத் தாங்கள் அசாதாரணமானவர்கள் அல்லது தெய்வத்துக்குச் சமமானவர்கள் என்று நம்ப வைக்கும். இது பகுத்தறிவற்ற சிந்தனைக்கும் வெல்லப்பட முடியாதவர்கள் என்ற உணர்வுக்கும் வழிவகுக்கும். இருப்பினும், அத்தகைய சிந்தனையாளர்கள், வெற்றி அடைவது நிரந்தர வெற்றிக்கு உத்தரவாதம் அளிக்காது என்பதையும், ஆணவம் கர்ம வினைப் பலன்களுக்கு வழிவகுக்கும் என்பதையும் பெரும்பாலும் உணரத் தவறிவிடுகிறார்கள்.

நீண்டகால வெற்றியை அனுபவிக்கும் நபர்கள், பிறப்பிலிருந்தே இன்னல்களில் இருந்து பாதுகாக்கப்பட்டிருக்கலாம், ஆனால் தோல்வியைச் சந்திக்கும்போது அவர்களின் நம்பிக்கை விரைவாகச் சிதைந்துவிடும். நம்பிக்கை குறையும் போது, மனம் பயத்தையும் பதட்டத்தையும் ஏற்படுத்துவதால் எவர் ஒருவரும் தோல்விக்கு ஆளாக நேரிடும்.

இதைச் சமாளிக்க:

1. அனைவருக்கும் சமமான திறமை உள்ளது என்பதையும், உண்மையான வெற்றி என்பது மேன்மைக்கான அளவுகோல் அல்ல என்பதையும் ஒப்புக்கொள்ளுங்கள்.

2. தொடர்ச்சியான வெற்றிகளுக்குப் பிறகு அதீத உற்சாகம் கொள்வதற்குப் பதிலாக, அமைதியாகவே இருங்கள். இந்த மனநிலை, தோல்வியின் போதும் அமைதியாக இருக்க உங்களைத் தயார்படுத்துகிறது.

3. வெற்றியானது வாய்ப்புகள், சூழ்நிலைகள் மற்றும் தெய்வீக ஆசிகளின் தாக்கத்தைக் கொண்டது என்பதை அங்கீகரிக்கவும். இதேபோன்ற நிலைமைகளில் மற்றவர்களும் வெற்றியை அடைய முடியும் என்பதைப் புரிந்து கொள்ளுங்கள்.

இந்த உணர்தல்களை உள்வாங்குவதன் மூலம், நீங்கள் திமிர் பிடித்த சிந்தனையைக் கட்டுப்படுத்தலாம் மற்றும் மிகவும் பணிவான கண்ணோட்டத்தை வளர்க்கலாம்."

❖ நான் ஏன் எல்லாவற்றிலும் சீரற்று இருக்கிறேன்? நான் சோம்பேறியா அல்லது இது மனச்சோர்வின் மற்றொரு அறிகுறியா?

"மனிதர்கள் பெரும்பாலும் உடனடி முடிவுகளைத் தேடுகிறார்கள், மேலும், தாமதங்கள் அல்லது தடைகளை எதிர்கொள்ளும்போது பொறுமை இழக்கிறார்கள். கவனச்சிதறல்களுக்கு இரையாகுதல் மற்றும் எதிர்மறை அல்லது தோல்விக்குப் பயப்படுதல் ஆகிய காரணங்களால், அவர்கள் எளிதில் மனச்சோர்வு கொண்டவர்களாகவும் சீரற்றவர்களாகவும் மாறுகிறார்கள். உறுதியாகத் தீர்மானிக்க இயலாமையும் குழப்பமான மனமும் சீரற்ற தன்மைக்கு மேலும் பங்களிக்கின்றன.

இந்தச் சவால்களைச் சமாளிக்க, பின்வருவனவற்றைக் கருத்தில் கொள்ளுங்கள்:

1. *நீண்ட காலத்திற்கான பயிற்சி:* சீரான தன்மைக்கு நீண்ட காலத்திலான அர்ப்பணிப்பு மற்றும் பயிற்சி தேவை. நீண்ட காலத்திற்கு ஏதாவது ஒன்றைச் செய்வதன் மூலம், நீங்கள் அதற்குப் பழக்கப்படுகிறீர்கள், இது சீரான தன்மையை வளர்க்கிறது.

2. *கவனத்தைப் பராமரியுங்கள்:* சீரான தன்மைக்கு கவனம் முக்கியமானது. கவனச்சிதறல்கள் உங்கள் முயற்சிகளைத்

தடுக்கலாம், எனவே உங்கள் இலக்குகளின் மீதான நோக்கம் இழந்துபோவதைத் தவிர்க்க எடுத்துக்கொண்டிருக்கும் பணியில் கவனம் செலுத்துங்கள். இது உங்களைத் திறம்படவும் ஆக்கப்பூர்வமாகவும் வைத்திருக்க உதவுகிறது.

3. *திட்டமிடுதல் மற்றும் செயல்படுத்துதல்:* திட்டமிடுதல், நேரத்தை மிச்சப்படுத்துகிறது மற்றும் சீரான தன்மையை அதிகரிக்கிறது. உங்கள் குறிக்கோள்களை நீங்கள் எழுதி வைத்துக்கொண்டு அவற்றை முறையாகச் செயல்படுத்தும் போது சீரான தன்மை உங்கள் வழக்கத்தில் வேரூன்றுகிறது.

4. *அமைதியை வளர்த்துக் கொள்ளுங்கள்:* அமைதியான மனம், முடிவுகளை எடுக்கவும், அவற்றைச் செயல்களின் மூலம் மிகவும் திறமையாகப் பின்தொடரவும் உதவுகிறது. உங்கள் முயற்சிகளில் உறுதியாக இருங்கள், சீரான தன்மை இயல்பாகவே பின்தொடரும்.

5. *ஏற்றுக்கொள்வதைத் தழுவுங்கள்:* காலப்போக்கில், பழக்கவழக்கங்களும் நடைமுறைகளும் இரண்டாவது இயல்பாக மாறும், இது சீரான தன்மைக்கும் சௌகரியத்துக்கும் வழிவகுக்கும். உங்களது நோக்கங்களில் சீரான தன்மையைப் பேணுவதற்கு, மாற்றத்தைத் தழுவி, தேவைக்கேற்ப உங்களைத் மாற்றியமைத்துக் கொள்ளுங்கள்.

6. *பொறுமையைப் பழகுங்கள்:* சீரான தன்மைக்கு பொறுமை அவசியம். முன்னேற்றம் ஏற்பட நேரம் பிடிக்கும் என்பதைப் புரிந்துகொண்டு, உங்கள் முயற்சிகளில் பொறுமையாகவும் விடாமுயற்சியுடனும் இருங்கள்.

7. *எதிர்மறை எண்ணங்களை எதிர்கொள்ளுங்கள்:* தோல்வி அல்லது எதிர்மறை எண்ணங்களில் மூழ்குவதைத் தவிர்த்துவிடுங்கள். மாறாக, நேர்மறையான விளைவுகளில் கவனம் செலுத்துங்கள், மேலும் உங்களது முயற்சிகளில்

சீரான தன்மையைத் தக்கவைக்க, நம்பிக்கையுடைய மனநிலையைப் பராமரியுங்கள்."

❖ ஆழ்ந்த சிந்தனையாளருக்கும் அதீத சிந்தனையாளருக்கும் உள்ள வேறுபாட்டை உங்களால் விளக்க முடியுமா?

"ஆழ்ந்த சிந்தனையாளர் ஒரு பணியில் கவனம் செலுத்துகிறார், அதே சமயம் அதீத சிந்தனையாளர் எளிதில் திசைதிருப்பப்படுவதோடு கவனத்தை இழக்கிறார். ஆழ்ந்த சிந்தனையாளர் அமைதியான மற்றும் அறிவொளி பெற்ற மனத்தைப் பராமரிக்கிறார், அதே நேரத்தில் அதீத சிந்தனையாளர் குழப்பத்தாலும் எரிச்சலாலும் பாதிக்கப்படுகிறார். ஆழ்ந்த சிந்தனையாளர்கள் எதிர்மறை, தோல்வி அல்லது பொறுப்புகளுக்குப் பயப்பட மாட்டார்கள். ஒருவேளை எதிர்மறை எண்ணங்கள் அவர்களுக்கு எழுந்தாலும்கூட, அவர்கள் அவற்றைப் புறக்கணித்து, அத்தியாவசியமானவற்றில் மட்டும் கவனம் செலுத்துவார்கள். மறுபுறத்தில், அதீத சிந்தனையாளர்கள் பெரும்பாலும் எதிர்மறை எண்ணங்களால் மூழ்கடிக்கப்படுகிறார்கள்.

ஆழ்ந்த சிந்தனையாளர்கள் சிறந்த செயலைத் தேர்ந்தெடுத்து அதைச் செயல்படுத்தத் தொடங்குவார்கள், அதீத சிந்தனையாளர்களோ எதிர்மறை, விமர்சனம் மற்றும் தங்களது வசதி நிலையை விட்டு வெளியேறிவிடுவோம் போன்ற அச்சங்களால் செயலைத் தள்ளிப்போடுகிறார்கள். ஆழமான சிந்தனையாளர்கள் திட்டமிடுவதில் சிறந்து விளங்குகின்றனர் மற்றும் குடும்பத்தினர், நண்பர்கள் மற்றும் சொந்த ஆர்வங்களுக்கு இடையே தங்களது நேரத்தைத் திறம்படச் சமநிலைப்படுத்துகின்றனர். இதற்கு மாறாக, அதீத சிந்தனையாளர்கள் திட்டமிடுவதில் போராடி, அதிகப்படியாகச் சிந்தித்து நேரத்தை வீணடிக்கிறார்கள்.

ஆழ்ந்த சிந்தனையாளர்கள் அமைதியாகவும், இனிமையாகவும், கண்ணியமாகவும் இருக்கிறார்கள், அதே சமயம் அதீத சிந்தனையாளர்கள் எரிச்சல், கோபம் மற்றும் பதட்டத்துக்கு ஆளாகிறார்கள்."

❖ *குழுவில் புறக்கணிக்கப்படும்போது அல்லது கூட்டத்தில் ஒதுக்கப்பட்டதாக உணரும்போது அதைச் சமாளிக்க உங்கள் பரிந்துரைகள் என்ன?*

"ஒரு சூழ்நிலை உங்களுக்கு வலியை ஏற்படுத்தினால், நாம் மதிக்கப்படுவோம் என்று நீங்கள் கருதக்கூடிய மற்றொரு குழுவில் சேர வாய்ப்பு இருக்கும்பட்சத்தில், நீங்கள் தற்போதிருக்கும் குழுவை விட்டுவிடுவது பரவாயில்லை. வலுவான மனநிலையால், நீங்கள் சுதந்திரமாக வளர முடியும், அதனோடு கூட, அமைதியைப் பராமரிக்க வழக்கமான தியானம் மற்றும் சுவாசப் பயிற்சிகளை பக்கபலங்களாகக் கொள்ளுங்கள்.

மற்றவர்கள் சிறந்த தகவல்தொடர்பு திறன்களைக் கொண்டிருப்பதை நினைத்து, உங்களைக் குறைத்து மதிப்பிடாதீர்கள். மாறாக, காலப்போக்கில் உங்களது சொந்த தகவல்தொடர்புகளை மேம்படுத்துவதில் கவனம் செலுத்துங்கள். உறவுகள் பரஸ்பரமானவை; ஒருவர் மற்றொருவரின் தேவைகளைப் பூர்த்தி செய்யும்போது, நெருக்கம் உருவாகிறது. இருப்பினும், முயற்சிகளுக்குத் தகுந்த பதில் விளைவு கிடைக்காவிட்டாலும், பரஸ்பர நடவடிக்கை செயல்படுவதை ஏற்றுக்கொள்வதும், இணக்கமாக இருப்பதும் அவசியம்.

உதாரணமாக, இரண்டு நபர்களுக்கிடையேயான நெருக்கம் பெரும்பாலும் பயனுள்ள தகவல்தொடர்புகளைப் பொருத்து அமைகிறது. தகவல்தொடர்பில் தவறினால், நெருக்கம் குறையலாம். இத்தகைய சூழ்நிலைகள் தற்காலிகமானவை என்பதை நினைவில் கொள்ளுங்கள், புறக்கணிக்கப்பட்டதாகக் கருதும் உணர்வு நிரந்தரமானது அல்ல. திறம்படப் புரிந்துகொண்டு,

தொடர்புகொள்வதன் மூலம், மக்களின் வாழ்வில் குறிப்பிடத்தக்க ஓர் இடத்தை நீங்கள் ஏற்படுத்த முடியும்."

❖ *குறிப்பிட்ட தருணத்தில் என்னால் ஏன் விஷயங்களை ஊன்றி, உணர முடியவில்லை? அந்தச் சூழ்நிலையில் இருந்து வெளியே வந்த பிறகுதான் உணர்கிறேன், பின்னோக்கிப் பார்த்தால் பல உணர்வுகள் அலைமோதுவதைக் காண்கிறேன். நான் ஏற்கெனவே அந்தத் தருணத்தை இழந்துவிட்டேன், அதை நினைவில் மட்டுமே வைத்திருக்க முடிகிறது.*

குறிப்பிடத்தக்க தருணங்கள் நமது எதிர்பார்ப்புகளைப் பூர்த்தி செய்யுமா என்று நமது மனம் அடிக்கடி கவலைப்படுகிறது. அவ்வாறு நிகழ்ந்தாலும், பல நேர்மறைகளுக்குப் பதிலாக, சிறிய எதிர்மறைகளில் நாம் கவனம் செலுத்த முனைகிறோம். இந்தப் பேராசை, குறிப்பிட்ட தருணத்தை முழுமையாக அனுபவிக்க விடாமல் நம்மைத் தடுக்கிறது. இருப்பினும், இந்தத் தருணங்களை பின்னர் திரும்பிப் பார்ப்பது பெரும்பாலும் மகிழ்ச்சியைத் தருகிறது, நேசத்துக்குரிய நினைவுகளாக அவை ஆகிவிடுகின்றன. மிகச் சில எதிர்மறைகளைத் தவிர, பெரும்பாலான நினைவுகள் இனிமையானவையே. இந்தத் தருணங்களை அவை நிகழும்போதே உண்மையாக அனுபவிக்க, நமக்கு அமைதியான மனம் தேவை. அதைப் பெறுவதற்கான வழிகள்:

1. நிகழ்வுக்காகத் திட்டமிட்டு தயார்படுத்திக் கொள்ளுங்கள், பின்னர் பதட்டம் தரும் எண்ணங்களை விட்டுவிடுங்கள்.

2. விஷயங்கள் முறையாக இல்லாவிட்டாலும், அவை எப்படி நடக்க வேண்டுமோ அப்படி நடக்கும் என்று நம்புங்கள்.

3. பரிபூரணமாக இருப்பது அரிதானது என்பதை ஏற்றுக்கொண்டு, நேர்மறைகளில் கவனம் செலுத்துங்கள்.

4. நிகழ்வின் போது நிகழ்காலத்தில் இருப்பதோடு கவனத்துடனும் இருங்கள், ஒவ்வொரு கணத்தையும் அது வெளிப்படும்போது ரசியுங்கள்.

உறவுமுறை

- ***மக்கள் நீங்கள் சொன்னதை மறந்துவிடுவார்கள், நீங்கள் செய்ததையும் மறந்துவிடுவார்கள், ஆனால் அவர்களை எப்படி உணரவைத்தீர்கள் என்பதை மட்டும் மறந்துவிட மாட்டார்கள் என்பது உண்மையா?***

“ஒரு முறை ஏதாவது நடந்தால், குறிப்பாக சில சூழ்நிலைகள் காரணமாக அது நிகழ்ந்தால், பொதுவாக அது மன்னிக்கப்படும். ஆனால் அது தொடர்ந்து நடக்கும்போது மக்கள் அதனை மறக்க மாட்டார்கள். அவர்கள் விலகியிருக்கத் தொடங்குவார்கள், புதிய நண்பர்களைத் தேடிப் பிடித்து, நகர்ந்து சென்று விடுவார்கள். இருப்பினும், நீங்கள் செய்த ஏதேனும் ஒரு செயலுக்காக, யாரேனும் ஒருவர் உங்களை நல்லவிதமாக ஒருமுறை உணரவைத்தால், நீங்கள் எப்போதும் அதை நினைவில் வைத்திருப்பீர்கள். நீங்கள் அதை மீண்டும் அனுபவிக்கவும் விரும்பலாம். ஆயினும் அந்த உணர்வை உங்களுக்கு ஏற்படுத்தியவர் மாறியிருக்கலாம், மேலும் அவர்களால் மீண்டும் அதுபோல் செய்ய முடியாமல் போகலாம். இதைத் தெரிந்திருந்தும், சிலர் மீண்டும் அதுபோல் நடக்கும் என்று தொடர்ந்து நம்புகிறார்கள். இந்த மனநிலை, உங்களை முன்பு காயப்படுத்திய நபரிடம் திரும்பிச் செல்வதைப் போல, தவறான முடிவுகளை எடுக்க வழிவகுக்கும். இதுபோன்ற உணர்வுகளும், நினைவுகளும் உங்கள் முடிவெடுக்கும் திறனை மறைக்கலாம். அதனால்தான் சிலர், ஏற்கெனவே திருமணமான ஒருவரைத் திருமணம் செய்வது அல்லது குற்றங்களைச்

செய்வது ஆகிய முடிவுகளை எடுத்துவிடுகிறார்கள். இவையெல்லாம் எண்ணங்களை அடிப்படையாகக் கொண்ட வெறும் நினைவுகள் மற்றும் உணர்வுகள் என்பதை உணர்ந்து கொள்வது அவசியம். நீங்கள் எந்த அளவுக்கு அதிகமாக அதனை வளர்த்துக்கொண்டே போகிறீர்களோ, அந்த அளவுக்கு அதிகமாக மோசமான தேர்ந்தெடுப்புகளை நீங்கள் மேற்கொள்வீர்கள். அந்த எண்ணங்களை வளர்க்காமல் வெறுமையாக்க வேண்டும். இந்தத் தேவையற்ற எண்ணங்கள் வரும்போதெல்லாம் இதைச் செய்தால், இந்த எண்ணங்கள் உங்கள் மனத்தில் இருந்து சிறிது நேரத்துக்குப் பிறகு மறைந்துவிடும்."

❖ **எனது கடந்த கால உறவை எவ்விதம் நான் மறப்பது? 2 வருடங்கள் ஆகிவிட்டன, இன்னும் என்னால் அவளை மறக்க முடியவில்லை.**

"உங்கள் உறவில் உள்ள பிரச்சனைகளைத் தீர்க்க உங்கள் வாழ்க்கைத்துணையுடன்/காதலியுடன் வெளிப்படையாகப் பேச முயற்சி செய்யுங்கள். திருமணம் அல்லது உங்களது பந்தத்தைப் புதுப்பித்தல் பற்றி விவாதிக்கத் தயங்காதீர்கள். பெற்றோர்களால் பிரச்சனைகள் உருவாகினால், நம்பிக்கையுடன் அவர்களை எதிர்கொள்ளுங்கள். பயிற்சியின் மூலம், தைரியமாக உரையாடுவது எளிதாகும். உங்களது உறவுகளை மேம்படுத்த திட்டங்களை வகுத்துக் கொண்டு, நடவடிக்கை எடுங்கள். உண்மையான முயற்சிகள் பெரும்பாலும் சாதகமான விளைவுகளுக்கு வழிவகுக்கும். விஷயங்கள் அதுபோல் நடைபெறவில்லை என்றாலும், வாழ்க்கை தொடரும். பிரச்சனைகளைச் சமாளிப்பதில் உங்களுக்கு உதவும் சில உணர்தல்கள் இதோ:

★ **உணர்ச்சிகள்:** அன்பு என்பது பரஸ்பரமானது மற்றும் பரஸ்பர நன்மைகளை அடிப்படையாகக் கொண்டது. தோற்றம், குணநலன் அல்லது திறமை போன்ற தகுதிகளால் மக்கள் ஈர்க்கப்படுகிறார்கள். இந்தத் தகுதிகள் மாறினால்

அன்பு குறையலாம். அன்பு நிபந்தனையற்றது அல்ல என்பதைப் புரிந்து கொள்ளுங்கள்

★ **ஈகோ:** ஒருவர் முன்னேறுவதைக் காணும்போது நம்மைத் தாழ்வாகக் கருதிக்கொள்வது இயற்கையானதுதான், இருப்பினும் அது தற்காலிகமானது. நீங்கள் முன்னேறிச் செல்வதை ஈகோ தடுத்துவிட அனுமதிக்காதீர்கள். அன்பை ஈகோ மறைத்துவிடக் கூடாது.

★ **குறைந்த முக்கியத்துவம்:** பிறரது நிராகரிப்பு உங்களது மதிப்பைக் குறைத்துவிடாது. யாராவது தொடர்ந்து உங்களைப் புறக்கணித்தால் அல்லது நிராகரித்தால், அவர்களை விட்டு விலகிச் செல்வது நல்லது. அத்தகையவர்கள் உங்களுக்குத் தேவைப்படும்போது உங்களை ஆதரிக்க மாட்டார்கள்.

★ **வாழ்க்கை தொடர்கிறது:** துயரகரமான சூழ்நிலைகளில் இருந்து, முடிந்த அளவுக்கு விலகி இருங்கள். புதிய நண்பர்களும் செயல்பாடுகளும் உங்களைச் சுற்றி இருக்குமாறு செய்து கொள்ளுங்கள். காலப்போக்கில், நீங்கள் கடந்த காலக் காயங்களை மறந்துவிட்டு முன்னேறுவீர்கள்.

★ **நினைவுகள் மற்றும் எண்ணங்கள்:** அழகான நினைவுகளை மறப்பது கடினமாக இருக்கலாம், ஆனால் அவற்றிலேயே தொடர்ந்து நீடிப்பது, உங்கள் முன்னேற்றத்துக்குத் தடையாக இருக்கும். உங்கள் உணர்வுகளை அங்கீகரிக்கும் அதேவேளையில் நிகழ்காலத்தில் கவனம் செலுத்துங்கள். காலம் கடப்பதாலும், முயற்சிகள் மூலமும் துயரகரமான நினைவுகள் மறைந்துவிடும்.

மேற்சொன்ன உணர்தல்களை ஏற்றுக்கொள்வதன் மூலம், உறவுமுறையில் உள்ள சவால்களை நீங்கள் சமாளித்து நிறைவான வாழ்க்கையை வாழலாம்."

❖ ஒருவரைப் பற்றிச் சிந்திப்பதை உங்களால் நிறுத்த முடியவில்லை என்றால், அவர்கள் உங்களைப் பற்றி சிந்திக்கிறார்கள் என்று அர்த்தமா?

"நீங்கள் ஒருவரை விரும்புகிறீர்கள், பதிலுக்கு அவர்களும் உங்களை விரும்புகிறார்கள். ஆனால் அவர்கள் உங்களை அதிகம் நேசிக்கவில்லை என்றாலோ அல்லது மற்றவர்கள் மீது அவர்கள் ஆர்வம் காட்டினாலோ, அது உங்களை மிகவும் தொந்தரவு செய்யும். புறக்கணிக்கப்படுகிறோமோ என்ற இந்த பயம், ஈகோவிலிருந்து உருவாகிறது. நீங்கள் ஈகோ இல்லாமல், ஒருவர் மீது உண்மையாக அன்பு செலுத்தினால், அவர்கள் மறைந்த பிறகும் நீங்கள் இறுதியில் முன்னேறிச் செல்வீர்கள். சில காலம் வரையில் பாதிப்புக்கு உள்ளானாலும், புதிய நண்பர்களை உருவாக்கிக் கொண்டு, மெதுவாக மறந்து விடுவது இயல்பானதே. பெரும்பாலான மனிதர்களுக்கு இது ஈகோ பற்றியது – மதிக்கப்பட்டதாகவோ அல்லது பாதிக்கப்பட்டதாகவோ கருதும் உணர்வுகள் சார்ந்தது. யாராவது உங்கள் ஈகோவுக்குச் சவால் விடுத்தால், பிரச்சனை தீர்க்கப்படும் வரை அவர்களைப் பற்றி நீங்கள் சிந்திப்பதை நிறுத்த முடியாது. ஆயினும், மனிதர்கள் தற்காலிகமானவர்கள், ஈகோதான் உண்மையான எதிரி என்பதை நினைவில் கொள்ளுங்கள். இதை உணர்ந்துகொள்வதன் மூலம் ஒருவரைப் பற்றி வெறித்தனமாகச் சிந்திப்பதை நிறுத்தலாம். நீங்கள் தொடர்ந்து ஒருவரைப் பற்றி நினைத்தால், அவர்களுடன் தொடர்பு கொள்ள முயற்சி செய்யலாம், அவர்களும் உங்களை விரும்பும் பட்சத்தில் பரஸ்பர ஈர்ப்புக்கு இது வழிவகுக்கும். இரு தரப்பினரும் ஒருவரையொருவர் விரும்பும் போது ஈர்ப்பு விதி செயல்படுகிறது, காதலுக்கான வாய்ப்புகள் உருவாகின்றன."

❖ மோசமான நினைவுகள் அதிகமாக இருந்தாலும், இனிமையான நினைவுகள் இருப்பதன் காரணமாக, ஒருவருடன் சேர்ந்திருப்பது ஏற்புடையதா?

"இன்று, டிஜிபி அலுவலகத்தில் ஒருவரைப் பார்க்கச் சென்றேன். சென்னையில் விடுமுறை நாளானதால் போக்குவரத்து அதிகம் இல்லை. மேலும் இளையராஜாவின் மெல்லிசைப் பாடல்களைக் கேட்டுக்கொண்டே மகிழ்ச்சியுடன் வாகனத்தை ஓட்டிச் சென்றேன். சந்திப்புக்குப் பின்னர், வெவ்வேறு பகுதிகள் வழியாக எனது வீட்டுக்குத் திரும்பினேன். அந்தப் பகுதிகள் ஒவ்வொன்றும், கடந்த 25 ஆண்டுகளாக எனது சொந்த வாழ்விலும் தொழில் முறையிலும் தொடர்புடைய அழகான நினைவுகளைக் கொண்டுவந்தன. அந்த நினைவுகள் பிரதிபலித்தபோது, அவை நேர்மறையானவையாக இருந்தபோதிலும், அந்தக் காலகட்டத்தில் பதட்டம் மற்றும் எதிர்பார்ப்புகள் காரணமாக, என்னால் அவற்றை முழுமையாக அனுபவிக்க முடியவில்லை என்பதை நான் உணர்ந்தேன். தற்போது, நிகழ்காலத்தில் மிகவும் கவனம் செலுத்தும் மனநிலையால், அந்தத் தருணத்தில் உற்சாகமூட்டுவதாக இல்லாவிட்டாலும், நினைவுகள் எப்போதுமே அழகானவை என்பதை நான் புரிந்துகொண்டேன். அத்துடன் நட்பும் உறவுகளும் தற்காலிகமானவை, பரஸ்பர மரியாதை மற்றும் தேவைகளைப் பூர்த்தி செய்தல் என்ற நிபந்தனையின் அடிப்படையிலானவை என்பதையும் புரிந்துகொண்டேன். இந்த மனநிலை நமக்கு முன்பே இல்லாமல் போனதே என்று ஆரம்பத்தில் வருத்தப்பட்டாலும், அந்தப் பேராசையை விலக்கிவிட்டு, இப்போது எனக்குள்ள மனத்தெளிவுக்காக கடவுளுக்கு நன்றி தெரிவித்தேன். எல்லாமே தற்காலிகமானவை மற்றும் பரஸ்பரமானவை என்பதையும், ஏற்றுக்கொள்வதே அமைதியைக் கண்டறிவதற்கு அவசியமானது என்பதையும் நான் உணர்ந்து கொண்டேன். மன அமைதி மற்றும் மகிழ்ச்சியை அடையப் பிறருக்கு உதவுவதற்காக, 'மாஸ்டரிங்

த தாட்ஸ்' திட்டங்கள் மற்றும் 'மைண்ட் ஜிம்னாசியம்' போன்ற முன்முயற்சிகளை நான் எடுத்துள்ளேன். மேலும் இதற்கான நிதியுதவிக்காக கொடைவள்ளல்கள் மற்றும் நிறுவனங்களின் ஆதரவை நாடுகிறேன். இந்த முயற்சிகளுக்கு நீங்கள் பங்களிப்பதன் மூலம், நேர்மறையான கர்மாவை உருவாக்குகிறீர்கள்."

❖ **விஜய் ஆண்டனியின் மகள் மீரா ஆண்டனியின் மரணத்திலிருந்து நாம் என்ன கற்றுக்கொள்கிறோம்?**

"எதிர்மறையான எண்ணங்களை ஆதிக்கம் செலுத்த அனுமதித்து, உங்கள் பிரச்சனைகளுக்குத் தீர்வே இல்லை என்ற தோற்றத்தை அது ஏற்படுத்துவதில் இருந்தே, பெரும்பாலும், தற்கொலை எண்ணங்கள் உருவாகின்றன. இத்தகைய எண்ணங்கள் மனச்சோர்வை ஆழப்படுத்தி, நம்பிக்கையற்ற உணர்வை உருவாக்குகின்றன. சுருக்கமான திசைதிருப்புதல்களோ அல்லது தீர்வுகளுக்கான கூறுகளோ கூட இந்த மாபெரும் நம்பிக்கையிழப்பைச் சமாளிக்கப் போதுமானதாக இருக்காது. இந்த எண்ணங்கள் ஒருபோதும் மறைந்துவிடாது என்ற பயம், நம்பிக்கையிழப்புக்கும் விரக்திக்கும் வழிவகுத்து, சிலரைத் தற்கொலை செய்து கொள்ளத் தூண்டுகிறது.

இந்த மனநிலையைப் போக்க, உறவுகள் பரஸ்பரமானவை என்பதை உணர வேண்டியது அவசியம். அன்பும் ஆதரவும் இரு தரப்பிலும் பரிமாறிக்கொள்வதாக இருக்க வேண்டும், மேலும் ஒருவரைச் சார்ந்திருப்பதையும் மனமுடைந்துபோவதையும் தவிர்க்க, உணர்வுப்பூர்வமான பற்றுதலை விழிப்புணர்வுடன் குறைப்பது சரியானதே. மகிழ்ச்சி மற்றும் துயரம் உட்பட வாழ்க்கையில் உள்ள அனைத்தும் தற்காலிகமானவையே என்பதை நினைவில் கொள்ளுங்கள். சூழ்நிலைகள் மாறும், இதனை ஏற்றுக்கொள்வது, கடினமான காலங்களிலும் தொடர்ந்து செல்வதற்கு உதவும்."

"தற்கொலை மனப்போக்கை அகற்றுவதற்கு, உங்கள் எண்ணங்களைக் கட்டுப்படுத்துவதும், நிகழ்காலத்தில் கவனம் செலுத்துவதும் முக்கியம். ஒவ்வொரு பிரச்சனைக்கும் உடனடியாகத் தீர்வு காண வேண்டும் என்று நினைக்க வேண்டாம் – அதற்குப் பதிலாக, எதிர்மறையான எண்ணங்களைத் திடீரென முடிவுக்குக் கொண்டுவந்து, உங்கள் கவனத்தை இதர முக்கியமான விஷயங்களை நோக்கி மாற்றுங்கள். பிரச்சனைகள் வந்து செல்லும் என்பதை ஏற்றுக் கொள்ளுங்கள், முற்றிலும் பிரச்சனையற்ற மனம் வேண்டும் எனப் பேராசை கொள்ளாதீர்கள். கஷ்டமான காலங்களில்கூட, நீங்கள் ரசிக்கும் செயல்களில் ஈடுபடுவதன் மூலம், நிகழ்காலத்தில் உங்களை இருக்க வைக்கக் கட்டாயப்படுத்துங்கள். உங்களுக்கு நெருக்கமான ஒருவர் இறந்து விட்டால், உங்களுக்குப் பிடித்தமான திரைப்படங்கள், விளையாட்டு அல்லது செயல்பாடுகளை நோக்கி உங்களது கவனத்தைத் திசைதிருப்புங்கள். எதிர்மறை எண்ணங்கள் எழும்போதெல்லாம், அவற்றை வளர்த்துக்கொண்டே செல்ல வேண்டாம் – வெறுமனே அவற்றை அப்படியே விட்டுவிடுங்கள். நீங்கள் தொடர்ந்து கண்காணிக்கப்படுவதில்லை என்பதையும் அனைவரும் சமம் என்பதையும் நினைவில் கொள்ளுங்கள். இந்த நுட்பங்களைப் பயிற்சி செய்வதன் மூலம், நீங்கள் படிப்படியாக நம்பிக்கையிழப்பு உணர்வுகளை வென்று, மன அமைதியைக் காணலாம்."

❖ தங்கள் பிரச்சனைகளுக்கு மற்றவர்களை அல்லது பிற குழுக்களை மனிதர்கள் ஏன் குற்றம் சாட்டுகிறார்கள்? இதனால் என்ன சாதிக்கப்படுகிறது?

"தவறோ சரியோ, நம்முடைய செயல்களை நாம் பெரும்பாலும் நியாயப்படுத்துகிறோம், ஏனென்றால் மற்றவர்களால் குறைத்து மதிப்பிடப்படுவோம் அல்லது குறைந்த முக்கியத்துவம் தரப்படுவோம் என்று பயப்படுகிறோம்.

நாம்தான் மிகவும் புத்திசாலி என்று நம்புவதுடன், தோல்வியை ஏற்க மறுத்து, பெரும்பாலும் மற்றவர்களைக் குறை கூறுகிறோம். இருப்பினும், வெற்றிகள் தன்னந்தனியாக அரிதாகவே அடையப்படுகின்றன. உதாரணமாக, விளையாட்டுப் போட்டிகளில், குடும்பத்தினர், வழிகாட்டிகள், பயிற்சியாளர்கள் மற்றும் நிகழ்ச்சி அமைப்பாளர்களிடமிருந்து குறிப்பிடத்தக்க ஆதரவு கிடைப்பதை நினைத்துப் பாருங்கள்.

இந்த மனநிலையை வெல்வதற்கு, வெற்றியின்போது பணிவாக இருப்பதும் மற்றவர்களின் ஆதரவை ஒப்புக்கொள்வதும் முக்கியம். மற்றவர்களின் பங்களிப்பை அங்கீகரிப்பது அமைதியாக இருப்பதற்கும் தோல்வியை மனதார ஏற்றுக்கொள்வதற்கும் உதவுகிறது. தோல்வியை ஏற்றுக்கொள்வதன் மூலம், நம் தவறுகளிலிருந்து பாடம் கற்றுக் கொள்ளலாம், முயற்சிகளை மேம்படுத்தலாம், மேலும் மற்றவர்களிடமிருந்து மரியாதையைப் பெறலாம். நிறைவாக, பணிவு மற்றும் ஏற்றுக்கொள்ளுதல் ஆகியவை சொந்த வளர்ச்சிக்கும், மேம்பட்ட தலைமைப் பண்புகளுக்கும் வழிவகுக்கும்."

- நாம் சிலரைச் சுற்றி இருக்கும்போது மோசமான விஷயங்கள் நடப்பதாக ஏன் உணர்கிறோம்? அவர்களிடமிருந்து இந்த உணர்வு அல்லது ஆற்றல் எதனால் ஏற்படுகிறது, மேலும் அவர்களைப் பற்றி அவ்விதம் கருதுவதை நாம் எப்படி நிறுத்துவது?

"உறவினர்கள், நண்பர்கள் மற்றும் பிறர் உட்பட குறிப்பிட்ட சிலரைச் சுற்றி நான் சங்கடமாக உணர்ந்தேன். அவர்கள் என்னை விரும்பினாலும்கூட இவ்விதம் நான் கருதினேன். தியானத்தைத் தொடர்ந்து பயிற்சி செய்த பிறகு, என் மனம் அமைதியடைந்து, தெளிவானது. இந்த நபர்கள் எதிர்மறையான அதிர்வுகளை வெளியிடுகிறார்கள், அவை ஈகோ சார்ந்தவை,

பொறாமையை வெளிப்படுத்துபவை என்பதை நான் உணர்ந்தேன். சில நெருக்கமான, நேர்மறை எண்ணம் கொண்ட நபர்களிடம் நான் பேசியபோது, அவர்களும் இதேபோன்ற உணர்வுகளைப் பகிர்ந்துகொண்டதால், எனது இந்த உணர்தல் உறுதி செய்யப்பட்டது. சுவாரஸ்யமாக, இந்த நேர்மறையான நபர்களைச் சுற்றி இருக்கும்போது நான் மிகவும் சௌகரியமாக உணர்ந்தேன். நேர்மறை அதிர்வுகளைக் கொண்டவர்களால் மட்டுமே எதிர்மறையானவற்றை அடையாளம் காண முடியும் என்று கண்டறிந்தேன். இந்த அசௌகரியத்தைச் சரிசெய்ய, நான் இந்த நபர்களை நேர்மறையான வெளிச்சத்தில் காட்சிப்படுத்த ஆரம்பித்தேன், அவர்களது குணநலனில் நேர்மறையான மாற்றங்களைக் கற்பனை செய்தேன். அவர்களது மாற்றத்துக்காகவும் நான் பிரார்த்தித்தேன்."

❖ யாரோ சிலர் என்னை மிகவும் மோசமாகத் துயரப்படுத்திவிட்டனர். அவர்கள் அதிலிருந்து தப்பித்துவிட்டதாக உணர்கிறேன். பழிவாங்குவதற்காக நான் எதையும் செய்ய மாட்டேன், இருப்பினும் இதனை நியாயமற்றதாகக் கருதுகிறேன். வினைப்பயனை அவர்கள் அனுபவிப்பார்களா?

பழிவாங்க நினைப்பது உங்களுக்குத் தற்காலிகத் திருப்தியை அளிக்கலாம், ஆனால் உங்கள் செயல்களால் ஏற்படும் கர்மவினையின் விளைவுகளை அது அழிக்காது. இறுதியில், கர்மா என்பது தனிநபர்களுக்கு இடையேயான கணக்குவழக்குகளைத் தீர்ப்பது அல்ல, மாறாக, பிரபஞ்சத்துடனான உங்களது உறவு பற்றியது. பழிவாங்குவதன் மூலம், நீங்கள் எதிர்மறை ஆற்றலை உருவாக்குகிறீர்கள், இறுதியில் அது உங்களை நோக்கியே திரும்பி வரும்.

பழிவாங்க நினைப்பதற்குப் பதிலாக, மனக்கசப்பைக் கைவிடுவதிலும், கர்மாவின் இயற்கையான ஒழுங்குமுறையில் நம்பிக்கை வைப்பதிலும் கவனம் செலுத்துங்கள். உங்களுக்கு

இழைக்கப்பட்ட தவறுகளை நிவர்த்தி செய்வதற்கு, உரிய காலத்தையும் வழியையும் பிரபஞ்சம் எடுத்துக்கொள்ள அனுமதியுங்கள். மன்னித்துவிடுவதைத் தேர்ந்தெடுத்து, ஆக்கப்பூர்வமாக முன்னோக்கிச் செல்வதன் மூலம், எதிர்மறையின் சுழற்சி நிலைநிறுத்தப்படுவதைத் தவிர்க்கலாம், மேலும், உங்களுக்கும் மற்றவர்களுக்கும் இடையே மிகவும் இணக்கமான வாழ்க்கைமுறையை உருவாக்கலாம்

❖ *ஒருவர் பிறருடன் உறவை ஏற்படுத்திக்கொள்ள விரும்புவதற்கான சில காரணங்கள் யாவை?*

நீங்கள் ஓர் ஆழமான உண்மையைத் தொட்டுள்ளீர்கள்: அழகு என்பது தனிப்பட்ட நம்பிக்கையைச் சார்ந்தது மற்றும் ஆளுக்கு ஆள் மாறுபடுவது. உடல் தோற்றம் ஒருவரின் ஆரம்ப கவனத்தை ஈர்க்கலாம், ஆயினும் நடத்தை, தகவல் தெரிவிக்கும் பாங்கு, குணநலன், நேர்மை, நம்பிக்கை, திறமைகள் மற்றும் உணர்வுகள் போன்ற ஆழமான பண்புகளே உண்மையில் நீடித்த தாக்கத்தை ஏற்படுத்துகின்றன.

உடல் ஈர்ப்பினால் மட்டுமே கட்டமைக்கப்பட்ட உறவுகள் பெரும்பாலும் ஆழமற்றவை மற்றும் காலப்போக்கில் அவை கசந்துவிடும். உண்மையான பந்தமும், நீடித்து நிற்கும் உறவுகளும், பரஸ்பர மரியாதை, உண்மையான அன்பு மற்றும் உணர்வுப்பூர்வமான ஆதரவு ஆகியவற்றில் இருந்து ஏற்படுகின்றன.

உறவுகள் மாறக்கூடும் மற்றும் சலிப்பு, வாக்குவாதங்கள் மற்றும் உடைமைக்குணம் (பொஸசிவ்னெஸ்) போன்ற சவால்களை எதிர்கொள்ளக்கூடும் என்பதை ஏற்றுக்கொள்வது முக்கியம். இந்த அம்சங்களைப் புரிந்துகொள்வதும் தழுவுவதும் உறவுப் பிணைப்பை வலுப்படுத்தவும், உறவு நீடிப்பதை உறுதிப்படுத்தவும் உதவும்

இறுதியில், உள்ளார்ந்த குணங்களில் கவனம் செலுத்துவதும் உண்மையான பந்தங்களை வளர்ப்பதும், நிறைவான மற்றும்

சோதனையான காலகட்டத்திலும் உறுதுணையாக நிற்கும் நீடித்த உறவுகளுக்கு முக்கியமாகும்.

❖ உங்களைச் சுற்றியிருக்கும் அனைவரும் இன்னும் நினைவில் வைத்திருந்தாலும், உங்கள் வாழ்க்கையில் தொடர்புடைய ஏதேனும் ஒரு நபரை நீங்கள் முழுமையாக மறந்துவிட முடியுமா?

நீங்கள் ஒரு பொதுவான போராட்டத்தை முன்னிலைப்படுத்தியுள்ளீர்கள்: உணர்வுப்பூர்வமாக உங்களுக்கு நெருக்கமானவர்களுடன் வேறு ஒருவர், குறிப்பாக நீங்கள் மறக்க விரும்பும் நபர், கலந்துரையாடுவதை நேரில் காணும்போது ஏற்படும் பாதிப்பு குறித்தது இது. இத்தகைய சூழ்நிலைகளைச் சமாளிக்க, எதிர்பார்ப்புகளின்றி செயல்களைச் செய்தல், நிகழ்பொழுதில் மட்டுமே கவனம் செலுத்துதல் மற்றும் தேவையற்ற எண்ணங்களைத் தவிர்த்துவிடுதல் ஆகிய குணங்களைக் கொண்ட தொல்லை இல்லாத மனத்தை வளர்த்துக் கொள்வது முக்கியம்.

உங்களைச் சுற்றியுள்ளவர்கள் உணர்வுப்பூர்வமாக உங்களுக்கு நெருக்கமில்லாதவர்கள் என்ற நிலையில், நீங்கள் தவிர்க்க விரும்பும் நபர் அவர்களுடன் கலந்துரையாடுவது, உங்களைப் பெருமளவில் பாதிப்பதற்கான வாய்ப்பு குறைவாகவே உள்ளது. அத்துடன், அத்தகைய தனிநபர்களிடமிருந்து உடல் ரீதியாகவும் மற்றும் உணர்வுப்பூர்வமாகவும் நீங்கள் விலகியிருப்பது, உங்களது வாழ்க்கையில் அவர்களின் முக்கியத்துவத்தைப் படிப்படியாகக் குறைக்கும்.

ஒரு புதிய சூழலுக்கு மாறுவது, விருப்பமில்லாத கூட்டத்தில் இருந்து விலகியிருக்கத் தற்காலிக நிவாரணத்தை அளிக்கக் கூடும், ஆனால் மனம் வேறு எங்கோ இதேபோன்ற தொடர்புகளைத் தேடலாம். இதற்கு மாறாக, உள் அமைதியை வளர்ப்பதிலும் ஏற்றுக்கொள்வதிலும் கவனம் செலுத்துங்கள்,

இது வெளிப்புறச் சூழ்நிலைகளைப் பொருட்படுத்தாமல் நீடித்த மகிழ்ச்சியைக் காண உங்களை அனுமதிக்கிறது.

❖ *சிக்கல் நிறைந்த பிரச்சனைகளை நன்கு புரிந்துகொள்ள ஆழ்ந்து கற்கும் கருவிகள் நமக்கு எவ்வாறு உதவுகின்றன?*

மற்றவர்களின் கண்ணோட்டங்களைப் புரிந்துகொள்வதும் அதுகுறித்து அனுதாபம் கொள்வதும், உண்மையில் பல உறவுகளை, தேவையற்ற மன அழுத்தம் மற்றும் மோதல்களில் இருந்து காப்பாற்றுகிறது. உங்கள் உறவுக்காரப் பெண் ஒருத்தி தனது உடன்பிறந்தவர்களால் தான் புறக்கணிக்கப்பட்டதாக கருதுகின்ற விஷயத்தை எடுத்துக்கொள்வோம். அவர்கள் வேண்டுமென்றே தன்னைப் புறக்கணித்திருக்க மாட்டார்கள், தங்களது சொந்த வாழ்க்கையிலும் நடைமுறைகளிலும் அவர்கள் சிக்கிக்கொண்டிருக்கலாம் என்று உணர்ந்துகொள்வது, அந்தப் பெண்ணின் கோபத்தையும் வெறுப்பையும் குறைக்க உதவும். “பார்வையில் இருந்து மறைவது, மனத்தில் இருந்தும் மறைந்துவிடும்” என்ற கோட்பாட்டின் அடிப்படையில் அனுதாபம் கொள்வதன் மூலம், அவள் தனது கோபதாப உணர்ச்சிகள் அதிகரிப்பதைத் தவிர்த்து, தனது குடும்ப உறுப்பினர்களுடன் ஆரோக்கியமான உறவுகளைப் பேண முடியும்.

அனுதாபம் கொள்வது என்பது தவறான புரிந்துகொள்ளல்களைச் சரிசெய்வதற்கும், பிறருடன் வலுவான தொடர்புகளை உருவாக்குவதற்கும் ஒரு சக்தி வாய்ந்த கருவியாகும். இது வெவ்வேறு கண்ணோட்டங்களில் இருந்து சூழ்நிலைகளைப் பார்க்க அனுமதிக்கிறது மற்றும் புரிந்துகொள்ளலையும் இரக்கத்தையும் வளர்க்கிறது. இறுதியில் மிகவும் இணக்கமான உறவுகளுக்கு வழிவகுப்பதுடன் மன அழுத்தத்தையும் குறைக்கிறது.

❖ உங்களுக்குக் கிடைத்துள்ள பாக்கியம் என்ன? 8

இது இயற்கையாகவே மற்றவர்களுடன் உங்களை இணைக்கும் இரண்டு அற்புதமான நற்பேறுகள் உங்களிடம் இருப்பதைத் தெரிவிக்கிறது. முதலாவதாக, மக்கள் நலனில் நீங்கள் உண்மையான அக்கறை செலுத்தி, ஒன்றுசேரும் கூட்டங்களில் அனைவரும் உள்ளடக்கப்பட்டதாகவும் மதிக்கப்பட்டதாகவும் கருதுவதை உறுதிப்படுத்துகிறீர்கள். இரண்டாவதாக, மனிதர்கள் மற்றும் அவர்களது நலன்கள் குறித்த இயல்பான ஆர்வம் உங்களிடம் உள்ளது, இது ஆழமான உறவுகளை உருவாக்கவும், தேவைப்படும்போது ஆதரவை வழங்கவும் வழிவகுக்கிறது.

இந்தக் குணங்கள் மற்றவர்களுடன் உண்மையான தொடர்புகளை உருவாக்க உங்களுக்கு உதவுகின்றன, ஏனெனில் மக்கள் தங்களது உணர்வுகளை உங்களுடன் பகிர்வதை வசதியாகக் கருதுகிறார்கள் மற்றும் உங்களிடம் ஆறுதலைத் தேடுகிறார்கள். ஒருவரிடம் இந்தக் குணங்கள் இயற்கையாகவே இல்லாவிட்டாலும்கூட, மற்றவர் நலன்களில் உண்மையான அக்கறை காட்டுவதன் மூலமும் அனுதாபம் கொள்வதன் மூலமும் அவற்றை வளர்க்க முடியும்.

இந்தப் பண்புகளைக் கொண்டிருப்பதன் மூலம், பலருடன் அர்த்தமுள்ள தொடர்புகளை நீங்கள் உருவாக்குவதையும், இந்தச் செயல்பாட்டில் உங்களது வாழ்க்கை மற்றும் அவர்களது வாழ்க்கையை வளப்படுத்துவதையும் நீங்கள் காண்பீர்கள்.

❖ அனைவரும் சமம் என்பதை மக்களுக்குப் புரிய வைப்பதற்கான வழி என்ன?

நீங்கள் ஓர் ஆழமான உண்மையைத் தொட்டுவிட்டீர்கள்: ஒருவரது அந்தஸ்து அல்லது சாதனைகளைப் பொருட்படுத்தாமல், அவர் எந்த அளவுக்குத் திருப்தியையும்

மகிழ்ச்சியையும் அடைந்திருக்கிறார் என்பதே, வாழ்க்கையின் இறுதி இலக்கு ஆகும். ஒருவர் உலகிலேயே மிகவும் சக்தி வாய்ந்த நபராக இருந்தாலும் சரி, அல்லது எளிய இலக்குகளையே எட்டிய பொருளாதார ரீதியில் ஏழையான நபராக இருந்தாலும் சரி, அவர்களின் திருப்தி மற்றும் மகிழ்ச்சி உணர்வு சமமான ஆழம் வாய்ந்ததாக இருக்கும்.

உதாரணமாக, எம்.எஸ்.தோனி போன்ற கிரிக்கெட் சூப்பர் ஸ்டார் தனது லட்சக்கணக்கான ரசிகர்களிடம் திருப்தியைக் காணலாம், அதேநேரத்தில் தோனி ஒரு போட்டியில் வெற்றி பெறுவதைப் பார்க்கும் ஒற்றை ரசிகனின் மகிழ்ச்சியும் அதே அளவுக்கு குறிப்பிடத்தக்கதாக இருக்கும். மகிழ்ச்சியானது புகழ் அல்லது செல்வத்தால் அளவிடப்படுவதில்லை, மாறாக ஒருவரது உணர்வுகள் மற்றும் ஆசைகள் நிறைவேறுவதன் மூலம் அளவிடப்படுகிறது.

இறுதியாக, ஒருவர் உலகத் தலைவராக இருந்தாலும் சரி, அல்லது ஒரு சாதாரண மனிதராக இருந்தாலும் சரி, நெறிமுறை சார்ந்த வழிகளில் மனநிறைவையும் மகிழ்ச்சியையும் கண்டறிவதில்தான் வாழ்க்கையின் நோக்கம் அமைந்துள்ளது. இந்த உணர்தல், அனைத்து மனிதர்களும் சமம் என்பதையும், அவர்களது சூழ்நிலைகளைப் பொருட்படுத்தாமல், அனைவரும் மகிழ்ச்சிக்குத் தகுதியானவர்கள் என்பதையும் புரிந்து கொள்ள உதவுகிறது.

❖ **அன்பைக் கூட இலவசமாகக் கொடுக்கும்போது மக்கள் ஏன் அதை மதிப்பதில்லை?**

ஆர்வத்தாலும் மகிழ்ச்சியைக் கண்டறிய மற்றவர்களுக்கு உதவ வேண்டும் என்ற விருப்பத்தாலும், மனத்தைக் கட்டுப்படுத்தும் உங்களது அறிவை இலவச சேவையாக நீங்கள் வழங்குவது பாராட்டுக்குரியது. இருப்பினும், உங்கள் நோக்கங்கள் உண்மையானதாக இருந்தாலும்கூட, இலவச

சேவைகளின் தரம் அல்லது நோக்கங்கள் குறித்து சிலர் சந்தேகிக்கலாம் என்பது துரதிருஷ்டவசமானது.

சந்தேகங்கள் அல்லது விமர்சனங்களை எதிர்கொள்ளும் போது பொறுமையாகவும் மீள்திறனுடனும் இருப்பது முக்கியம். உங்களுக்கும் உங்கள் கொள்கைகளுக்கும் நீங்கள் பதில்கூறக் கடமைப்பட்டவர்கள், உங்களது முயற்சிகளைச் சந்தேகிப்பவர்களுக்கு அல்லது கேள்வி கேட்பவர்களுக்கு அல்ல என்பதை நினைவில் கொள்ளவும். உங்களது சேவையை மக்கள் அங்கீகரிக்கவும் பாராட்டவும் காலதாமதம் ஆனாலும்கூட, நல்ல செயல்கள் இறுதியில் சாதகமான பலன்களைத் தரும் என்ற கர்மா கோட்பாட்டில் நம்பிக்கை கொள்ளுங்கள்.

நீங்கள் அனுபவித்து அறிந்துகொண்டதற்கு ஏற்ப, உங்கள் மதிப்புகளுக்குத் தொடர்ந்து உண்மையாக இருப்பதும் பொறுமையைக் கடைபிடிப்பதும், நீண்ட கால நோக்கில் உங்கள் சேவைகளுக்கான அங்கீகாரத்துக்கும், சேவை தேவையென்ற கோரிக்கைகளுக்கும் வழிவகுக்கும். நீங்கள் இலவசச் சேவைகள் வழங்குவதை தேர்வு செய்திருந்தாலும் அல்லது அவற்றிற்கு கட்டணம் வசூலித்தாலும், உங்கள் முயற்சிகளில் நெறிமுறைகள், நேர்மை மற்றும் ஆர்வத்திற்கு தொடர்ந்து முன்னுரிமை கொடுங்கள். இறுதியில், இந்தக் குணங்கள், மகிழ்ச்சி மற்றும் மன அமைதியைக் கண்டறிய மற்றவர்களுக்கு உதவுவதில் வெற்றியைக் கொண்டு வருவதன் மூலம் பிரகாசிக்கும்.

❖ என் நண்பர்களுடன் இருக்கும்போது நான் ஏன் ஒதுக்கப்பட்டதாக உணர்கிறேன்? பழகுவதற்காக ஒன்றுகூடும்போது, எனது நண்பர்கள் பேசிக்கொண்டிருப்பதைக் கேட்டபடி, நான் வசீகரமின்றி நிற்கிறேன். சில சமயங்களில் நான் திக்குகிறேன், பேசத் திணறுகிறேன். மதிப்பீடு செய்யப்படுவேன்

அல்லது ஏற்றுக்கொள்ளப்பட மாட்டேன் என்று நான் அஞ்சுகிறேனா?

ஒரு கூட்டத்தில் தனித்து விடப்பட்டதாக உணரும்போது, குறிப்பாக மற்றவர்கள் மிக எளிதாகக் கவனத்தைக் கவரும்போது, அந்த உணர்வு அச்சம் தரும் வகையில் இருக்கக் கூடும். தோற்றம், தகவல் தொடர்புத் திறன், கல்வியில் அல்லது விளையாட்டில் நிபுணத்துவம் போன்ற குறிப்பிட்ட துறைகளில் சிறந்து விளங்குபவர்களை நோக்கி மக்கள் பெரும்பாலும் ஈர்க்கப்படுகிறார்கள் என்பதை அங்கீகரிப்பது முக்கியம். இருப்பினும், இந்தத் தொடர்புகள் வெளிப்புறக் காரணிகளின் அடிப்படையில் நிபந்தனைகளுடன் கூடியதாகவும், தற்காலிகமானதாகவும் இருக்கும்.

வெளிப்புறச் சாதனைகளின் அடிப்படையில் மற்றவர்களிடமிருந்து அங்கீகாரத்தைத் தேடுவதற்குப் பதிலாக, உண்மையான தொடர்புகளை வளர்ப்பதிலும் உள் அமைதியிலும் கவனம் செலுத்துங்கள். நீங்கள் யார் என்பதற்காக எல்லோருமே உங்களைப் பாராட்டிவிட மாட்டார்கள் என்பதைப் புரிந்து கொள்ளுங்கள், ஆயினும் அது பரவாயில்லை. நீங்கள் நீங்களாக இருங்கள், மற்றவர்களுடன் பழகுங்கள், கரிசனத்தையும் உதவியையும் வழங்குங்கள். உண்மையான செயல்களுக்கு பெரும்பாலான மக்கள் நேர்மறையாகப் பதிலளிப்பார்கள்.

நிராகரிப்பு ஏற்பட்டாலும் அல்லது உறவுகள் தளர்ந்தாலும், அமைதியான மற்றும் எதிர்வினையற்ற மனநிலையைப் பேணுங்கள். உள்ளார்ந்த அமைதியை வளர்ப்பது, வெற்றி மற்றும் தோல்வி ஆகிய இரண்டு விதமான சூழ்நிலைகளிலும் சமநிலையுடன் வழிநடத்த உங்களை அனுமதிக்கிறது. உண்மையான நிறைவு என்பது உள்ளிருந்துதான் வருகிறது, வெளிப்புற அங்கீகாரம் அல்லது செல்வாக்கில் இருந்து வருவதல்ல என்பதை நினைவில் கொள்ளுங்கள்.

❖ ***அவளை எப்படி முழுமையாக மறப்பது? ஏறக்குறைய ஒரு வருடம் ஆகிறது, இன்றும்கூட தூங்கும் போது அவள் உருவம் எனக்குள் எழுகிறது. ஒரு நொடி கூட என்னால் அவளை மறக்க முடியவில்லையே!***

1. நீங்கள் ஒருவரிடமிருந்து விலகிச் செல்ல விரும்பினால், அவர்களிடமிருந்து உடல் ரீதியாகவும் மனரீதியாகவும் விலகி இருங்கள்.
2. முன்னேறிச் செல்லும் வகையில் உங்களது எண்ணங்களை மாற்றுங்கள். அதிகப்படியாகச் சிந்திப்பது குழப்பமும் ஏமாற்றமும் அதிகரிக்கவே வழிவகுக்கிறது. அதுபோன்ற எண்ணங்களை வெறுமைப்படுத்துவதால், அவை மறைந்துபோகும்.
3. கடந்தகால உறவுகளைச் சுமப்பதில் ஈகோ பெரும் பங்கு வகிக்கிறது. ஏற்றுக்கொள்வது முக்கியமானது. சூழ்நிலைகள் மாறியிருப்பதைப் புரிந்து கொள்ளுங்கள், பரவாயில்லை என்று கருதி முன்னேறிச் செல்லுங்கள்.
4. கடந்த காலத்தைப் பற்றியே சிந்தித்துக் கொண்டிருப்பதைத் தவிர்க்க பிஸியாக இருங்கள். புதிய நண்பர்களை உருவாக்கி, அவர்கள் மீது கவனம் செலுத்துங்கள். உறவுகள் தற்காலிகமானவை என்பதை நினைவில் கொள்ளுங்கள், ஆகவே அதிகப் பற்றுக் கொள்ளாமல் இருக்க முயலுங்கள். ஏற்றுக்கொள்வதும் ஏதேனும் ஒரு செயலில் ஈடுபட்டு மும்முரமாக இருப்பதும் முன்னோக்கி நகர்வதற்கான விசைகள் ஆகும்.

❖ ***பற்றற்று இருப்பதும், உணர்வற்றுப் போவதும்தான் வாழ்க்கையை நடத்துவதற்கான ஒரே வழி அல்லது சரியான வழியா?***

ஒரு கணவனும் மனைவியும் மிகவும் நெருக்கமாகவும் புரிந்துணர்வுடனும் இருந்தனர், ஒருவருக்கொருவர்

விருப்பங்களையும் பொறுப்புகளையும் நிறைவேற்றினர். இருப்பினும், கணவர் வேறு ஊருக்கு பணியிட மாற்றமாகச் சென்றபோது, சக ஊழியர் ஒருவரால் ஈர்க்கப்பட்டதால், கணவன் – மனைவியின் உறவு பாதிக்கப்பட்டது. வாக்குவாதங்கள் ஏற்பட்டபோதிலும், அவர் ரகசியமாகத் தொடர்ந்தார். இறுதியில், விவாகரத்து கோரி மனைவி வழக்குத் தொடர்ந்ததை அடுத்து, அவர்கள் இருவரும் பிரிந்தனர். மாறும் சூழ்நிலைகளால், நெருங்கிய உணர்ச்சிப் பிணைப்புகள் கூட உடைந்து போகக்கூடும் என்பதை இது காட்டுகிறது

தேவைகள் நிறைவேறாத போதிலும் சிலர் ஒன்றாக ஒட்டிக்கொண்டிருந்தாலும், அது அரிதானதே. உறவுகள் பரஸ்பர நிறைவைச் சார்ந்துள்ளன. விஷயங்கள் தவறாகச் சென்றால், அவற்றைச் சரிசெய்ய முயற்சிக்கவும், ஆனால் சரியாகவில்லை என்றால், அது உங்களை பாதிக்க விடாமல் ஏற்றுக்கொண்டு தொடர்ந்து முன்னேறிச் செல்லுங்கள். ஒவ்வொரு உறவுக்கும் மரியாதை, அன்பு மற்றும் பரஸ்பர சௌகரியம் தேவை என்பதை நினைவில் கொள்ளுங்கள். அதிகமாக உணர்ச்சிவசப்படுவதையும் பற்றுக் கொள்வதையும் தவிர்த்துவிடுங்கள்.

❖ **பதின்ம வயதினர் (டீன் ஏஜ் பருவத்தினர்) ஏன் சொல்வதைக் கேட்பதில்லை? தங்கள் குழந்தைகள் தங்களது பேச்சைக் கேட்பதில்லை என்று பெற்றோர்கள் அடிக்கடி புகார் கூறுகிறார்களே! இந்தப் பெற்றோர்களிடம் என்ன தவறு, அத்துடன் தங்கள் குழந்தைகளின் நடத்தைப் பிரச்சனைகளை அவர்கள் எவ்விதம் கையாளுகிறார்கள்?**

அறிவுரை வழங்குவதற்குத் தங்களுக்கு மட்டுமே உரிமை உண்டு என்று பெற்றோர்கள் பெரும்பாலும் நம்புகிறார்கள், ஆனால் குழந்தைகள் வளரும்போது, தாங்களும் முடிவுகளை

எடுக்க முடியும் என்பதை அவர்கள் உணர்ந்துகொள்கிறார்கள். சில சமயங்களில், பெற்றோரின் அறிவுரைகள் தலைமுறை இடைவெளி மற்றும் வயதானதன் காரணமாக, கூர்மை வாய்ந்ததாகத் தெரிவதில்லை. கூடுதலாக, ஈகோவும் இதில் ஒரு பங்கு வகிக்கிறது, பெற்றோர்கள் கட்டுப்படுத்துவதில் ஒட்டிக்கொண்டிருக்க, குழந்தைகள் அதற்கு எதிராகக் கிளர்ச்சி செய்கிறார்கள்.

உதாரணமாக, எங்களது தந்தை எங்களைக் கட்டுப்படுத்தியதால் அவர் ஒரு சிறந்த ஆலோசகர் என்று நம்பினார். நாங்கள் சுதந்திரமாக முடிவுகளை எடுக்கும் இன்றைய நிலையிலும்கூட அவர் எங்களை விமர்சிக்கிறார். இருப்பினும், எங்கள் வீட்டில் உள்ள பணியாளர்கள் போன்ற மற்றவர்களின் பாராட்டுக்களுக்கு அவர் எளிதில் ஆட்படுவது, அவரது ஈகோவை வளர்க்கிறது.

அப்படிப்பட்ட பெற்றோரைக் கேட்கச் செய்ய, போலியான செயல்களாக இருந்தாலும் அதுபோன்ற உத்திகளைப் பயன்படுத்தப் பரிசீலிக்கிறோம். இதேபோல், குழந்தைப் பருவத்திலிருந்தே கேட்க வேண்டிய கட்டாயத்தில் இருப்பதால், குழந்தைகள் பெரும்பாலும் பெற்றோரின் அறிவுரைகளை எதிர்க்கின்றனர். அறிவுரை நல்லதாக இருந்தபோதிலும், வழியில் ஈகோ குறுக்கிடலாம். அறிவுரை பயனுள்ளதாக இருக்கும் பட்சத்தில், பெற்றோர் மற்றும் குழந்தைகள் ஆகிய இரு தரப்பினரும் ஒருவர் மீது மற்றொருவர் அனுதாபம் காட்டி, மாற்றுக் கண்ணோட்டங்களைக் கேட்க வேண்டும்.

❖ எனது அம்மாவுக்கு பக்கத்து வீட்டுக்காரருடன் தொடர்பு இருப்பது எனக்குத் தெரியவந்தது. அவர்கள் வாட்ஸ்அப்பில் அரட்டை அடிக்கிறார்கள். இது என்னை இப்போது மிகவும் தொந்தரவு செய்கிறது.

எனது இலக்குகளில் என்னால் கவனம் செலுத்த முடியவில்லை. நான் என்ன செய்ய வேண்டும்? நான் அதை நிறுத்த விரும்புகிறேன்.

இதைக் கேட்கும்போது, உங்கள் தாயாரின் சாத்தியமான தொடர்பு சம்பந்தப்பட்ட உணர்ச்சிப்பூர்வமான விவகாரம் பற்றி நீங்கள் விவாதிப்பது போல் தெரிகிறது. திருமணமான பெண்ணுக்கு ஒரு தொடர்பு இருக்கும் பட்சத்தில், குறிப்பாக அது மற்றொரு குடும்பத்தை பாதிக்கும் நிலையில், அது பொதுவாக தவறானாதாகவே கருதப்படுகிறது, எனினும், அவர் ஒரு விதவையாகவோ அல்லது விவாகரத்து பெற்றவரோகவோ இருந்து, உண்மையாகவே தோழமையை நாடுபவராக இருந்தால், அது கருத்தில் கொள்ளத் தக்கதாக இருக்கலாம்.

இதுபோன்ற சந்தர்ப்பங்களில், அவளது செயல்களால் குடும்பத்தில் ஏற்படும் பாதிப்புகள் பற்றி அவளுடன் வெளிப்படையாகவும் அன்பாகவும் பேசுவது அவசியம். ஒரு தொழிலைத் தொடங்குவது அல்லது சமூக சேவையில் ஈடுபடுவது போன்ற வாழ்க்கையின் பிற அம்சங்களில் நிறைவைக் காண அவளை ஊக்குவிப்பது, அவளது கவனத்தை மாற்ற உதவும்.

கூடுதலாக, தியானம் மற்றும் சுவாசப் பயிற்சிகளை வழக்கமாகச் செய்வது மனத்தை அமைதிப்படுத்தவும், உணர்வுப்பூர்வமான வலிமையையும் உருவாக்க உதவும். இறுதியில், ஆரோக்கியமான தேர்வுகளை நோக்கி அவளை மெதுவாக வழிநடத்தும்போது அவளுக்கு ஆதரவளிப்பது முக்கியமாகும். தேவைப்பட்டால் நிபுணர்களின் உதவியை நாடுவது அல்லது மனப் பயிற்சிக் கருத்தரங்குகளில் கலந்துகொள்வது, இந்தச் சிக்கலான உணர்ச்சிகள் மற்றும் சூழ்நிலைகளைக் கடந்து செல்ல கூடுதல் உதவியை வழங்கக் கூடும்.

❖ **இன்றைய இந்திய இளைஞர்கள் ஏன் திருமணத்தில் ஆர்வம் காட்டுவதில்லை?**

திருமணம் என்பது உண்மையில் சலிப்பு, வாக்குவாதங்கள் மற்றும் உணர்ச்சிப்பூர்வமான சவால்கள் நிறைந்த ஒரு சிக்கலான பயணம் ஆகும். சிரமங்கள் இருந்தபோதிலும், முக்கியமான ஆதரவை, குறிப்பாக வயதான காலத்தில் தேவைப்படும் ஆதரவை வழங்குவதால், இந்த அமைப்பு முறையை பலர் இன்னமும் ஆதரிக்கின்றனர். கடந்த காலங்களில், திருமணங்கள் ஒரு சமூக அமைப்பு முறையாகப் பார்க்கப்பட்டன, மேலும் இறக்கும் வரையில் ஒன்றாக இருக்க வேண்டிய கடமையின் காரணமாக, விவாகரத்து அரிதாக இருந்தது.

திருமணம் பாலியல் இன்பத்திற்கு அப்பாற்பட்டது; இது உணர்வுப்பூர்வமான ஆதரவு மற்றும் பொறுப்புணர்வு சார்ந்த அமைப்பு முறையாகும். தனிநபர்கள் தங்களது கிளர்ச்சிகளையும் ஆசைகளையும் கட்டுப்படுத்த இது உதவுகிறது, இது தங்கள் கடமைகளிலிருந்து அவர்கள் விலகிச் செல்லாமல் இருப்பதை உறுதிசெய்கிறது. இந்த அமைப்புமுறை இல்லாவிட்டால், மக்கள் தொலைந்து போனதாகவும், நிறைவு அடையாதவர்களாகவும் உணரலாம், குறிப்பாக ஆதரவு முக்கியமாகத் தேவைப்படும் முதுமைக்காலத்தில் இவ்விதம் உணரலாம்.

சிலர் திருமணத்தில் உள்ள இடர்கள் குறித்து பயந்தாலும், இதன் ஆழத்தில், பலர் உணர்வுப்பூர்வமான பந்தத்தையும் தோழமையையும் விரும்புகிறார்கள். இது இல்லாவிடில், குறிப்பாகத் தங்களது பிந்தைய காலகட்டத்தில், அவர்கள் வருத்தத்தையும் தனிமையையும் அனுபவிக்க நேரிடலாம். ஆகையால், திருமணம் என்பது ஆசைகள், சவால்கள் மற்றும் நெறிமுறை சார்ந்த வாழ்க்கையைச் செலுத்துவதற்கான கருவியாகப் பயன்பட்டு, இறுதியில் மிகவும் அமைதியான இருப்புக்கு வழிவகுக்கிறது.

❖ நம் நாட்டில் விவாகரத்துகளும் திருமணத் தோல்விகளும் அதிகமாக இருப்பதற்கான காரணம் என்ன?

நீங்கள் எம்.எஸ்.தோனியின் மிகப் பெரிய ரசிகர், அவரை சேப்பாக்கம் மைதானத்தில் பார்த்தாலே உங்களுக்கு உற்சாகத்தில் பைத்தியம் பிடித்துவிடும் என்று வைத்துக்கொள்ளுங்கள். இறுதியாக, காத்திருப்புக்குப் பிறகு, நீங்கள் ஒரு நாள் அவரைச் சந்திக்கும் வாய்ப்புக் கிடைத்தால், அதைப் பற்றி பேசுவதை உங்களால் நிறுத்த முடியாது. இரண்டு ஆண்டுகள் வேகமாக உருண்டோடிய பின்னர், நீங்கள் ஒரு விளையாட்டு வசதி மேலாண்மை நிறுவனத்தில் வேலைக்குச் சேர்கிறீர்கள், எம்.எஸ். தோனிதான் அதன் உரிமையாளர். என்பதைக் கண்டறியும் ஆவலிலேயே சேர்கிறீர்கள். நீங்கள் அவருடைய செயலாளராகவே ஆகிவிடுவீர்கள், எப்போதும் அவரைச் சுற்றியே இருக்கிறீர்கள். ஆனால் காலப்போக்கில் அது சலிப்பாகவும் அலுப்பூட்டுவதாகவும் ஆகிவிடுகிறது. மேலும் எம்.எஸ். தோனி கூட உங்களுக்கு ஈர்ப்பின்றித் தெரிகிறார்.

இந்த அனுபவத்திலிருந்து, நீங்கள் விரும்பும் விஷயங்கள் அவற்றை நீங்கள் அடையும்வரையில் பெரிதாகத் தோன்றும் என்பதை உணர்ந்துகொள்கிறீர்கள். அவை எப்பொழுதும் உங்களுடனேயே இருக்கும் நிலையை ஒருமுறை அடைந்துவிட்டால், அவை கவர்ச்சியை இழந்துவிடுகின்றன, மேலும் நீங்கள் குறைபாடுகளை கவனிக்க ஆரம்பித்து, அடுத்த பெரிய விஷயத்தைத் தேடத் தொடங்குகிறீர்கள். இந்த நுண்ணறிவு, உறவுகளில் இருக்கின்ற அல்லது திருமணத்தைக் கருத்தில் கொள்கின்ற நபர்களுக்கு முக்கியமானதாகும். சேர்ந்திருப்பதில் கிடைக்கின்ற உற்சாகம், நீங்கள் எப்பொழுதும் ஒருவருக்கொருவர் அருகில் இருக்கின்ற நிலை ஏற்படும்போது குறைகிறது, இது சலிப்பு, வாக்குவாதங்கள் மற்றும் உடைமைக்குணத்துக்கு வழிவகுக்கிறது.

திருமணம் என்பது உடல்சார்ந்த அல்லது உணர்ச்சிப்பூர்வமான ஆதரவைப் பற்றியது மட்டுமல்ல; இது தோழமை பற்றியது. சிறிது நேரம் விலகியிருப்பது தீப்பொறியை மீண்டும் தூண்டலாம், நீண்டகாலம் ஒன்றாக இருப்பது சலிப்பை ஏற்படுத்தலாம். இறுதியில், வாழ்க்கைத்துணையின் தோற்றத்தை விட அவரது குணநலனும் நம்பகத்தன்மையும் முக்கியமானவை. இந்த உணர்தல்களுடன், திருமண பந்தத்துக்குள் நுழைவது, வாழ்நாள் முழுவதற்குமான உறுதிப்பாடாக மாறும், மேலும் விவாகரத்து என்பது கவனமாக எடைபோட வேண்டிய முடிவாகக் கருதப்படும்.

❖ ***நான் வாழ்வதற்கான எந்தக் காரணமும் தென்படவில்லை. வாழ்க்கையில் நான் செய்யத் தவறிவிடக்கூடிய எதுவும் என்னிடம் இல்லை, இதை முடித்துக்கொள்ள வேண்டும் என்று நினைக்கிறேன். தயவுசெய்து குடும்பம் சம்பந்தப்படாமல் வாழ்வதற்குரிய சில நல்ல காரணங்களை எனக்குக் கூற முடியுமா?***

“வாழ்க்கையை ஆழமாக ஆராயும்போது, வாழ்வதற்கு ஒரு குறிப்பிட்ட காரணம் தேவை யில்லை என்பதை உணர்ந்து கொள்கிறோம். உதாணரத்துக்கு, உங்கள் நோக்கம் சமுதாயத்துக்குச் சேவை செய்வது, வெற்றி பெறுவது அல்லது உற்சாகமான உறவுகளை உருவாக்குவது என்று நீங்கள் நம்பும் பட்சத்தில், இந்த இலக்குகளை அடைவதில் உங்களது மகிழ்ச்சி பிணைக்கப்பட்டுள்ளது. இருப்பினும், ஒரு முறை அதை அடைந்தவுடன், அதில் உள்ள சிலிர்ப்பு (திரில்) மறைந்துவிடும், இது சலிப்பு அல்லது பதட்டத்துக்கு வழிவகுக்கும்.

காதலை நாடுவது அல்லது வலுவான குடும்ப உறவுகளைப் பேணுவது போன்ற பல்வேறு வழிகளில் மக்கள் உற்சாகத்தைத் தேடுகிறார்கள். ஆனால் நமக்கு வயதாகும்போது அல்லது

சவால்களை எதிர்கொள்ளும்போது, இந்த மகிழ்ச்சிக்கான ஆதாரங்கள் குறையக்கூடும், இதனால் மன அழுத்தம் மற்றும் நாம் நேசிப்பதை இழக்க நேரிடும் என்ற அச்சத்துக்கு ஆளாகிறோம்.

மகிழ்ச்சிக்காக வெளிப்புற காரணிகளைச் சார்ந்திருப்பது அதிருப்தியையும், திட்டமிட்டபடி விஷயங்கள் கைகூடாதபோது, ஒருவர் தனது வாழ்க்கையை முடித்துக்கொள்ளும் எண்ணங்களையும் கூட ஏற்படுத்திவிடும். மாறாக, கடமைகளை நிறைவேற்றுவதிலும், நிகழ்தருணங்களை காலவரையறையின்றி பற்றிக் கொள்ளாமல் அவற்றை அனுபவிப்பதிலும் கவனம் செலுத்துங்கள்.

சாப்பிடுவது, இசையைக் கேட்பது அல்லது அன்புக்குரியவர்களுடன் நேரத்தைச் செலவிடுவது போன்ற எளிய செயல்களில் மகிழ்ச்சியைக் கண்டறியுங்கள். ஒவ்வொரு தருணத்திலும் நிகழ்காலத்தில் நீடித்திருப்பதோடு, சாதனைகளை நிர்ணயிக்காமல் இருப்பதன் மூலம், வெற்றி அல்லது தோல்வியைப் பொருட்படுத்தாமல் வாழ்க்கை நிறைவானதாக அமையும்."

❖ நான் வெறுமையாக உணர்கிறேன். நான் ஒருவரைக் கட்டித்தழுவ விரும்புகிறேன், ஆனால் அவர் என்னிடத்தில் இல்லை. இதை நான் எப்படிச் சமாளிப்பது?

"நம்மிடம் எதுவும் இல்லாதபோது, நம் மனம் அடிக்கடி அதற்காக ஏங்குகிறது. ஆனால் நாம் அதை அடைந்தவுடன், நாம் ஆர்வத்தை இழக்க நேரிடலாம் அல்லது நமது எதிர்பார்ப்புகள் அதிகரிக்கலாம், இது பதட்டம் மற்றும் இழந்துவிடுவோமோ என்ற பயத்துக்கு வழிவகுக்கிறது.

கட்டித்தழுவுதல் போன்ற உணர்ச்சிப்பூர்வமான பற்றுகள் பயம், பதட்டம் மற்றும் எதிர்பார்ப்புகளை ஏற்படுத்தும் என்பதைச் சிலர் உணர்கிறார்கள். அவர்கள் மற்றவர்களைச்

சார்ந்திருக்காமல் மகிழ்ச்சியைக் காண முயலுகிறார்கள். இருப்பினும், சிலர் மிகவும் பற்றுக்கொள்ளாமலோ அல்லது எதிர்பார்க்காமலோ, நெருங்கிய பந்தங்களைப் பராமரிக்கிறார்கள்.

இதனைச் சமாளிக்க, குறிப்பிட்ட ஒருவரைக் கட்டித்தழுவுவதைத் தவிர்த்து, அனைவரையும் நேசியுங்கள். இதுபோன்ற உணர்ச்சிகளை ஏற்படுத்தும் எண்ணங்களை வெறுமையாக்குவது, காலப்போக்கில் அவை மறைந்து போக உதவும். மூச்சுப் பயிற்சி மற்றும் தியானம் போன்றவையும் மனத்தையும் உடலையும் அமைதியாக வைத்துக்கொள்வதற்கு உதவுவதுடன், வெளிப்புற அங்கீகாரத்தின் தேவையைக் குறைத்து, தனிமையில் மனநிறைவைக் காண்பதை வளர்க்கிறது."

❖ **இந்த உலகில் தனிமையில் மகிழ்ச்சியாக இருப்பது கெட்ட விஷயமா?**

"தனிமையில் மகிழ்ச்சியைக் காண்பது ஒரு மோசமான யோசனையல்ல. அதற்கு உள் அமைதி தேவை, இது உங்கள் உடலும் மனமும் சாந்தமாக இருப்பதால் ஏற்படுகிறது. அமைதியான மனத்தால், நீங்கள் யதார்த்தத்தைத் தெளிவாகக் காண்பீர்கள், மேலும் கடினமான விஷயங்களையும் அமைதியாகச் சமாளிப்பீர்கள். ஏற்றுக்கொள்ளும் வரை துன்பப்படுவதை விட, எதிர்மறையான விளைவுகளை நீங்கள் எளிதில் ஏற்றுக்கொள்வீர்கள்.

உணர்ச்சிக் கட்டுப்பாட்டுடன், தேவைப்படும்போது நீங்கள் உறுதியுடன் 'இல்லை' என்று கூறுவீர்கள். மேலும் மற்றவர்களைச் சார்ந்திருப்பதைக் குறைத்துக்கொள்வீர்கள். உறவுகள் என்பது கொடுக்கல் வாங்கல், அரை நிரந்தர ஏற்பாடுகள், பாதுகாப்பற்ற உணர்வைக் குறைக்கக்கூடியவை என்பதை நீங்கள் புரிந்துகொள்வீர்கள். எதிர்பார்ப்புகள் இல்லாமல் கடமைகளை நிறைவேற்றுவதன் மூலம், நீங்கள் நம்பிக்கையையும் தெளிவையும் பெறுவீர்கள்.

தொடர்ந்து தியானம் செய்வது இந்த அமைதியை அடைய உதவும், ஏனெனில் வெகு சிலரே இயல்பாக இந்த மனநிலையைக் கொண்டுள்ளனர்."

❖ எனது சிறந்த நண்பருடன் யாராவது பேசும்போது நான் ஏன் பொறாமைப்படுகிறேன்? இவ்வாறாக நினைப்பதை எப்படி நிறுத்துவது?

"உங்கள் நண்பர் மற்றவர்களுடன் நெருக்கமாக இருப்பதைப் பற்றிய பொறாமை பெரும்பாலும் பாதுகாப்பின்மை என்ற உணர்வால் ஏற்படுகிறது. ஆயினும் இதனைக் கடந்து செல்வதற்கு நினைவில் கொள்ள வேண்டிய சில விஷயங்கள் இதோ:

1. யாராவது உங்கள் நண்பருடன் நெருங்கிப் பழகினால் வருத்தப்படுவது இயல்பானதே, ஆனால் காலப்போக்கில், நீங்கள் அதை ஏற்றுக்கொண்டு முன்னேறுங்கள்.

2. மனிதர்கள் மீது மிகவும் உணர்ச்சிகரமாகப் பற்றுக்கொள்வதையோ அல்லது அதிக எதிர்பார்ப்புகளை வைத்திருப்பதையோ தவிர்க்கவும். பிரதிபலனை எதிர்பார்க்காமல் உண்மையாக அவர்களுக்கு உதவுவதிலும் நேசிப்பதிலும் கவனம் செலுத்துங்கள்.

3. ஒவ்வொருவருடைய சூழ்நிலைகளும் இயல்புகளும் வேறுபட்டவை, எனவே மற்றவர்கள் உங்களைப் போலவே நடந்து கொள்ள வேண்டும் என்று எதிர்பார்க்காதீர்கள்.

4. நேர்மறையாக இருங்கள் மற்றும் நல்ல விஷயங்களைத் தொடர்ந்து செய்யுங்கள். நீங்கள் உண்மையாக நடந்துகொண்டால் மக்கள் இயல்பாகவே உங்களிடம் ஈர்க்கப்படுவார்கள்.

5. நட்புகளும் சூழ்நிலைகளும் தற்காலிகமானவை என்பதைப் புரிந்து கொள்ளுங்கள். நல்ல காலங்களை அனுபவிப்பதோடு மாற்றத்தை ஏற்றுக்கொள்ளுங்கள்.

6. அமைதியான மனத்தைப் பேணுவதும், தியானம் செய்வதும் உங்கள் உணர்ச்சிகளைக் கட்டுப்படுத்தி அமைதியாக இருக்க உதவும்."

❖ **திருமண வாழ்க்கையை வலுப்படுத்த என்ன செய்ய வேண்டும்?**

"தமிழில், 'இக்கரைக்கு அக்கரைப் பச்சை' என்றொரு பழமொழியைக் கூறுவார்கள். வாரத்திற்கு ஒரு முறை என்பதைப் போல, மக்கள் அரிதாகவே சந்தித்துக்கொண்டால் அது சுவாரஸ்யமானதாக இருக்கும். ஆனால் அவர்கள் ஒவ்வொரு நாளும் சந்திக்க ஆரம்பித்தால், அது உற்சாகத்தைக் குறைக்கலாம். மேலும் 24x7 என எந்நேரமும் ஒன்றாக வாழ்வது சலிப்புக்கும் வாக்குவாதங்களுக்கும் கூட வழிவகுக்கும். எனினும், அவர்கள் எப்போதாவது சந்திக்கும்போது புது ஆர்வம் எழுகிறது.

முன்பெல்லாம், உணர்வுகளை வெளிப்படுத்த தயக்கமும் ஆழ்ந்து யோசிப்பதும் தேவைப்பட்டது, ஆனால் இப்போது, வாட்ஸ்ஆப் மற்றும் ஃபேஸ்புக் போன்றவை அதை எளிதாக்கிவிட்டன. இருப்பினும், பலவீனமான குணநலன் அல்லது ஈகோ பிரச்சனைகள் காரணமாக, சிலர் பிரிந்து செல்வதற்கு அல்லது விவாகரத்துகளுக்கு இரையாகிறார்கள். தோற்றம், பணம் அல்லது புகழ் ஆகியவற்றின் அடிப்படையில் மட்டுமே வாழ்க்கைத்துணையைத் தேர்ந்தெடுப்பது பெரும்பாலும் தோல்விக்கு வழிவகுக்கிறது.

தற்காலத்தில், மக்கள் உடனடித் தீர்வுகளைத் தேடுவதாலும், பொறுமை இல்லாததாலும், பிரிந்து செல்வதும் விவாகரத்து செய்வதும் சர்வசாதாரணமாகிவிட்டது. ஏமாற்றுவது சாதாரணமாகிவிட்டது, பலர் மற்றவர்களின் செயல்களை மேற்கோள் காட்டி இதனை நியாயப்படுத்துகிறார்கள். பின்விளைவுகள் இருந்தபோதிலும், மனிதர்கள் தங்களது

செயல்கள் சரியோ தவறோ, அவற்றைப் பெரும்பாலும் நியாயப்படுத்துகிறார்கள்.

பாலியல் தூண்டுதலும் இதில் ஒரு பங்கை வகிக்கிறது. ஏனெனில், சிலர் திருப்திக்காக புதிய வாழ்க்கைத்துணையைத் தேடுகிறார்கள். ஆனால் நடைமுறைச் சிரமங்களை உணர்வதும், உடல்சாரந்த ஈர்ப்பை விட உணர்ச்சி ரீதியிலான பந்தத்துக்கு முன்னுரிமை கொடுப்பதும், பிரிந்து செல்வதையும் விவாகரத்து செய்வதையும் தடுக்க உதவும். நீடித்த உறவை உறுதிப்படுத்த, திருமணத்திற்கு முன்னர் இந்தச் சவால்களை தம்பதிகள் புரிந்து கொள்ள வேண்டும்.”

பதட்டம்

❖ வயதாகும்போது மனிதர்கள் ஏன் அதிகம் பதட்டப்படுகிறார்கள்?

ஏழாம் வகுப்பின் ஆண்டு இறுதி விடுமுறை நாட்கள், எனது வாழ்க்கையின் மகிழ்ச்சிகரமான காலகட்டங்களில் ஒன்று. காலையில், எனது அம்மா சமைத்த சுவையான சிற்றுண்டியைச் சாப்பிட்ட பிறகு, எனது நண்பர்கள் அனைவரும் எங்கள் வீட்டில் "பிசினஸ் டிரேட்" விளையாட்டை விளையாட ஒன்றாகக் கூடுவார்கள். மெட்ராஸ், பம்பாய், ரயில்வே, ஹைவேஸ், கல்கத்தா, பெங்களூர் போன்ற இடங்களை விளையாட்டில் நாங்கள் வியாபாரம் செய்தோம். அது ஒரு வேடிக்கையான விளையாட்டு, நாங்கள் அதை நாள் முழுவதும் விளையாடினோம், மதிய உணவைக் கூட மறந்துவிட்டோம். அந்த விளையாட்டில் என் தங்கை எனது கேஷியராக இருந்தாள். கேரம், செஸ் என மற்ற விளையாட்டுகளை மாலை வரை விளையாடினோம், பிறகு கிரிக்கெட் ஆடினோம். சில நேரங்களில், எங்களது கிரிக்கெட் பந்து பக்கத்து வீட்டிலேயே தங்கிவிடும். அதனால் நாங்கள் அந்த வீட்டுப் பெண்மணியை "பந்து திருடி" என்று அழைத்தோம். ஒருமுறை அவளது வீட்டுக்கு எதிரே போராட்டம்கூட நடத்தினோம். மாலையில், அனைவரும் எனது வீட்டுக்கு டிவி பார்க்க வருவார்கள். அந்தக் காலத்தில் நாங்கள் மட்டும்தான் டிவி வைத்திருந்தோம். தூர்தர்ஷனில் சார்லி சாப்ளின் மற்றும் "வயலும் வாழ்வும்" போன்ற விவசாய நிகழ்ச்சிகளை ரசித்துப் பார்த்தோம்.

ஒவ்வொரு நாளுமே நண்பர்களுடனான பொழுதுபோக்குகளால் நிரம்பியது, அடுத்த நாளும் அதே நிகழ்ச்சிகளே மீண்டும் தொடர வேண்டும் என்று எதிர்பார்த்தோம். அந்த இரண்டு மாதங்களும் ஏதோ சொர்க்கம் போல இருந்தது. இருப்பினும், பள்ளி மீண்டும் திறக்கப்பட்டதும், எங்களுக்கு வருத்தம் மேலிட்டது. அதில் என்ன ஒரு சிறப்பு என்றால், ஏற்றுக்கொள்வது என்றால் என்ன என்பது தெரியாமலேயே, நாங்கள் அதை ஏற்றுக்கொண்டு எங்கள் படிப்பில் கவனம் செலுத்தினோம். வார இறுதி நாட்களில் நாங்கள் மகிழ்ச்சியாக இருப்போம், ஆயினும் ஞாயிற்றுக்கிழமை இரவுகளில், திங்கட்கிழமை காலை பற்றி நினைத்து நினைத்தே மீண்டும் சோகம் கவ்வும். இறுதியில், நாங்கள் அதற்குப் பழகிவிட்டோம். மீண்டும் இயல்பு நிலைக்குத் திரும்பினோம். எங்களது சோகம் நீண்ட காலம் நீடிக்கவில்லை.

அதேபோல, எனது கல்லூரி நாட்களுக்குப் பிறகு, வேலையில்லாமல் இருந்தபோதும் இன்னொரு மகிழ்ச்சியான காலகட்டத்தை அனுபவித்தேன். காலையில் எனது உடன்பிறப்புகளை அந்தந்த ஸ்டேஷன்களில் இறக்கிவிட்ட பிறகு, எனது அம்மா மற்றும் அக்காவுடன் விவித் பாரதி மற்றும் உங்கள் விருப்பம் போன்ற வானொலி நிகழ்ச்சிகளைக் கேட்டபடி, எனது நேரத்தைச் செலவிடுவேன். நண்பர்களிடமிருந்து கடிதங்களோ அல்லது வேலைக்கான இன்டர்வியூ அழைப்புகளோ தபால்காரர் மூலம் கிடைக்கும் என நாங்கள் ஆவலுடன் காத்திருப்போம். பின்னர், நான் சைக்கிளில் சென்று, நண்பர்களைச் சந்திப்பேன். அப்போது இந்திய கிரிக்கெட்டைப் பற்றி விவாதிப்போம், இல்லையேல் நகரத்தில் திரைப்படங்களைப் பார்ப்போம். மாலையில் பெரும்பாலும் கிரிக்கெட் ஆடுவோம். வாழ்க்கை அற்புதமாக இருந்தது, ஒவ்வொரு நாளும் இப்படியே இருக்க வேண்டும் என்று நாங்கள் விரும்பினோம். இருப்பினும், நாங்கள் வேலை தேட வேண்டியிருந்தது. சில சமயங்களில் வேலை கிடைத்தாலும்

அதனை விட்டுவிடுவோம், ஏனெனில் கேளிக்கைகளில்தான் நாங்கள் அதிக கவனம் செலுத்தினோம். வேலையைத் தேடி குடும்பப் பொறுப்புகளை நிறைவேற்ற வேண்டும் என்ற சமூக மற்றும் பெற்றோரின் நிர்பந்தம் காரணமாக, நாங்கள் மன அழுத்தத்திற்கும் கவலைக்கும் ஆளானோம்

சுருக்கமாக, எனது 7 ஆம் வகுப்பு விடுமுறை நாட்களிலும் கல்லூரிக்குப் பிறகும், நான் ஒரே மாதிரியான சூழ்நிலைகளை அனுபவித்தேன், மகிழ்ச்சியில் களித்தேன். இருப்பினும், சமூக எதிர்பார்ப்புகள் மற்றும் பொறுப்புகள் காரணமாக பிற்காலத்தில் மன அழுத்தம் அதிகமானது.

❖ எனது அவமானகரமான கடந்த காலத்தை நான் எவ்வாறு சரிசெய்வது? எனது கடந்த காலத்தில் நான் கெட்ட செயல்களைச் செய்திருக்கிறேன், யாராவது அதைக் கண்டுபிடித்துவிட்டால் நான் ஒரு பைத்தியக்காரன் என்று அவர்கள் நினைப்பார்களே, அது எனது சமூக வாழ்க்கையைப் பாழாக்கிவிடுமே!.

அவமானம் மற்றும் "நல்லது" என்ற கருத்து ஆகிய மனித நடத்தை குறித்த உங்களது பிரதிபலிப்பு, உள்ளார்ந்த பார்வையும் இரக்கவுணர்வும் கொண்டது:

1. *புலன் இன்பங்களும் வெட்கக்கேடான செயல்களும்*: பல செயல்கள், குறிப்பாக இளமையில் மேற்கொண்ட செயல்கள், புலன் இன்பங்களால் உந்தப்பட்டவை என்றும் பெரும்பாலும் வெட்கக்கேடானவை என்றும் நீங்கள் கருதலாம். சமூகக் கலாசாரத்தின் ஓர் அங்கமாக, இதுபோன்ற செயல்கள் மறைக்கப்படலாம் அல்லது நிராகரிக்கப்படலாம், ஆயினும் அவை நீடித்த தாக்கத்தை ஏற்படுத்தக் கூடியவை.

2. *ஹார்மோன்கள் பற்றிய கல்வி இல்லாமை*: ஹார்மோன்களின் செயல்பாடு குறித்த கல்வியின் முக்கியத்துவத்தை நீங்கள்

உணருங்கள். சரியான புரிதல் இல்லாவிட்டால், தவறான நடத்தைக்கு அது வழிவகுத்துவிடும். ஆனால் இதுபோன்ற விஷயங்களை விவாதிப்பதை பெற்றோர் தவிர்க்கலாம், இது அறியாமைக்கும் அதன் விளைவாக தவறான நடத்தைக்கும் வழிவகுக்கிறது.

3. *வாய்ப்புகளும் சூழ்நிலைகளும்*: உள்ளார்ந்த ஒழுக்கம் இருந்தபோதிலும், வாய்ப்புகள் மற்றும் சூழ்நிலைகள் காரணமாக தனிநபர்கள் ரகசிய நடவடிக்கைகளிலோ நேர்மையற்ற செயலிலோ ஈடுபடலாம் என்பதை நீங்கள் ஒப்புக்கொள்வீர்கள். இந்தப் பார்வை, நடத்தையை வடிவமைப்பதில் வெளிப்புறக் காரணிகளுக்குப் பங்கிருப்பதை உணர்த்துகிறது.

4. *பச்சாதாபம் கொள்ளுதலும் புரிந்துகொள்ளலும்*: மனித நடத்தையின் சிக்கலான தன்மையை உணர்ந்த போதிலும், பச்சாதாபம் மற்றும் புரிந்துகொள்ளலுக்காக நீங்கள் வாதாடுங்கள். தனிநபர்களை "கெட்டவர்கள்" என்று முத்திரை குத்துவதற்குப் பதிலாக, நீங்கள் பச்சாதாபத்தை ஊக்குவியுங்கள். ஒவ்வொருவரும் பல்வேறு காரணிகளால் பாதிக்கப்படுகிறார்கள் என்பதை உணருங்கள்.

5. *எல்லோரையும் மதித்தல்*: எந்தவொரு நபரின் முந்தைய செயல்கள் எதுவாக இருந்தபோதிலும் அதுபற்றிப் பொருட்படுத்தாமல், அனைவருக்கும் மரியாதை கொடுப்பதன் முக்கியத்துவத்தை நீங்கள் வலியுறுத்துங்கள். நெறி சார்ந்த நடத்தையில் கவனம் செலுத்துவதன் மூலமும், நல்லவர்களாக இருக்க முயற்சிப்பதன் மூலமும், தனிநபர்கள் நேர்மறையாக முன்னேற முடியும்.

ஒட்டுமொத்தமாக, கடந்த காலத் தவறுகள் அல்லது சமூக அழுத்தங்கள் இருந்தபோதிலும், உங்களது பிரதிபலிப்பானது, இரக்கம் கொள்ளுதல், புரிந்து கொள்ளுதல் மற்றும் நெறிமுறை சார்ந்த நடத்தையில் கவனம் செலுத்துவதை ஊக்குவிக்கிறது.

❖ **உங்களது இனிமையான பழிவாங்கல் எது?**

ஒருவரைப் பற்றிய எதிர்மறை எண்ணங்கள் மற்றும் உணர்வுகளைக் கையாள்வதற்கான உங்களது அணுகுமுறை ஆக்கபூர்வமானதாகவும் இரக்கமுள்ளதாகவும் இருக்க வேண்டும்:

1. **அவர்களின் நல்வாழ்வுக்காக பிரார்த்தனை:** உங்களுக்குத் துன்பத்தை ஏற்படுத்திய நபருக்காக பிரார்த்தனை செய்வதன் மூலம், நீங்கள் உங்கள் ஆற்றலை நேர்மறை நோக்கங்களாக மாற்றுகிறீர்கள். இது அவர்களுக்கு மட்டுமே பலனளிக்கக் கூடியது அல்ல, உங்களுக்குள் பச்சாதாபம் மற்றும் இரக்க உணர்வு வளர்வதற்கும் இது உதவுகிறது.

2. **நேர்மறையான மாற்றத்தை நினைத்துப் பார்த்தல்:** ஒரு நபர் நல்லவராக மாறுவார் அல்லது தனது நடத்தையை மேம்படுத்திக் கொள்வார் என்று நேர்மறையாகக் காட்சிப்படுத்திப் பார்ப்பது, அவர் குறித்த உங்களது முந்தைய பார்வையை மாற்றுவதற்கும், எதிர்மறையான உணர்வுகளை வெளியேற்றுவதற்கும் உதவும். இந்த நுட்பமானது, வெறுப்பு அல்லது கோபத்தில் உழலுவதற்குப் பதிலாக, நேர்மறையான வாய்ப்புகள் மீது நீங்கள் கவனம் செலுத்த வழிவகுக்கிறது.

3. **உங்கள் மனத்தில் இருந்து அவர்களின் பிம்பத்தை நீக்குதல்:** பிரார்த்தனை மற்றும் காட்சிப்படுத்திப் பார்த்தல் மூலம், உங்கள் மனத்தில் இருந்து ஒருவர் பற்றிய பிம்பத்தை நீக்குவதற்கு நீங்கள் துடிப்பாகச் செயல்படுகிறீர்கள். அவர்களை நேர்மறையாகக் கற்பனை செய்வதன் மூலமும் நட்புறவு மற்றும் நல்லெண்ண உணர்வுகளை வளர்ப்பதன் மூலமும், நீங்கள் படிப்படியாக அவர்கள் மீதான எதிர்மறை எண்ணங்கள் மற்றும் உணர்ச்சிகளில் இருந்து விலகிவிடுவீர்கள்.

4. *உங்கள் மன மற்றும் உடல் ஆரோக்கியத்தைப் பாதுகாத்தல்*: ஒருவர் மீதான கோபம் மற்றும் எரிச்சல் போன்ற உணர்வுகளைத் தவிர்ப்பதன் மூலம், நீங்கள் உங்கள் மன மற்றும் உடல் நலனைப் பாதுகாக்கிறீர்கள். எதிர்மறை உணர்ச்சிகள் உடல் நலனுக்குத் தீங்கு விளைவிக்கும். எனவே உங்கள் அணுகுமுறை, உள்ளார்ந்த அமைதி மற்றும் நேர்மறையை ஊக்குவிக்கிறது.

5. *நல்வினை மற்றும் நேர்மறையான கருத்துகளை ஊக்குவித்தல்*: உங்களது செயல்கள் உங்கள் சொந்த நல்வாழ்வுக்குப் பயனளிப்பதோடு, நேர்மறை ஆற்றல் மற்றும் கர்மவினைக்கும் பங்களிக்கின்றன. நீங்கள் இரக்கத்தையும் மன்னிப்பையும் வளர்த்துக் கொள்ளும்போது, மற்றவர்கள் உங்கள் செயல்பாட்டுக்குச் சாதகமாக பதிலளிப்பதைக் கண்டறிவீர்கள், இது நல்லெண்ணச் சுழற்சியை மேலும் வலுப்படுத்துகிறது.

ஒட்டுமொத்தத்தில், உங்களது அணுகுமுறையானது, எதிர்மறை உணர்ச்சிகளை வென்று உள்ளார்ந்த அமைதியை வளர்ப்பதற்கான, மன்னிப்பு, பச்சாதாபம் மற்றும் நேர்மறைச் சிந்தனை ஆகியவற்றின் ஆற்றலை வலியுறுத்துகிறது

❖ நான் தொடர்ந்து மனநிலை ஊசலாடுகிறேன், சில நேரங்களில் நான் அதிகத் துடிப்போடு இருக்கிறேன், வேறு சில சமயங்களில் என் வாழ்க்கையில் சந்தித்த அனைத்து தோல்விகளையும் நினைத்துப் பார்த்து மனச்சோர்வு அடைகிறேன். என் மனத்தை எவ்வாறு அமைதியுடனும் சமநிலையுடனும் வைத்துக் கொள்வது?

"நீங்கள் வெற்றியை அடையும்போது அல்லது சாதகமான ஒன்றை அனுபவிக்கும் போது, பெருமை மற்றும் உற்சாகம் ஏற்படுவது இயற்கையானது. ஆனால், அமைதியாகவும் அடக்கமாகவும் இருப்பதே மேலானது என்பதற்கான காரணங்கள் உள்ளன:

1. வெற்றி பெரும்பாலும் சரியான வாய்ப்புகள், சூழ்நிலைகள் மற்றும் மரபியல் ஆகியவற்றால் வருகிறது. மற்றவர்களுக்கும் இவை கிடைத்திருந்தால், அவர்களும் சாதித்திருக்க முடியும். எனவே பெருமை தேவையில்லை.
2. நீங்கள் பாராட்டப்படும் போது, அது பராமரிக்கத் தேவைப்படும் ஒரு பிம்பத்தை உருவாக்குகிறது, காலப்போக்கில் அதுவே நெருக்கடிக்கும் மன அழுத்தத்துக்கும் வழிவகுக்கிறது.

வெற்றிகளின் போது அமைதியாகவும் அடக்கமாகவும் இருப்பதன் மூலம், எதிர்மறையான சூழ்நிலைகளை நீங்கள் சிறப்பாகக் கையாள முடியும். இதேபோல், ஒரு பிரச்சனைக்குத் தீர்வு கண்ட பின்னர் ஏற்படும் அதீத உற்சாகம், உங்கள் மனமானது புதிய கவலைகளைத் தேடுவதற்கு வழிவகுக்கும், இது சிறிய பிரச்சனைகளைப் பெரிதாக்கும். வெற்றி மற்றும் சிக்கலுக்கான தீர்வு ஆகிய இரண்டிலுமே உங்கள் மனத்தை அடக்கமாக வைத்திருப்பது அமைதியான சூழலுக்கும் சமநிலைக்கும் உதவுகிறது."

❖ நான் கடினமாக உழைக்கிறேன், ஆனால் ஒன்றுமே புரிபடவில்லை. ஏன்?

"கடினமாக உழைப்பதை விட, புத்திசாலித்தனமாகவும், ஆக்கப்பூர்வமாகவும், நடைமுறை ரீதியாகவும் உழைப்பது முக்கியம். உங்கள் மனம் அமைதியாகவும் ஒருமுகமாகவும் இருக்கும் போது மட்டுமே இது உங்களுக்குச் சாத்தியமாகும். அமைதியான மனம், தெளிவாகச் சிந்திக்கவும் படைப்பாற்றலுடன் கூடிய யோசனைகள் உருவாகவும் உதவுகிறது. உங்களிடம் தெளிவான திட்டம் உருவாகிவிட்டால், நீங்கள் அதை மனப்பூர்வமாகவும் கவனத்துடனும் செயல்படுத்த வேண்டும். இதற்குப் பிறகுதான், கடின உழைப்பு தேவைப்படும்போது, அதை நீங்கள் திறம்படச் செய்ய முடியும். தெளிவான திட்டமும்

கவனமும் இல்லாமல் கடினமாக உழைப்பதன் மூலம் நல்ல பலன்கள் கிடைக்காமல் போகலாம்."

❖ **உங்களை கவலையடையச் செய்யும் ஏதாவது இருக்கிறதா?**

"சில சமயங்களில், எல்லாம் சரியாகத் தெரிந்தாலும், நீங்கள் சங்கடமாக உணரலாம் மற்றும் ஏதோ ஒன்றை நினைத்துக் கவலைப்படத் தொடங்கலாம். உங்கள் மனம், பிரச்சனைகளைத் தேடுகிறது, கவலை மற்றும் அதிகப்படியான சிந்தனை மூலம் சிறிய பிரச்சனைகளை கூடப் பெரியதாக மாற்றுகிறது. இதைப் போக்க வழி:

1. இந்த எண்ணங்களில் தங்க வேண்டாம். அதற்குப் பதிலாக, எப்போது இதுபோன்ற எண்ணம் எழுகிறதோ, அப்போது உடனடியாக வேறு ஏதேனும் முக்கியமான விஷயத்திற்கு உங்கள் கவனத்தை மாற்றுங்கள்.
2. வெற்றிகரமான சூழ்நிலைகள் அல்லது சிக்கலைத் தீர்ப்பதில் மிகவும் உற்சாகமாகவோ அல்லது பற்றுடனோ இருப்பதைத் தவிர்க்கவும். அமைதியாக இருப்பதும் சலனமற்று இருப்பதும் உள் அமைதியைப் பராமரிக்க உதவுகிறது, மேலும் தேவையற்ற கவலைகளைத் தடுக்கிறது."

❖ *நீங்கள் போதிக்கும் ஒன்றைப் பின்பற்ற மாட்டீர்களா?*

"உலக வாழ்வில் யாருமே, ஏன் ஆன்மிக குருமார்கள் கூட, பரிபூரணமாக இருந்துவிட முடியாது. உதாரணத்துக்கு, எதிர்மறை எண்ணம் மற்றும் பதட்டம் போன்ற பிரச்சினைகளைச் சமாளிக்க மனிதர்களுக்கு நான் உதவுகிறேன், ஆனால் நானும் கோபம் மற்றும் எதிர்பார்ப்புகள் போன்ற சவால்களை எதிர்கொள்கிறேன். என்னவொரு வித்தியாசம் என்றால், எனது ஆன்மீகப் பயிற்சிகள் காரணமாக நான் அவற்றை விரைவாக உணர்ந்துகொண்டு

அவற்றை வெற்றி கொள்கிறேன். தனியாக வாழ்வது இவற்றின் தாக்கங்களிலிருந்து என்னைக் காக்கக்கூடும், ஆனால் மற்றவர்களுடன் தொடர்புகொள்வது என்னை உணர்ச்சிகளுக்கும் பாதுகாப்பின்மைக்கும் ஆளாக்குகிறது. சிலர் விமர்சிக்கக் கூடும், ஆனால் அவர்களின் பாதுகாப்பின்மையைப் புரிந்துகொண்டு நான் அனுதாபப்படுகிறேன். எதிர்மறையை விரைவாக வென்றபடி, வாழ்க்கையை முழுமையாக அனுபவிப்பதே எனது குறிக்கோள். தொடர்ச்சியான யோகா, கிரியைகள் மற்றும் தியானத்தின் மூலம் இந்தச் சமநிலை சாத்தியமாகும். மனித அனுபவத்தை அரவணையுங்கள், தவறுகளிலிருந்து கற்றுக்கொள்ளுங்கள், குறைபாடுகள் மீது வருத்தம் கொள்ளாதீர்கள்."

❖ **நான் ஏன் எப்போதும் எதையாவது மறந்து விடுகிறேன்?**

"கவனம் சிதறும்போது அல்லது கூர்மையான கவனம் இல்லாதபோது மறதி நிகழ்கிறது. மறதி குறித்த பயம், உண்மையில் உங்களுக்கு மறதியை மேலும் அதிகப்படுத்துகிறது. இந்த பயத்தில் வாழ்வதற்குப் பதிலாக:

1. மறக்கும் எண்ணம் எழும்போதெல்லாம் அதை வெறுமையாக்குங்கள்.

2. பயம் வரும்போது உங்கள் மனத்துக்குச் சிறிது நேரம் ஓய்வு கொடுங்கள். உங்கள் மனம் அமைதியாக இருக்கும் போது, நினைவில் கொள்ள வேண்டிய விஷயங்கள் தானாகவே திரும்ப வந்து சேரும்.

3. விஷயங்களை எளிதாக நினைவில் கொள்ள உதவும் வகையில் விழிப்புடன் இருங்கள் மற்றும் உங்கள் பணிகளில் கவனம் செலுத்துங்கள்.

4. திட்டமிடுதல், செயல்படுத்துதல் மற்றும் ஒழுங்கைக் கடைபிடித்தல் ஆகியவையும் மறதியைத் தடுக்கும். பழக்கம் ஒரு முறை உருவாகிவிட்டால், அதுவே உங்கள் வழக்கத்தின் பகுதியாக மாறும்.

5. உங்கள் மனத்தில் அலாரம் வைப்பது போன்று நீங்கள் நினைவில் கொள்ள வேண்டிய விஷயங்களை மனப்பூர்வமாக நினைவூட்டுங்கள். தொடர் பயிற்சியின் மூலமாக, இது காலப்போக்கில் மிகவும் நம்பிக்கைக்குரியதாக ஆகிறது."

❖ நான் மிக எளிதாக, பிறருடன் உணர்ச்சிப்பூர்வமாக இணைந்துவிடுகிறேன். இதை மாற்ற நான் என்ன செய்ய வேண்டும்?

நீங்கள் தோனியை அதிகம் நேசிக்கிறீர்கள். நீங்கள் ஒரு நிறுவனத்தில் சேர்ந்து கடினமாக உழைக்கிறீர்கள், நிறுவனம் நன்றாகச் செயல்படுவதன் மூலம் ஒருகட்டத்தில் நீங்கள் அதன் சி.ஈ.ஓ. ஆகி விடுகிறீர்கள். பிறகு தோனி அந்த நிறுவனத்தை வாங்குகிறார், அவருடன் பணியாற்ற நீங்கள் உற்சாகமாக இருக்கிறீர்கள். எனினும், தவறுகள் நிகழும்போது தோனி உங்களைக் குற்றம் சாட்டுகிறார், இதனால் உறவில் விரிசல் ஏற்படுகிறது. தோனியை விரும்பாமல் போவேன் என்று ஒருபோதும் நீங்கள் நினைத்ததில்லை, ஆனால் அவரது செயல்கள், உங்களது பார்வையை மாற்றுகின்றன. உறவுகள் தற்காலிகமானவை என்றும் அவை பரஸ்பரம் பயனுள்ளதாக இருக்க வேண்டும் என்றும் நீங்கள் உணர்கிறீர்கள். இந்தக் கோட்பாடு, வாழ்க்கையில் நீங்கள் நடைமுறை சார்ந்து இருக்கவும், பற்றற்று இருக்கவும் உதவுகிறது.

❖ ஒரு நல்ல குடும்பத்தைச் சேர்ந்தவனாக நான் இருந்தாலும் என்னை விட அதிர்ஷ்டசாலியான என் நண்பர்களைப் பார்த்து நான் இன்னமும் பொறாமைப்படுகிறேன் (படிக்கும் திறன் மற்றும் நினைவாற்றல் குறித்து). இப்போது எனது அன்றாட

வாழ்க்கையை இது பாழாக்கிக் கொண்டிருப்பதால் இதை எப்படிச் சமாளிப்பது?

பலருக்கு இந்த எண்ணங்கள் உள்ளன - இது சாதாரணமானது. நம்மிடம் இல்லாததைக் கருதி நமது மனம் அடிக்கடி ஏங்குகிறது. உங்களது நினைவாற்றல் அல்லது கற்கும் திறன் நன்றாக இருந்தால், இதைவிடச் சிறந்த குடும்பம் அல்லது அதிகப் பணம் என உங்களிடம் இல்லாதவற்றில் உங்கள் மனம் கவனம் செலுத்தக்கூடும். உங்களிடம் பெரும்பாலான விஷயங்கள் இருந்தாலும், உங்களிடம் எது இல்லை என்பதில் உங்கள் மனம் குத்திட்டு நிற்கும். உங்கள் நினைவாற்றலை மேம்படுத்துதல் அல்லது கடினமாகப் படித்தல் ஆகியவற்றில் நீங்கள் முயற்சி மேற்கொள்வது சரியானதே, ஆனால் அது பலிக்கவில்லை என்றால், அதை ஏற்றுக்கொள்ளுங்கள்.. உங்களிடம் இருப்பதில் திருப்தி அடைவது, உங்களது மன அழுத்தத்தைக் குறைக்கும். வெற்றிகரமான மாணவர்கள் கூட தங்களிடம் உள்ள குறையை நினைப்பது பொதுவானது. மற்றவர்களுடன் நம்மை ஒப்பிட்டுப் பார்ப்பது, நமது மகிழ்ச்சியைத் துடைத்தெறியும். ஒவ்வொருவரின் சூழ்நிலையும் வித்தியாசமானது, எனவே ஒப்பிடுவது நியாயமல்ல. ஒரு பந்தயத்தை 0 மீட்டரில் தொடங்கும் ஒருவருடன் 50 மீட்டரில் தொடங்கும் ஒருவரை ஒப்பிடுவது போன்றது இது, அவர்கள் இருவரும் சமமான தூரத்தில் தொடங்கவில்லை. சாதனையாளர்கள் மிகவும் பெருமைப்படக் கூடாது, சாதிக்காதவர்கள் சங்கடப்படக் கூடாது. நமக்கு மேலுள்ள சக்தியின் பார்வையில் நாம் அனைவரும் சமம். இந்த உண்மைகளைத் தழுவுங்கள், நீங்கள் சிறப்பாக உணருவீர்கள்."

❖ ***எனக்குப் பயணம் செய்ய மிகவும் பிடிக்கும், ஆனால் பயணம் செய்யும் போது நான் பயணத்தை ரசிப்பதில்லை என்று உணர்கிறேன். அத்துடன் எல்லா வகையான எதிர்மறை எண்ணங்களும் குழப்பமான***

எண்ணங்களும் குறுக்கிடுகின்றன, அவற்றை நான் சிறிது நேரம் கழித்து மறந்து விடுகிறேன். இது ஏன் நடக்கிறது மற்றும் இது பொதுவானதா?

"எங்கெல்லாம் விஷயங்கள் நன்றாக மாற்றமடையும் என்று நீங்கள் உறுதியாக நம்புகிறீர்களோ அதுபோன்ற வெவ்வேறு சூழ்நிலைகளுக்குச் செல்வதாகக் கற்பனை செய்து பாருங்கள். உதாரணத்துக்கு, நீங்கள் விரும்பும் நண்பரைப் பார்க்கச் செல்வது, உங்களால் வெல்ல முடியும் என்று தெரிந்த ஒருவருடன் நீங்கள் விளையாடுவது அல்லது உங்களுக்குப் பிடித்த ஆசிரியரின் வகுப்பில் கலந்துகொள்வது போன்றவை. ஆனால், ஒருசிலரைத் தவிர, பலரும் அதிக நம்பிக்கையுடனும், அதிக எதிர்பார்ப்புடனும் செல்கின்றனர். அவர்கள் நினைத்தபடியே எல்லாம் நடக்கும் என்று கருதுகிறார்கள். ஆனால் இந்த மனநிலையில், ஒரு சிறிய எதிர்மறை கூட அவர்களது மகிழ்ச்சியைத் துடைத்தெறிந்துவிடும்.

இதைத் தவிர்க்க, உங்கள் நம்பிக்கையிலோ அல்லது நீங்கள் எதிர்பார்க்கும் பாராட்டுகளிலோ அதிகம் சிக்கிக் கொள்ளாமல் இருக்க முயற்சி செய்யுங்கள். மாறாக, இதுபோன்ற சூழ்நிலைகளை அமைதியான, திறந்த மனத்துடன் அணுகுங்கள். அதிகமாக யோசிக்காதீர்கள் அல்லது அதிகமாக எதிர்பார்க்காதீர்கள். உங்களுக்குச் சாதகமாகவே விஷயங்கள் நடந்தாலும்கூட திறந்த மனத்துடன் இருப்பது எந்தவொரு எதிர்பாராத ஆச்சரியத்தையும் ஏற்றுக்கொண்டு, மகிழ்ச்சியாக இருக்க உதவுகிறது.

நீங்கள் அனுபவம் வாய்ந்தவராகவும் வெற்றியாளராகவும் இருந்தாலும்கூட, ஒவ்வொரு சூழ்நிலையையும் உங்களுக்கு இது முதல் முறை என்பது போல அணுகுங்கள். இந்த மனநிலை, உங்களை அமைதியாகவும், மகிழ்ச்சியாகவும், திறம்படவும் வைத்திருக்கிறது, மேலும் உங்களது திறமைகள் மற்றும் அனுபவத்தை நம்பி உங்களுக்கு வழிகாட்டுகிறது."

❖ எனக்கு பீதிகளாலும் கவலைப் பிரச்சினைகளாலும் பாதிக்கப்பட்டுள்ள ஒரு வாழ்க்கைத்துணை இருக்கிறார். அது என்னையும் தொடர்ந்து பாதிக்கத் தொடங்குகிறது. நான் எனது நலனை மட்டும் கருதி அவரிடமிருந்து விலக வேண்டுமா அல்லது பரிசீலித்துப் பார்த்து தாங்கிக் கொள்ள வேண்டுமா?

"உறவை விட்டு விலகுவது நெறிமுறைப்படி சரியல்ல. சவால்களை ஏற்றுக்கொண்டு உங்கள் மனநிலையை வலுப்படுத்துங்கள். மனிதர்கள் பெரும்பாலும் சரியான வாழ்க்கைத்துணையைத் தேடுகிறார்கள், அவர்கள் தங்களுக்குத் தகுதியானவர்கள் என்று நினைக்கிறார்கள். ஆனால் காலப்போக்கில் உறவுகளில் உற்சாகம் குன்றக் கூடும், அப்போது நாம் குறைபாடுகளைக் கவனிக்கத் தொடங்குகிறோம். நாம் நிலையான மகிழ்ச்சிக்கு ஆசைப்படுகிறோம், விட்டு விலகுவதைப் பற்றி சிந்திக்கிறோம். உறவை ஏற்படுத்திக் கொள்வதற்கு முன்பாகவே வெறும் மகிழ்ச்சி அல்லது பயனைத் தாண்டி, உங்களது வாழ்க்கைத் துணையுடனான பொருத்தத்தைக் கருத்தில் கொள்ளுங்கள். சிறிய அல்லது பெரிய பிரச்சனைகளிலும், உறவோடு ஒட்டிக்கொள்ளுங்கள், பாத்திரங்கள் மாறியிருந்தால் எவ்வாறிருக்கும் என்று கற்பனை செய்து பாருங்கள். நீங்கள் செய்ய வேண்டியவை இதோ:

1. சவால்களை ஏற்றுக்கொண்டு உங்கள் மனத்தைப் பலப்படுத்துங்கள். ஏற்றுக்கொள்வது, விரக்தியை நீக்குகிறது மற்றும் இணைப்பை வளர்க்கிறது.

2. தேவைப்பட்டால் தொழில்முறை உதவியைப் பெற உங்கள் வாழ்க்கைத்துணையை ஊக்குவிக்கவும்.

3. நிதானமாகவும் பொறுமையாகவும் பேசுங்கள். எதிர்மறை எண்ணங்களைச் சமாளிக்க அவர்களுக்கு உதவுங்கள்.

4. நிலைமை மோசமாகி உங்கள் இருவரையும் மனரீதியாகவோ அல்லது உடல்ரீதியாகவோ பாதித்தால், பிரிவது பற்றிப்

பரிசீலியுங்கள். இதுகுறித்து குற்ற உணர்வு கொள்ள வேண்டாம், நடைமுறை சார்ந்து சிந்திக்கவும்.

5. நீங்கள் பிரிந்து செல்ல முடிவு செய்தால், குற்ற உணர்வைத் தணிக்க முடிந்த அளவுக்கு உங்கள் வாழ்க்கைத் துணையைத் தொடர்ந்து ஆதரிக்கவும்."

❖ *நம் மனத்தைக் கண்டு ஏமாறக்கூடாது என்று மக்கள் சொல்கிறார்கள், ஆனால் நமக்கு அது எப்போது தெரியும்?*

"உங்கள் மனத்தை அலைபாய விடும்போது, அது அடிக்கடி தேவையற்ற எண்ணங்களுக்கு இட்டுச் செல்லும். நீங்கள் யாரோ ஒருவருடைய எதிர்மறை விமர்சனங்களிலேயே தங்கிப்போயிருக்கலாம் அதன் பின்னர் அவர்களது நேர்மறையான விமர்சனங்கள் நினைவுக்கு வரலாம், இது அதிகப்படியான சிந்தனைக்கும் குழப்பத்துக்கும் வழிவகுக்கும். இந்தச் சூழ்நிலையுடன் தொடர்புடைய எதையும் இது தூண்டலாம். உங்கள் மனம் ஒன்றிலிருந்து மற்றொன்றுக்குத் தாவுகிறது, இது கவனம் செலுத்துவதை கடினமாக்குகிறது. இதைத் தவிர்க்க, தற்போதைய தருணத்தில் எது முக்கியமோ அதில் மட்டும் கவனம் செலுத்துங்கள். ஒரு சிக்கலுக்குத் தீர்வு காண வேண்டும் என்று நீங்கள் நினைத்தால், உங்கள் மனத்துக்கு ஓய்வு கொடுங்கள், நீங்கள் அமைதியாக இருக்கும்போது அதைச் சமாளித்துக் கொள்ளலாம். பிரச்சனையைப் பற்றிய சிந்தனையை வளர்த்துக் கொண்டே போகாமல், தீர்வுகளை எழுதி வைத்துக்கொண்டு அவற்றைச் செயல்படுத்துங்கள். இல்லையேல், நிகழும் கணத்தில் மட்டுமே கவனம் செலுத்தி, கவனச்சிதறலைத் தவிருங்கள்."

❖ *சில நிமிடங்களுக்கு முன்பு படித்ததை ஏன் நான் தொடர்ந்து மறக்கிறேன்?*

"திறம்படப் படிப்பதற்கு, கவனச்சிதறல்களைத் தவிர்த்து, முழு கவனம் மற்றும் விழிப்புணர்வுடன் இருக்க வேண்டும்.

சில நேரங்களில், கற்றுக்கொண்டதை மறந்துவிடுவோமோ என்ற பயம், மன அழுத்தத்தை அதிகரிக்கிறது. ஆனால் கார் ஓட்டுவது பற்றி யோசித்துப் பாருங்கள் – சிந்தனையில் மூழ்கியிருந்தாலும்கூட உங்கள் இலக்கைச் சரியாக வந்தடைந்து விடுகிறீர்கள், ஏனெனில் உங்கள் ஆழ்மனத்துக்குப் பழக்கத்தின் காரணமாக வழி தெரியும். அதேபோல, படிக்கும்போது பயமுறுத்தும் எண்ணங்களை அகற்றுவதும் உதவுகிறது. இதை அடைய, தியானம் ஒரு சிறந்த வழிமுறையாகும். ஒரு மந்திரத்தில் கவனம் செலுத்துவதன் மூலம், தேவையற்ற எண்ணங்களை விட்டுவிட்டு, உங்கள் மனத்தை ஒருமுகப்படுத்த பயிற்சியளிக்கிறீர்கள். கவனத்தை மேம்படுத்தவும் மன அழுத்தத்தைக் குறைக்கவும் தியானத்தை தவறாமல் பயிற்சி செய்யுங்கள்."

❖ நான் கெட்ட செயல்களைச் செய்திருந்தாலும் சிறந்த மனிதனாக மாற முடியுமா?

எல்லா விதமான நிலைமைகளும் சூழ்நிலைகளும் உங்களைக் கெட்ட செயல்கள் செய்ய வழிவகுத்திருக்கலாம். ஆனால் உண்மையான உணர்தல் ஆழமாகச் செல்கிறது. அந்தச் செயல்களைத் திரும்பச் செய்ய மாட்டேன் என்று உறுதிமொழி எடுப்பது, மீண்டும் கெட்ட காரியங்களைச் செய்வதைக் கடினமாக்குகிறது. கெட்ட நடத்தையைத் தொடர்ந்து தவிர்ப்பது காலப்போக்கில் ஒரு பழக்கத்தை உருவாக்குகிறது. உங்களது கடந்த காலத் தவறுகளைச் சிலர் தொடர்ந்து உங்களுக்கு நினைவூட்டினாலும், கெட்ட பெயர் நிரந்தரமானது என்று கூறினாலும், அவற்றைக் கண்டுகொள்ளாதீர்கள். ப் மாற்றத்துக்கும் தீய செயல்களில் இருந்து விலகி இருப்பதற்கும் நீங்கள் உறுதி பூண்டுவிட்டால், மன்னிப்பு அதனைப் பின்தொடர்கிறது, மேலும் நீங்கள் முன்னேறிச் செல்லும் ஒரு நல்ல நபராக அங்கீகரிக்கப்படுவீர்கள். கடந்த காலத் தவறுகளைப் பற்றிய எண்ணங்கள் உங்களைத் தொந்தரவு

செய்வது இயல்பானது; அவற்றைக் கண்டுகொள்ள வேண்டாம், காலப்போக்கில் அவை காணாமல் போய்விடும்.

❖ **பள்ளியில் சொல்லிக் கொடுத்ததை நினைவில் வைத்திருப்பது கடினமாக இருந்தாலும் பாடல்களை நினைவில் கொள்வது எளிதாக இருப்பது ஏன்?**

"பள்ளி வேலையை நினைவில் வைத்துக் கொள்ளுமாறு உங்களிடம் சொன்னால், அது சலிப்பைத் தருகிறது. ஆனால் பாடல்களை நினைவில் வைத்துக் கொள்ளுமாறு யாரும் உங்களிடம் சொல்வதில்லை, இல்லையா? ஏனென்றால், நீங்கள் எதையாவது அனுபவிக்கும்போது, உங்கள் மனம் இயல்பாகவே அதை நன்றாக நினைவில் கொள்கிறது. அதனால், உங்கள் மூளையை, மனப்பாடம் செய்யுமாறு கட்டாயப்படுத்துவதற்குப் பதிலாக, அது விரும்புவதை விரும்பும்படி சுதந்திரமாக விட்டுவிடுங்கள். உங்கள் பள்ளி வேலைகளில் சுவாரஸ்யமானது எது என்று கண்டுபிடிக்க முயற்சி செய்யுங்கள். நீங்கள் எதையாவது உண்மையாகவே விரும்பினால், அதை நினைவில் கொள்வது எளிதாகிவிடும். அது கட்டாயப்படுத்தப்பட்டதாக முதலில் உணர்ந்தாலும், அது முக்கியமானது என்பதை நினைவூட்டுங்கள். ஒருமித்த கவனத்துடன் இருங்கள் மற்றும் படிக்கும்போது அதில் கவனம் செலுத்துங்கள், அப்போது உங்கள் நினைவில் விஷயங்கள் மிகவும் எளிதாக ஒட்டிக்கொள்வதைக் காண்பீர்கள்."

❖ **மருந்து இல்லாமல், கட்டுப்பாடற்ற அதிகப்படியான சிந்தனையை நிறுத்துவது எப்படி?**

ஆனால், நீங்கள் எதிர்கொள்ளும் தற்போதைய பிரச்சனைக்குத் தீர்வு காண முயற்சிப்பதே முக்கியமான விஷயம். "இந்த பிரச்சனையை தீர்க்கும் வரை வேறு எதுவும் செய்ய வேண்டாம்" என்று உங்கள் மனம் வலியுறுத்துகிறது. உங்களின் தற்போதைய சிக்கல்கள் அனைத்தையும் சரிசெய்யும்

வரை, எதிர்காலத்தில் நல்ல விஷயங்கள் நடந்தாலும் நீங்கள் உண்மையிலேயே மகிழ்ச்சியாக இருக்க மாட்டீர்கள். என்று நீங்கள் நம்புகிறீர்கள். உங்கள் பிரச்சனைகளைப் பற்றி நீங்கள் இன்னமும் யோசித்துக்கொண்டிருப்பதால் இப்போது மகிழ்ச்சியாக இருப்பது சாத்தியமில்லை என்று உங்கள் மனம் சொல்கிறது. உங்கள் பிரச்சனைகள் அனைத்தும் தீர்க்கப்படும் போது மட்டுமே உங்களால் மகிழ்ச்சியாக இருக்க முடியும் என்று அது உங்களை நம்ப வைக்கிறது. உங்கள் மனம் ஒரு தொழிற்சாலை போன்றது, பிரச்சனைகளை அதுவே உருவாக்குகிறது. நீங்கள் ஒரு சிக்கலைத் தீர்த்தாலும், மற்றொன்று விரைவாக மேலெழுகிறது. இது, சாதாரண எண்ணங்களை கூட பிரச்சனைகளாக மாற்றுகிறது. அதனால்தான், நீங்கள் ஒரு தீர்வைக் கண்டுபிடிக்காத வரை உங்கள் மனம் ஒவ்வொரு பிரச்சனையையும் அதிகமாகச் சிந்திக்கிறது. இதன் மோசமான பகுதி என்னவென்றால், நீங்கள் திருப்தி அடையும் வரையில் ஒரு பிரச்சனையைப் பற்றி சிந்திப்பதற்கு அதிக நேரம் செலவிட நேரிடுகிறது, ஆயினும் பின்னர் மற்றொரு பிரச்சனை எழுகிறது.

இந்த அதீத சிந்தனையை வெற்றி கொள்வதற்கு:

1. தற்போதைய தருணத்தில் மட்டுமே அல்லது முக்கியமான பணிகளில் மட்டுமே கவனம் செலுத்த உங்களைக் கட்டாயப்படுத்துங்கள். உங்கள் மனம் பல தேவையற்ற பிரச்சனைகளை உருவாக்குகிறது.

2. அமைதியான மனத்தினால் தீர்க்கப்பட வேண்டிய சில உண்மையான பிரச்சனைகளை அடையாளம் காண முடியும். நீங்கள் அமைதியாக இருக்கும்போது, முக்கியமான ஒரு பிரச்சனையில் கவனம் செலுத்துங்கள், அதைத் தீர்ப்பதற்கான வழிகளை எழுதுங்கள், அந்தத் தீர்வுகளைச் செயல்படுத்தத் தொடங்குங்கள். அந்த நேரத்தில் மட்டுமே இதுபற்றி யோசியுங்கள், மற்ற நேரங்களில் அல்ல.

3. உங்கள் பிரச்சினைகளை ஏற்றுக்கொள்வது, மன அழுத்தத்தைக் குறைக்க ஒரு சிறந்த வழியாகும். பலர் அவற்றை ஏற்பதில்லை, இது தொடர் கவலைக்கு வழிவகுக்கிறது. நீங்கள் அவற்றை ஏற்றுக்கொண்டால், கவலைகள் மறைந்துவிடும்.

4. நிகழ்காலம், கடந்த காலம் அல்லது எதிர்காலம் பற்றிய எதிர்மறை எண்ணங்கள் மனத்தில் எழும்போது, அவற்றை வளர்த்துக்கொண்டே போகாமல், அவற்றைப் புறக்கணிக்கவும். இறுதியில், அவை காணாமல் போய்விடும். அமைதியான மனத்தை அடைவதற்கும், நிகழ்காலத்தில் கவனம் செலுத்துவதற்கும், தேவையற்ற எண்ணங்களைத் தவிர்ப்பதற்கும் தியானம் உதவுகிறது

❖ நான் ஜிம்மை விட்டு வெளியேறும் தருணத்தில், அதீதமாகச் சிந்திக்க ஆரம்பித்து, மோசமாக உணர்கிறேன். நான் என்ன செய்வது?

நீங்கள் எதையாவது நேசித்தால், இயல்பாகவே அதில் நீங்கள் கவனம் செலுத்தி, மூழ்கி, ஈர்ப்புடன் இருக்கிறீர்கள். எதன் மீதாவது உங்களுக்கு இதுபோன்ற உணர்வுகள் இருந்தால், நீங்கள் அதைப் பற்றி அதீதமாகச் சிந்திக்கவோ வருத்தப்படவோ வேண்டாம். உங்களுக்கு ஆர்வமில்லாத விஷயங்களும் இருப்பதை இது உணர்த்துகிறது, அவற்றின் மீதும் ஆர்வத்தை வளர்த்து, அவற்றில் கவனம் செலுத்த முயற்சிக்கவும். இந்த வழிமுறையில், நீங்கள் அதிகமாகச் சிந்திக்கவோ அல்லது மோசமாக உணரவோ மாட்டீர்கள். வேலை, குடும்ப நேரம், விளையாட்டு, இசை, நண்பர்களுடன் நேரத்தைச் செலவழித்தல், உங்கள் ஆர்வத்தைத் தொடருதல் போன்ற பல்வேறு செயல்பாடுகளுக்குமான உங்கள் நாள் அட்டவணையைத் திட்டமிடுங்கள். இந்த நடவடிக்கைகளில் மும்முரமாக இருப்பது சும்மா இருப்பதைத் தடுக்கிறது, அத்துடன்

அதீதமாகச் சிந்திப்பதைக் குறைத்து, உங்களை நல்லபடியாக உணர வைக்கிறது. கவனத்தை ஒருமுகப்படுத்துவதோடு தேவையற்ற எதிர்மறை எண்ணங்களை நீக்கும் கலையில் தேர்ச்சி பெறுவது, உங்கள் பிரச்சினையைத் தீர்க்கும். "தேவையற்ற எண்ணங்களை வெறுமையாக்கும் நுட்பம்" இதற்கு உதவுகிறது. தேவையற்ற எண்ணங்கள் எழும்போதெல்லாம், அவற்றைப் பொருட்படுத்தாமல் புறக்கணிக்கவும், இதனால் இறுதியில் அவை மறைந்துவிடும். இதை அடைய தியானம் உதவுகிறது. தியானத்தின் போது, ஒரு மந்திரத்தில் கவனம் செலுத்துங்கள் மற்றும் தேவையற்ற எண்ணங்கள் எழும்போது அதிலிருந்து மனத்தை விழிப்புணர்வுடன் விலக்கி வைக்கவும். இதனைத் தொடர்ந்து பயிற்சி செய்யும்போது, இந்த மனப் பயிற்சியானது சிரமமின்றி கவனத்தை ஒருமுகப்படுத்தவும், தேவையற்ற எண்ணங்களை அகற்றவும் உதவுகிறது.

❖ *ஒருவரிடம் பேசிய பிறகு நான் கவலைப்படுவதை எப்படி நிறுத்துவது? நான் குழப்பிவிட்டதாகவோ அல்லது தவறாக ஏதோ சொல்லிவிட்டதாகவோ கருதுகிறேன். அது என்னை மிகவும் தொந்தரவு செய்கிறது.*

ஏதாவது நடந்தால், அதை அப்படியே விட்டு விடுங்கள் - பரவாயில்லை. முக்கியமான விஷயம் என்னவென்றால், சொன்ன ஒவ்வொரு வார்த்தையையும் கருத்தையும் நினைத்துக்கொண்டே இருக்கக் கூடாது. அது உங்களைக் குழப்பக் கூடும் அல்லது வருத்தப்பட வைக்கும். நீங்கள் சொன்னதில் ஏதோ தவறு என்று நினைத்தால், அந்தக் குறிப்பிட்ட கருத்துக்கு மன்னிப்புக் கேட்கவும். குற்ற உணர்வு ஏற்பட்டால், மீண்டும் அவ்வாறு செய்யமாட்டேன் என்று உங்களுக்கு நீங்களே உறுதியளிக்கவும். அதன் பிறகு, அதைப் பற்றி நீங்கள் சிந்திக்க வேண்டாம். அந்த எண்ணங்கள் மீண்டும் வந்தால், அதையே நினைத்துக்கொண்டிருப்பதற்குப் பதிலாக அவற்றைத் தள்ளிவிடுங்கள். அடுத்த முறை நீங்கள்

ஒரு முக்கியமான உரையாடலை நடத்தும் நேரத்தில், தேவையற்ற விஷயங்களைப் பேசிவிடுவதைத் தவிர்க்க, உங்கள் குறிப்புகளை முன்கூட்டியே திட்டமிட்டு எழுதிக் கொள்ளுங்கள். ஆனால் அதற்கு அழுத்தம் கொடுக்க வேண்டாம் - விஷயங்கள் தானாகவே சீராக நடக்கும், நீங்கள் அவற்றை நன்றாகக் கையாளுவீர்கள். ஆகையால் கவலைப்பட வேண்டிய அவசியம் இல்லை.

அச்சம்

- ❖ ஜோதிடத்தில் மோசமான கடந்தகால கர்மவினை குறித்து உணர்த்தக் கூடியவை எவை?

நான் தனிப்பட்ட முறையில் ஜோதிடத்தைப் பின்பற்றாத போதிலும், யாருமே முற்பிறவிப் பயன்கள் அல்லது கர்மவினை என்று கருதுவதற்குச் சாத்தியமுள்ள உதாரணங்களை நான் கவனித்திருக்கிறேன். சிலர் நல்லொழுக்கத்துடன் வாழ்ந்தாலும்கூட, அவர்கள் துன்பப்படுவதைப் பார்த்தால், ஏன் அவர்கள் இந்தக் கஷ்டங்களை எதிர்கொள்கிறார்கள் என்ற கேள்வி எழும். கர்மவினைக் கோட்பாடானது, நமது செயல்கள் நல்லவையோ அல்லது மோசமானவையோ, அவை உடனடியாகவோ அல்லது எதிர்காலத்திலோ விளைவுகளை ஏற்படுத்தும் என்கின்றது. ஆகையால், நற்செயல்களைப் புரிகின்ற யாராவது துன்பத்தை எதிர்கொண்டால், அதற்கு அவர்களது முந்தைய பிறவியின் வினைகளே காரணமாக இருக்கலாம். இந்த நம்பிக்கை, முற்பிறவிகள் இருக்கின்றன என்றும் அடுத்த பிறவிகளில் விளைவுகளைச் சந்திக்க நேரிடும் என்பதால் தவறான செயல்களைத் தவிர்ப்பது அவசியம் என்றும் பலரைச் சிந்திக்க வைக்கிறது. ஒட்டுமொத்தமாகப் பார்த்தால், நன்மை செய்வதில் கவனம் செலுத்துவதும் தீங்கு விளைவிக்கும் செயல்களைத் தவிர்ப்பதும் இன்றியமையாதவை, ஏனென்றால் அவை நம் நிகழ்காலத்தை மட்டுமல்ல, நம் எதிர்காலத்தையும் பாதிக்கலாம்.

- ❖ முரண்பாடுகள் குறித்த பயத்தை எதிர்கொள்ள/ வெல்ல சிறந்த வழி எது? எனது கருத்துகள்

அல்லது எனது "நோக்கங்கள்" பலவீனமானவை மற்றும் குழந்தைத்தனமானவை என்று நான் அடிக்கடி கருதுகிறேன். சில தற்காப்புக் கலைகளைப் பயிற்சி செய்வது இவ்விஷயத்தில் உதவும் என்று நினைக்கிறீர்களா?

நமது கருத்துக்கள் எப்போதும் சரியானவை என்று நாம் பெரும்பாலும் நம்புகிறோம், மாற்றுக் கருத்துகளைக் கேட்கத் தயங்குகிறோம். முரண்பாடுகள், சங்கடமான உண்மைகளை அல்லது ஆதாரமற்ற குற்றச்சாட்டுகளை வெளியே கொண்டுவந்து, நமது மகிழ்ச்சியைச் சீர்குலைத்துவிடும் என்று நாம் அஞ்சுகிறோம். நாம் எப்போதும் சரியானவர்கள் என்ற எண்ணத்தில் பிடிவாதமாக ஒட்டிக்கொண்டு, மாற்றுக் கண்ணோட்டங்களை ஏற்றுக்கொள்ளாமல் எதிர்க்கிறோம். அத்துடன், மற்றவர்களின் உணர்வுகள் மற்றும் அனுபவங்களின் மீது நமக்கு அனுதாபம் இல்லாமல் போவதும்கூட, தவறான புரிதல்களுக்கும் மோதலுக்கும் வழிவகுக்கிறது.

❖ எந்தவொரு சூழ்நிலையையும் அதனை அதன்போக்கில் விடாமல் கட்டாயப்படுத்துவதை நிறுத்துவது எப்படி?

எதையும் கட்டாயப்படுத்துவது, குறிப்பாக சக மனிதர்களிடம் கட்டாயப்படுத்துவது, பெரும்பாலும் அவர்களது ஈகோவைத் தூண்டுகிறது. கட்டாயப்படுத்தும் விஷயம், அவர்களது சொந்த நலனுக்கானதாக இருந்தாலும் கூட, அதன் பலன்களை உணரும் வரை அவர்கள் எதிர்க்கக்கூடும். நம்மிடம் மறைமுக நோக்கங்கள் இருப்பதாக அவர்கள் சந்தேகிக்கலாம், மேலும் வலுக்கட்டாயம் செய்யப்படுவதாக நினைக்கலாம். இதுவே மன அழுத்தத்துக்கும் ஈகோ சார்ந்த செயல்பாட்டுக்கும் வழிவகுக்கிறது. இதைக் கையாள:

1. வெளிப்படைத்தன்மையுடன் இருங்கள்: முடிவு உங்கள் நலனுக்காக மட்டும் அல்ல என்பதையும் அது எவ்விதம்

சம்பந்தப்பட்டுள்ள அனைவருக்கும் சிறந்தது என்பதையும் விளக்குங்கள்.

2. பண்பட்ட முறையில் தகவல் சொல்லுங்கள்: நன்மைகளைத் தெளிவாக விளக்கிக் கூறி, ஆராய்ந்து பார்த்து சுதந்திரமாக முடிவு எடுக்க அவர்களை ஊக்குவியுங்கள்.

3. சுயஅதிகாரத்தை மதியுங்கள்: முழுமையான ஒரு விளக்கத்தை அளித்த பிறகு, அவர்களே முடிவெடுக்கும் சுதந்திரத்தை அனுமதியுங்கள்; அவ்வாறு செய்தால், அவர்கள் விருப்பத்துடன் ஒத்துழைக்கவே வாய்ப்புகள் அதிகம்.

4. செயல்பாட்டில் கவனம் செலுத்துங்கள்: விளைவுகள் பற்றி அதிகம் அலட்டிக்கொள்ளாமல், எடுத்துக்கொண்ட பணியைத் திறம்படச் செயல்படுத்துவதில் கவனம் செலுத்துங்கள். பெரும்பாலான சந்தர்ப்பங்களில், தெளிவாகவும் நேர்மையுடனும் அணுகும்போது நேர்மறையான முடிவுகளே கிடைக்கின்றன.

❖ **நம்மால் வாழ்க்கையை எதிர்கொண்டு அனுபவிக்க முடியும் என்று நினைத்து வழக்கமாக நான் மகிழ்ச்சியுடன் இருப்பேன். ஆனால் கடந்த 3 ஆண்டுகளாக நான் ஏன் திடீரென்று உணர்வற்றுப் போனேன்?**

ஏறக்குறைய 18 வயது வரை, நாம் நிகழ்காலத்தில் வாழ முனைகிறோம், வருகின்ற சூழ்நிலைகளுக்குத் தகுந்தபடி செயல்படுவோமே தவிர, பெரிதாக அலட்டிக்கொள்ள மாட்டோம். மகிழ்ச்சியான சந்தர்ப்பங்கள் நமக்கு மகிழ்ச்சியைத் தரும், அதேநேரத்தில் எதிர்மறையான அனுபவங்கள் நம்மை வருத்தும், ஆனாலும் நாம் அவற்றை விரைவாகக் கடந்துபோய் விடுவோம். இருப்பினும், நமக்கு வயது முதிரும்போது நமது மனம் மகிழ்ச்சியான தருணங்களைத் தொடர்ந்து தேடுவதில் அதிக கவனம் செலுத்துகிறது.

எதிர்மறையான சூழ்நிலைகளுக்குத் தீர்வு காண்பதற்கும், சமாளிப்பதற்கும் நாம் ஆழமாக ஆராய்கின்ற போதிலும், அவற்றை ஏற்றுக்கொள்ளப் போராடுவதே மன அழுத்தம் மற்றும் சோகத்திற்கு வழிவகுக்கிறது.

இங்கே பரிசீலிக்கக் கூடிய இரண்டு சாத்தியங்கள் உள்ளன:

1. நேர்மறைக் கண்ணோட்டம்: கடந்த காலத்தில், பல நேர்மறையான அனுபவங்களுக்கு மத்தியில், எதிர்மறையான சிறிய நிகழ்வுகளை நாம் கவனிக்காமல் இருந்திருக்கலாம். இருப்பினும், கடந்த சில ஆண்டுகளாக அதிக எதிர்மறைகள் சூழ்ந்திருப்பதால், பிரச்சனைகளைச் சமாளிப்பதிலேயே நமது மனம் நிலைநிறுத்தப்பட்டிருப்பதே, சோகம் மற்றும் உணர்ச்சியற்றதன்மைக்கு வழிவகுத்துள்ளது.

   இதைப் போக்க:

★ சமநிலையைப் பராமரியுங்கள்: நேர்மறை மற்றும் எதிர்மறை ஆகிய இரண்டு வித சூழ்நிலைகளிலும் அமைதியாகவும், நிதானமாகவும் இருங்கள், அதிகப்படியான உற்சாகத்தைத் தவிர்க்கவும்.

★ வாழ்க்கையின் சுழற்சியை உணருங்கள்: வாழ்க்கையில் ஏற்றத்தாழ்வுகள் உள்ளன என்பதைப் புரிந்து கொள்ளுங்கள், இரண்டையும் அனுபவிப்பதே இயற்கை.

★ வாய்ப்புகளை ஒப்புக்கொள்ளுங்கள்: வெற்றி என்பது பெரும்பாலும் சாதகமான சூழ்நிலைகளின் விளைவாகும் என்பதையும் இதேபோன்ற வாய்ப்புகள் மூலம் மற்றவர்களும் சாதிக்க முடியும் என்பதையும் உணருங்கள்.

இந்த மனநிலையைத் தழுவுவதன் மூலம், வாழ்க்கையின் உயர்வுகள் மற்றும் தாழ்வுகளின்போது அதிக தாங்குதிறனுடனும் அமைதியுடனும் நாம் பயணிக்க முடியும்.

❖ ஒருவருக்கு வெற்றி பயம், தோல்வி பயம் ஆகிய இரண்டும் இருக்க முடியுமா? ஒரு பணியைத் தொடங்குதல் மற்றும் முடித்தல் ஆகிய இரண்டிலுமே இவை அவர்களைத் தடுக்கிறதா? வெற்றி பயம், தோல்வி பயம் ஆகிய இரண்டையும் சமாளிப்பது எப்படி?

குறிப்பிட்ட இமேஜைக் காப்பாற்ற வேண்டும் என்று நினைக்கும்போதும் அதனை இழந்துவிடுவோமோ என்று பயப்படும்போதும் உருவாகும் அழுத்தத்தால் பெரும்பாலும் வெற்றி பயம் ஏற்படுகிறது. வெற்றியைத் தக்கவைக்க தியாகங்கள் தேவை, மேலும் தரத்தைப் பூர்த்தி செய்யாவிட்டால் விமர்சனங்களையும் குற்றச்சாட்டுகளையும் எதிர்கொள்ள வேண்டியிருக்கும். அத்துடன், வெற்றியை தற்காலிகமாக மட்டுமே மக்கள் பாராட்டுவார்கள், வேறு யாரேனும் வெற்றி பெற்றால் அவர்களது பாராட்டுகள் இடம் மாறிவிடும். வெற்றி மற்றும் தோல்வி ஆகிய இரண்டுமே விமர்சனங்களுக்கும் மற்றவர்களின் எதிர்வினைகளுக்கும் உள்ளாகின்றன என்பதை உணர்வதில்தான், இந்த அச்சத்தை வெற்றி கொள்வது அடங்கியிருக்கிறது. தேவையற்ற எதிர்மறை எண்ணங்களைத் தவிர்த்துவிட்டு, அமைதியாக இருத்தல், திட்டமிடுதல் மற்றும் உத்திகளை கவனத்துடன் செயல்படுத்துதல் அவசியம் ஆகும். சாதகமோ, பாதகமோ, அதிகப்படியாக மகிழாமலும் விரக்தி அடையாமலும் முடிவுகளை ஏற்றுக்கொள்ளுங்கள். அடுத்தவர் விமர்சனங்களுக்கு எதிர்வினையாற்றாமல் இருக்க, நமக்கு மேம்பட்ட சக்தியுடன் ஒரு தொடர்பை வளர்த்துக் கொள்ளுங்கள். வெற்றி என்பது பெரும்பாலும் வாய்ப்புகள் மற்றும் சூழ்நிலைகளின் விளைவாகும் என்பதை உணர்ந்து, பணிவை வளர்த்துக்கொண்டு மற்றவர்களின் சாதனைகளை ஏற்றுக்கொள்ளுங்கள்.

❖ பிடிபடுவோம் என்கின்ற பயம், மனிதர்களை ஒழுக்கமற்ற அல்லது சட்டவிரோதமான நடவடிக்கையில் ஈடுபடுவதைத் தடுக்குமா?

மூன்று வகையான மனிதர்கள் உள்ளனர்:

1. முதல் வகையினர், வாழ்க்கையில் மிகவும் விரக்தியடைந்தவர்கள் மற்றும் சமூகத்தின் மீது கடுமையான வெறுப்புக் கொண்டவர்கள். அவர்கள், சட்டத்திற்குப் புறம்பான அல்லது ஒழுக்கமற்ற செயல்களில் ஈடுபடத் துணிந்தவர்கள், வாழ்க்கையில் துன்பப்படுவதற்கும், செயல்களின் விளைவாக சிறைவாசம் போன்ற தண்டனைகளை அனுபவிக்க நேரிடுவதற்கும் இடையே சிறிய வித்தியாசத்தையே அவர்கள் காண்கிறார்கள்.

2. இரண்டாவது வகையினர், தீர்மானிக்க முடியாதவர்கள். பெரும்பாலும் சமூக விளைவுகள் குறித்த அச்சத்துக்கும் ஒழுக்கமற்ற நடவடிக்கையில் ஈடுபடுவதற்கான ஆசைக்கும் இடையே அலைபாய்பவர்கள். பிடிபட மாட்டோம் என்ற நம்பிக்கையில் அவர்கள் தங்களது செயல்களை நியாயப்படுத்தலாம், ஆனால் பிடிபட்டு விட்டால் கடுமையான குற்றவாளிகளாக அவர்கள் மாறலாம். தங்களது செயல்களின் விளைவுகள் குறித்து அவர்கள் அவ்வப்போது அச்சப்படலாம், மேலும் நெறிமுறையற்ற சில நபர்கள் வெற்றிகரமாக இருக்கும் அப்பட்டமான உதாரணங்களைச் சுட்டிக்காட்டி, தங்களது நடத்தையை அவர்கள் நியாயப்படுத்தலாம்.

3. மூன்றாவது வகையினர், நெறிமுறைகள் சார்ந்த அறக் கோட்பாட்டில் ஆழமான புரிதலுடன் அதன்படி வாழ்வதற்கு முயற்சிப்பவர்கள். அவர்கள், அமைதியையும் சுயபரிசோதனை செய்யும் மனநிலையையும் பேணுபவர்கள்,

செயல்களும் அதன் விளைவுகளும் ஒன்றோடொன்று இணைந்திருப்பதை அங்கீகரிப்பவர்கள். உணர்ச்சி ரீதியாகவோ அல்லது உடல் ரீதியாகவோ மற்றவர்களுக்குத் தீங்கு விளைவிப்பதைத் தவிர்த்து, எதிர்பார்ப்புகள் ஏதுமின்றி தூய அன்பைக் கடைப்பிடிப்பவர்கள். இதுபோன்ற நபர்கள் பெரும்பாலும் ஆன்மிகத்தால் ஈர்க்கப்படுகிறார்கள், மேலும் ஒழுக்கமான நடவடிக்கைகளில் ஈடுபடுகிறார்கள். எதிர்மறையை எதிர்கொள்ள நேரிட்டாலும், அதனை ஏற்றுக்கொண்டு அமைதி காக்கிறார்கள்.

❖ எனது மூளையை நான் எப்படி ஏமாற்றுவது?

மற்றவர்களை ஏமாற்றுவது சாத்தியமானதாகத் தோன்றலாம், ஆனால் இறுதியில், அது கர்ம விளைவுகளுக்கு வழிவகுக்கிறது, அது ஏமாற்றுபவரை உடனடியாகவோ அல்லது பின்னரோ பாதிக்கிறது. அதேபோல், ஒருவர் தனது மனத்தையே ஏமாற்றுவது, சரி எது தவறு எது என்பதை இயல்பாகவே அறியக்கூடிய மனசாட்சிக்கு எதிரானது. உடனடி திருப்திக்காகவோ அல்லது தீர்வுக்காகவோ தூண்டப்பட்டு சில நபர்கள், தங்களது மனசாட்சியை அசட்டை செய்யலாம். ஆயினும் அவ்வாறு செய்வது, நீண்ட கால பிரச்சனைகளுக்கு வழிவகுப்பதுடன் நெறிமுறை ரீதியில் தவறானதும்கூட.

❖ எனக்கு கல்லூரிப் படிப்பு பிடிக்கவில்லை, அது ஏன் என்று தெரியவில்லை. ஆனாலும் நான் பிழைத்துக் கொள்ளலாம் என்று கருதுகிறேன். இது ஏன்?

குறிப்பிட்ட சில சூழல்களில், மற்ற அனைவரும் ஏற்றுக்கொள்ளக் கூடியவர்களாக இருந்தாலும், நமக்குத் தொல்லை கொடுக்கும் தனிநபர்களைச் சந்திக்க நேரிடுவது சாதாரணமாக நடக்கக் கூடியதுதான். இருப்பினும், நமது மனமானது, நமக்கு எரிச்சலூட்டும் அந்த ஒருவர் மீதே

நிலையாக நின்றுகொண்டு முழு நிறைவையும் முழு மகிழ்ச்சியையும் நாடுகிறது. இந்த 10 சதவீத மகிழ்ச்சியின்மை மீதான கவனம், மற்ற உறவுகளின் மூலம் நமக்குக் கிடைக்கும் மனநிறைவின் 90 சதவீதத்தை இறுதியில் மறைத்துவிடுகிறது. எரிச்சலூட்டும் நபரைத் தவிர்க்க வேண்டும் என்று நாம் விரும்பலாம், ஆனால் அவ்வாறு செய்வது மற்ற ஒன்பது நல்ல மனிதர்களுடனான தொடர்புகளை இழக்கச் செய்கிறது. இதனைச் சமாளிக்க:

1. அப்படிப்பட்ட நபர்களைச் சந்திக்க நேரிடுவது தவிர்க்க முடியாதது, சுற்றுச்சூழல்களை மாற்றிக் கொள்வதால் இந்தப் பிரச்சனைக்குத் தீர்வு கண்டுவிட முடியாது என்பதைப் புரிந்து கொள்ளுங்கள். புதிய சூழல்களில் கூட, இதேபோன்ற நபர்களை எதிர்கொள்ள நேரிடலாம், அல்லது சாதாரண மனிதர் கூட பிரச்சனை தரக் கூடியவராக நமது மனத்தில் தோன்றலாம்.

2. இதுபோன்ற நபர்களை அவர்களது இயல்போடு ஏற்றுக்கொள்ளுங்கள். அவ்வாறு ஏற்றுக்கொள்வது, நமது மனத்தில் அவர்கள் இடம்பிடித்திருப்பதைக் குறைக்க உதவுகிறது.

3. எரிச்சலூட்டும் நபருடன் நல்ல நட்புறவை உருவாக்குவதாக கற்பனை செய்து பாருங்கள், அத்துடன் நேர்மறையான கலந்துரையாடல்களை நினைத்துப் பாருங்கள். இது அவர்கள் குறித்த நமது மனநிலையை மாற்ற உதவும்.

4. ஒரு நபரைப் பற்றி தேவையற்ற எண்ணங்கள் எழும்போது, அதை வளர்த்துக்கொண்டே போவதற்குப் பதில், அவற்றை வெறுமையாக்க முயற்சி செய்யுங்கள். காலப்போக்கில் இந்த எண்ணங்கள் விடைபெறும்.

❖ சங்கடம் என்றால் என்ன? இது வலி அல்லது துன்பத்தின் ஒரு வடிவமா? இல்லையெனில், ஏன்

இதனைச் சில நேரங்களில் மிகவும் மோசமானதாக உணர்கிறோம்?

சங்கடம் பெரும்பாலும் எதிர்மறையான விளைவுகளைப் பற்றிய பதட்டத்தில் வேரூன்றியுள்ளது. அந்தத் தருணத்தில் அனுபவிக்கும் அசௌகரியத்தால் ஏற்படும் விரைவான வடிவமே இது. சங்கடம் திடீரென்று எழுந்தால், குற்ற உணர்வு தேவையில்லை; மாறாக, சூழ்நிலை மீதும் சம்பந்தப்பட்ட நபர்கள் மீதும் அனுதாபம் கொள்ளுங்கள். நீங்கள் சங்கடத்தை எதிர்பார்த்தால், அதனைத் தவிர்க்கத் திட்டமிடுங்கள் அல்லது உங்கள் கவலைகளை மற்றவர்களுக்குத் தெரியப்படுத்துங்கள். இருப்பினும், இதனையும் மீறி அது நிகழ்ந்தால், அதிகப்படியான கவலை கொள்ளாமல் அதனை அனுமதிக்கவும், நீங்கள் இறுதியில் அதற்குப் பழக்கமாகிவிடுவீர்கள். அதனை அனுதாபத்துடனும் ஏற்றுக்கொள்ளும் மனப்போக்குடனும் அணுகினால். காலப்போக்கில், அதனை ஒரு நேர்மறையான அனுபவமாகக் கூட நீங்கள் பார்க்கலாம்.

❖ *"மற்றவர்கள் என்ன நினைப்பார்கள்"* என்பதுதான் என் வாழ்க்கையின் முக்கிய பிரச்சனை, இதிலிருந்து எப்படி விடுபடுவது என்று எனக்குப் புரியவில்லை. இந்தக் கேள்வியை எழுதும்போது கூட மற்றவர்கள் என்ன நினைப்பார்கள் என்று நினைத்துக் கொண்டிருக்கிறேன். இதற்கு ஏதாவது தீர்வு உண்டா?

நடுவில் ஓய்வெடுக்காமல் தொடர்ந்து 6 கி.மீ. வரை நடக்கக்கூடிய நண்பருடன் நடைப்பயிற்சி செய்ய ஆரம்பித்தேன், எனது வரம்பு 3.5 முதல் 4 கி.மீ. வரை மட்டுமே. முதல் இரண்டு நாட்களில் சோர்வாக உணர்ந்ததால், 3.5 கி.மீ. தொலைவிலேயே நடப்பதை நிறுத்தினேன். இதனால் எனது நண்பரும் நிறுத்த நேர்ந்தது. தொடர்ந்து நடக்க முடியாததற்காகவும், நண்பரை முழு தூரம் நடக்க விடாமல்

செய்ததற்காகவும், எனக்கு குற்ற உணர்வு ஏற்பட்டதால், நான் விலகினேன். ஆனால் அவர் தொடர்ந்தார். அவருக்கு இணையாக நான் இல்லை என்றும், எனது திறன் பற்றி அவர் என்ன நினைப்பார் என்றும் எனது ஈகோ கவலைப்பட்டது.. 3.5 கி.மீ.க்குப் பிறகு தனியாக நடப்பதால் அவருக்கு போர் அடிக்குமோ என்றும் என்னைப் பற்றித் தவறாக நினைப்பாரோ என்றும் அச்சப்பட்டேன். பிறகு, ஒரு நேர்மறையான யோசனை தோன்றியது: நாங்கள் இருவரும் 3.5 கி.மீ. வரை சேர்ந்து நடப்போம், பின்னர் நான் ஓய்வெடுக்க, மீதமுள்ள 2.5 கி.மீ. தொலைவை அவர் தனியாகத் தொடரலாம், இது அவருக்கு மிகவும் பொருத்தமாக இருக்கும். இந்த வழிவகையில், நானும் உடற்பயிற்சியைத் தொடரலாம், அவருடனான கம்பெனியை அனுபவிக்கலாம், மேலும் அவரும் விரும்பிய தொலைவு வரை நடக்க முடியும். இந்தப் புதிய திட்டத்துடன் நான் அவருடன் மீண்டும் சேர்ந்தேன், அது நாங்கள் இருவரும் மகிழ்கின்ற ஒரு வாடிக்கையாகிவிட்டது. இதனால் கிடைத்த பாடம்? நாம் பெரும்பாலும் மற்றவர்களைப் பற்றி கருத்தில் கொள்ளாமல், நமது சொந்த மனநிலையிலேயே ஒட்டிக்கொள்கிறோம். மற்றவர்களின் கருத்துகளைப் பொருட்படுத்தாமல், எது சிறந்ததோ அதை நாம் தேர்ந்தெடுக்க வேண்டும். ஆரம்பத்தில் அசௌகரியமாக இருந்தாலும், காலப்போக்கில் அது இயல்பானதாகி, நேர்மறையான ஒன்றைச் செய்வதில் திருப்தி அடையும்.

❖ பொறாமை, ஒப்பீடு போன்றவற்றுக்கு வழிவகுக்கும் முழுமையற்ற உணர்வு ஏன் இருக்கிறது? ஒருவர் வாழ்வதைத் தடுக்கின்ற, சில சமயங்களில் அவர் விரும்பாத இந்த உணர்வுதான் என்ன?

வாழ்க்கையில் நீங்கள் எவ்வளவு உயர்ந்தாலும்கூட, உங்கள் மனத்தை சும்மா விட்டுவிடுவது, போதாது என்ற உணர்வை வளர்க்கும். எண்ணற்ற சாதனைகள் படைத்திருந்தாலும்கூட,

சும்மா இருப்பது, பாராட்டுக்களின் மதிப்பை கேள்விக்கு உட்படுத்தும் அல்லது சாதகமற்ற வகையில் மற்றவர்களுடன் ஒப்பிட வைக்கும். 99 சாதனைகளைச் செய்திருந்தாலும், செய்யாத ஒன்றிலேயே மனம் பதியும். உங்களது சாதனைகளை மறைக்கும் வகையில் ஏதேனும் ஒரு பணியை ஒருவர் நிறைவேற்றிவிட்டால், இந்த அச்சம் அதிகரிக்கும். அத்துடன், பிஸியான மனம் சலிப்பானதாக மாறுவதுடன், முழுமையற்ற உணர்வுகளுக்கும் வழிவகுக்கும், இது வாழ்க்கையில் நிறைவில்லாததைப் போன்ற தோற்றத்தைக் கொடுக்கும். இதைச் சமாளிக்க:

1. வாழ்க்கை என்பது சும்மா இருக்கும் மற்றும் அமைதியாக இருக்கும் தருணங்களையும் உள்ளடக்கியது, அதுதான் மனத்துக்கு ஓய்வளிக்கிறது என்பதைப் புரிந்துகொள்ளுங்கள்.
2. செயலற்ற தன்மையையும் எதிர்மறை எண்ணங்களையும் தவிர்க்கும் விஷயங்களில் உங்கள் மனத்தை ஈடுபடுத்துங்கள்.
3. பல சாதனைகளுக்கு முயன்ற பிறகு, எப்போதாவது எதுவும் செய்யாமல் இருப்பதும் வாழ்க்கையின் ஒரு பகுதிதான் என்பதை ஏற்றுக்கொள்ளுங்கள்.
4. காற்றின் போக்குக்கு அசையும் மரங்களைப் போன்று, வாழ்க்கையின் ஏற்றத்தாழ்வு மற்றும் ஓட்டத்தைத் தழுவி, செயல்படுதல் மற்றும் சும்மா இருத்தல் ஆகிய இரண்டிலும் அமைதியை நாடுங்கள்.

❖ ***உங்களிடம் இருப்பதில் நீங்கள் எப்போதும் திருப்தியடையாமல் இருப்பதால் உங்கள் மனம் போராடுகிறது. உண்மையில் இது உங்கள் முன்னேற்றத்திற்கு உதவியாக இருக்கிறதா அல்லது***

உங்களை அதிகப் பேராசை மற்றும் திமிர் பிடித்த நபராக உருவாக்குகிறதா?

மனம் அடிக்கடி தன்னிடம் இல்லாததை அல்லது இழந்ததைக் குறித்து ஏங்குகிறது. கிடைத்தவுடன், விஷயங்கள் அவற்றின் கவர்ச்சியை இழக்கின்றன, புதிய ஆசைகளைத் தேடும் சுழற்சி ஏற்படுகிறது. இது பல காரணங்களால் ஏற்படுகிறது:

1. பேராசை: அனைத்தையும் விரும்புவது.
2. ஈகோ: எதையாவது பெற முடியாவிட்டால் பாதுகாப்பற்றதாக அல்லது போதுமானதாக இல்லை என்று கருதுவது.
3. ஒப்பிடும் பயம்: மற்றவர்களிடமும் இதே விஷயம் இருப்பதைப் பற்றிக் கவலைப்படுதல்.
4. ஆர்வமின்மை: காலப்போக்கில் விஷயங்கள் சலிப்பை ஏற்படுத்துதல்.

இதைப் போக்க:

1. உங்களிடம் உள்ளதற்கு நன்றியறிதலைப் பயிற்சி செய்யுங்கள்; நேர்மறைகளில் கவனம் செலுத்துங்கள், ஏனெனில் அவை பெரும்பாலானவர்களிடம் எதிர்மறைகளை விட அதிகமாக இருக்கும்
2. தேவையானதை மட்டும் அடைய விரும்புங்கள், இல்லையெனில், உங்களிடம் ஏற்கெனவே உள்ளவற்றில் திருப்தி அடையுங்கள்.
3. எது முக்கியமோ அதனைப் பெறுவதற்கு முயற்சி செய்யுங்கள், தோல்வியுற்றால் விளைவுகளை ஏற்றுக்கொள்ளுங்கள்.
4. சலிப்பைத் தடுக்க ஏதேனும் ஒன்று கிடைக்கும்போது, அதிகப்படியான உற்சாகம் கொள்வதைத் தவிர்த்துவிடுங்கள்.

5. சாதனைகளைப் பொருட்படுத்தாமல், தனிநபர்களிடையே சமத்துவத்தை அங்கீகரியுங்கள்.

❖ ***பொறாமை (நியாயமற்றதும், கேள்விப்படாததும், கைவிடப்பட்டதும், அல்லது மோசமானதாகவும் எதிர்மறையானதாகவும் நினைக்கப்பட்டதும் நடத்தப்பட்டதுமான உணர்வு) ஒருவரது வெற்றிக்கான செயல்திறனை அதிகரிப்பதில் பங்கு வகிக்குமா/ பங்கு வகிக்க முடியுமா?***

வெற்றியை எட்டுவது விமர்சிப்போரை மௌனமாக்கவும் உங்களை நிரூபிக்கவும் சக்திவாய்ந்த ஒரு வழியாகும், ஆனால் அங்கீகாரத்துக்காகவோ அல்லது பழிவாங்கும் நோக்கத்திற்காகவோ இல்லாமல், உங்களது சுய நிறைவுக்காக அதனை மேற்கொள்வது அவசியம். சாதனைகள் தற்காலிகமாக மற்றவர்களை அமைதியாக இருக்க வைக்கலாம், அவர்களது விமர்சனங்கள் மீண்டும் எழும், உங்களது செயல்கள் குறித்து ஆணையிட அவர்களை நீங்கள் அனுமதித்தால் முடிவில்லாத ஒரு சுழற்சியை அது உருவாக்கும். குறிப்பிட்ட சாதனையில் நாட்டம் கொள்வது வெளிப்புற நிர்பந்தத்தின் எதிர்வினையாக அன்றி, உங்களது உள் மனத்தின் குரலோடு ஒத்துப்போகிறதா என்பதை ஆராய்ந்து பாருங்கள். குறைந்த முக்கியத்துவம் மற்றும் பாதுகாப்பின்மை போன்ற உணர்வுகளிலிருந்து பொறாமை தோன்றுவதை உணர்ந்து கொள்ளுங்கள், அத்துடன் வெற்றி பெரும்பாலும் சூழ்நிலைகள் மற்றும் வாய்ப்புகளின் சேரக்கையினால் விளைகிறது என்பதைப் புரிந்து கொள்ளுங்கள். அனுகூலங்களைப் பெற்றிருக்கக்கூடிய மற்றவர்களுடன் உங்களை ஒப்பிட்டுப் பார்ப்பது பாதுகாப்பின்மையையும் பொறாமையையும் வளர்க்கும். அனைவரையும் சமமாக நடத்துவதும் அதிகாரம், செல்வாக்கு மற்றும் பணம் ஆகியவற்றால் மதிப்பு தீர்மானிக்கப்படுவதில்லை

என்பதை ஒப்புக்கொள்வதுமே பொறாமையைக் கடந்து, நாம் அனைவரும் சமம் என உணர்வதற்கு உதவும் என்பதை நினைவில் கொள்ளுங்கள்.

❖ ஒருவரை "பாதுகாப்பற்றவர்" என்று எப்போது சொல்ல முடியும்?

ஆதிக்கம் செலுத்தவும், கவனத்தைப் பெறவும், பொறாமையை வெளிப்படுத்தவும் முனைகின்ற பலர், பெரும்பாலும் மன உணர்வுகளைத் தூண்டும் உத்திகளையும் நேர்மையற்ற பாராட்டுகளையும் நாடுகிறார்கள். இந்த நடத்தை, அவர்களைச் சுற்றியுள்ளவர்களால் அவர்கள் விரும்பப்படாமல் போவதற்கு பெரும்பாலும் வழிவகுத்துவிடும். பாதுகாப்பின்மை என்ற உணர்வைப் போக்குவதற்கு அவர்களுக்கு உதவும் சில தீர்வுகள் இதோ:

1. முக்கியமற்றவராகக் கருதப்படுவோமோ என்ற பயம் மற்றும் பிறரது வெற்றியைக் கையாள்வதற்கு இயலாமை ஆகியவற்றில் இருந்தே அவர்களது இந்த நடத்தை உருவாகிறது என்பதைப் புரிந்து கொள்ளுங்கள். ஆத்திரப்படுவதை விட அவர்களிடம் அனுதாபம் காட்டுங்கள்.

2. சாதனைகள் பெரும்பாலும் வாய்ப்புகள் மற்றும் சூழ்நிலைகளின் விளைவு என்பதை அங்கீகரியுங்கள். அவர்களிடமும் இதே வசதி வாய்ப்புகள் இருந்தால், அவர்களும் வெற்றி பெற முடியும். இந்த உணர்தல், சாதனைகளைப் பொருட்படுத்தாமல் சமத்துவம் காண்பதை ஊக்குவிக்கிறது.

3. மனிதர்களை வாய்ப்புகள் மற்றும் கர்மவினைகள் மூலம் சோதித்துப் பார்க்கும் மேலான சக்தியின் (கடவுளின்) பார்வையில் அனைவரும் சமம் என்பதை ஒப்புக்கொள்ளுங்கள்.

4. சாதனையாளர்கள் கூட தங்களது வெற்றிக்குச் சாதகமான சூழ்நிலைகள் இருந்ததே ஓரளவு காரணம் என்பதையும், இதேபோன்ற வாய்ப்புகள் கிடைத்தால் மற்றவர்களும் சாதிக்க முடியும் என்பதையும் புரிந்து கொள்ள வேண்டும். இவ்விதம் சிந்திப்பது அடக்கத்தையும் பிறரைச் சமமாக நடத்துவதையும் வளர்க்கும்.

5. தியானம் மற்றும் சுவாசப் பயிற்சிகளை வழக்கமாக்கிக் கொள்வது, உடலையும் மனத்தையும் அமைதிப்படுத்துவதோடு, வாழ்க்கையின் சவால்களை ஏற்றுக்கொள்ளவும் எளிதாகச் செல்லவும் அவர்களுக்கு உதவுகிறது.

❖ பாதிப்பு குறித்த பயத்தை நீங்கள் சமாளிப்பது எப்படி?

நீங்கள் ஏதேனும் ஒன்றை எவ்வளவு அதிகமாகச் சிந்திக்கிறீர்களோ, அவ்வளவு அதிகமாக நீங்கள் பாதிக்கப்படுவீர்கள், இது உங்கள் நோய் எதிர்ப்பு சக்தியையும் தீர்வு காணும் திறனையும் பலவீனப்படுத்துகிறது. ஈர்ப்பு விதியானது உங்கள் அச்சங்களை விரைவாக வெளிப்படுத்தும். இதற்குச் சில தீர்வுகள் இதோ:

பாதிக்கப்படக்கூடும் என்று நீங்கள் உணர்ந்தால், அதற்கான நிபுணர்களின் உதவியை நாடுங்கள், அவர்களது ஆலோசனையின்படி உடனடியாகச் செயல்படுங்கள். தீர்வுகளைச் செயல்படுத்தும் போது, அந்த நேரத்தில் மட்டுமே அவற்றில் கவனம் செலுத்துங்கள்; இல்லையெனில், அந்த எண்ணங்களை விட்டுவிடுங்கள். அந்தப் பிரச்சனையை வெற்றி கொள்வதாகவும் மீண்டும் வலிமை பெறுவதாகவும் நீங்களே கற்பனை செய்து பாருங்கள், இது உடனடி நிவாரணத்தையும் நேர்மறையான ஆற்றலையும் வழங்குகிறது. இதுபோன்ற எண்ணங்களே பயத்தை உருவாக்குவதால், அவற்றைப் பற்றிச் சிந்தித்துக் கொண்டே இருப்பதைத் தவிர்க்கவும். கடைசியில்,

அவை மறைந்துவிடும். இந்த வழிமுறைகளைப் பின்பற்றுவது, பிரச்சனைக்குத் தீர்வு காண்பதைச் சாத்தியமாக்கும். இருப்பினும், அது நீடித்தால், அதை ஏற்றுக்கொண்டு முன்னேறிச் செல்லுங்கள். எந்த ஒரு சவாலையும் எளிதில் சமாளிக்க, ஏற்றுக்கொள்வது முக்கியமானது ஆகும்.

❖ ***ஏதாவது ஒரு செயலை எவ்வளவு அர்ப்பணிப்போடு நான் செய்தாலும் எப்பொழுதும் ஏதேனும் ஒரு தவறு ஏன் நிகழ்கிறது? மேலும் அதுபற்றி நான் உணரும் நேரத்தில் என்னால் எதுவும் செய்ய இயலவில்லை. என்னிடம் ஏதாவது பிரச்சனை இருக்கிறதா?***

கூர்மையான கவனம் மற்றும் அர்ப்பணிப்பு ஆகியவை வெவ்வேறு கருத்துக்கள்; ஒருவர் அர்ப்பணிப்புடன் இருந்தாலும் கூர்ந்த கவனம் இல்லாதவராக இருக்கலாம். கவனத்தைப் பராமரிப்பது மிக முக்கியம். நீங்கள் அடிக்கடி தவறுகளைச் செய்வதாகக் கருதினால், அது முந்தைய அனுபவங்களால் ஏற்பட்ட மனநிலையின் தாக்கமாக இருக்கக்கூடும். தவறு செய்துவிடுவோமோ என்ற பயம் இதுபோன்றவர்களை ஈர்க்கும். தவறுகளுக்கான மூல காரணத்தை நிதானமாகக் கண்டறிந்து உங்களது அணுகுமுறையை அதற்கேற்ப சரிசெய்து கொள்ளுங்கள். விளைவுகளைப் பற்றியே நினைத்துக் கொண்டிருக்காமல், செய்கின்ற பணியில் கவனத்தைச் செலுத்துங்கள். முடிவுகளைப் பொருட்படுத்தாமல், வருவதை ஏற்றுக்கொள்வது வெற்றிகரமான மனநிலையை வளர்க்கும்.

❖ ***எனக்கு ஏன் அதே கெட்ட விஷயங்கள் தொடர்ந்து நடக்கின்றன? ஏன் என்று எனக்குத் தெரியவில்லை, ஆனால் கடந்த 2 மாதங்களில், நான் எனது வீட்டில் மூன்று முறையும், எனது லிஃப்ட்டிலும், மொட்டை மாடியிலும் தலா ஒரு முறையும் சிக்கிக்கொண்டேன்.***

நான் இப்போது மிகவும் பயப்படுகிறேன். எனக்கு இவ்வாறு நிகழ்வதைத் தடுப்பது எப்படி?

நீங்கள் ஏதேனும் ஒன்றைப் பற்றி அதிகமாக நினைத்தாலும், அது நடக்கவில்லையே என்று கவலைப்பட்டாலும் அது நிகழ்வதற்கான வாய்ப்பு அதிகம். இதுதான் செயல் நடைபெறுவதற்கான ஈர்ப்பு விதி. நேர்மறையாக இருந்தாலும் சரி, எதிர்மறையாக இருந்தாலும் சரி, ஏதாவது ஒன்றில் தீவிர கவனம் செலுத்துவது அதனை நோக்கி உங்களை ஈர்க்கிறது, பெரும்பாலும் நீங்கள் அறியாமலேயே அதன் விளைவுக்கான வாய்ப்புகளையும் வழிமுறைகளையும் உருவாக்குகிறது. எதிர்மறை எண்ணங்களை முறியடிக்க, அவை எழும்போது அவை குறித்து மென்மேலும் நினைத்துக் கொண்டிருப்பதைத் தவிர்க்கவும், காலப்போக்கில் அவை மறைந்துவிடும். வெறுமனே எதைப் பற்றியோ கவலைப்படுவது எதிர்காலத்தில் அது நிகழ்வதைத் தடுத்துவிடாது, எனவே அதன் மீதே நினைப்பு நிலைத்திருப்பதை நிறுத்துவது நல்லது. நீங்கள் ஏதேனும் ஒன்றை தீவிரமாகச் சிந்திக்காதபோது, அது நிகழ்வதற்கான வாய்ப்புகள் குறைவு என்று ஆய்வு கூறுகிறது. உங்கள் மனம் அமைதியாக இருக்கும்போது, பிரச்சனை ஏற்கெனவே தீர்க்கப்பட்டு விட்டதாக கற்பனை செய்து பார்ப்பது, உடனடி நிவாரணத்துக்கும் தீர்வை நோக்கி முன்னேறுவதற்கும் வழிவகுக்கும். இதுபோன்ற பிரச்சனைகளைத் தீர்க்க, உங்களது எண்ணங்களில் அந்தப் பிரச்சனை விருப்பமின்றி ஊடுருவக் கூடாது. மாறாக, அதனைத் தீர்ப்பதற்கு குறிப்பிட்ட நேரத்தை ஒதுக்குங்கள், இது, அந்தப் பிரச்சனை பற்றி எப்போது சிந்திக்க வேண்டும் என்ற கட்டுப்பாட்டை உங்களுக்கு வழங்குகிறது. அந்தக் கட்டுப்பாட்டை நீங்கள் பெற்றவுடன், தேவையற்ற, எதிர்மறையான மற்றும் சீர்குலைக்கும் எண்ணங்களை எளிதாக விரட்டிவிடலாம்.

❖ என்னுடைய தன்னம்பிக்கையை எனது வகுப்புத் தோழன் (31) ஏன் அச்சுறுத்தலாகக் கருதுகிறான், அதை அழிக்க முயல்கிறான்?

உங்களது தன்னம்பிக்கையின் காரணமாக உங்கள் வகுப்புத் தோழர் பாதுகாப்பற்றவராகக் கருதலாம். இது, குறைந்த முக்கியத்துவம் என்ற பயம், எதிர்மறை எண்ணம், பொறாமை ஆகியவற்றுக்கு வழிவகுக்கிறது. அவர்கள் உங்களது தன்னம்பிக்கையைக் குறைத்து மதிப்பிட முயற்சி செய்யலாம். நினைவில் கொள்ளுங்கள் - உங்கள் மீதான கோபம் அவர்களை வழிநடத்தவில்லை; குறைவான முக்கியத்துவம் மற்றும் பற்றாக்குறை ஆகிய அவர்களது சொந்த அச்ச உணர்வே அவர்களை வழிநடத்துகிறது. உங்களது நிலைமையில் வேறு யாராவது இருந்தால், அவர்களும் இதேபோன்ற உபசரிப்பைத்தான் எதிர்கொள்ள நேரிட்டிருக்கும். கோபப்படுவதற்குப் பதிலாக, அவர்களது சூழ்நிலை குறித்து அனுதாபம் கொள்ளுங்கள். உங்களது வெற்றிக்கு அதற்கான வாய்ப்புகள், சூழ்நிலைகள் மற்றும் உயிரியல் (மரபுவழி) காரணிகளின் சேர்க்கையே காரணம் என்பதைப் புரிந்து கொள்ளுங்கள். மற்றவர்களுக்கும் இதேபோன்ற சாதகமான அம்சங்கள் இருந்தால், அவர்களும் வெற்றி பெறலாம். இந்தப் புரிதல், ஆணவத்தைத் தடுப்பதோடு, மற்றவர்களைக் குறைத்து மதிப்பிடுவதைத் தவிர்ப்பதற்கும் உதவுகிறது. அவர்களும் இதனை அங்கீகரித்து, பாதுகாப்பற்ற உணர்வுக்குப் பதிலாக தன்னம்பிக்கையை வளர்த்துக் கொள்ள ஊக்கப்படுத்துங்கள்.

மனக் கட்டுப்பாடு

❖ நாம் நேரடியாகத் தொடர்பு கொள்ளாத போதிலும்கூட, நமது எண்ணங்கள் மற்றவர்களைச் சென்றடைகின்றனவா?

இது ஈர்ப்பு விதி போன்றது. இது நேர்மறையான சூழ்நிலைகளில் வளர்கிறது. உதாரணமாக, நீங்கள் யாருடனாவது ஈர்க்கப்படும்போது அல்லது அவருடன் தொடர்புகொள்ள விரும்பும்போது, நீங்கள் இருவரும் அருகில் இருந்தால், நீங்கள் இயல்பாகவே எண்ணங்களைப் பரிமாறிக் கொள்ள வாய்ப்புகள் உண்டு. நீங்கள் ஒருவருக்கு உதவி செய்தால், அவர்களும் உங்களைக் குறித்து அதே உணர்வுகளைக் கொண்டிருந்தால், வலுவான இணைப்பு உருவாகிறது. தொடர்பு கொள்ளாவிட்டாலும்கூட, இரு தரப்பினரும் பரஸ்பரம் ஒருவர் குறித்து மற்றொருவர் அடிக்கடி சிந்திக்கிறார்கள்.

அதேபோல், தவறான புரிதல்கள் அல்லது ஈகோ காரணமாக, நெருங்கிய நண்பர்கள் அல்லது தனிநபர்கள் இடையே பிளவு ஏற்பட்டால், தொடர்பு உடைகிறது. அவர்கள் இணைவதற்கு விரும்பலாம், ஆனால் ஈகோ குறுக்கிடுவதால், ஒருவரை ஒருவர் பரஸ்பரம் நினைத்துப் பார்த்தாலும் செயலில் அது சாத்தியமாவதில்லை. ஈகோவை அகற்றிவிட்டு, நேர்மறையான உறவைக் கற்பனை செய்து பார்ப்பது நல்லிணக்கத்துக்கு வழிவகுக்கும். பரஸ்பரம் சிந்திக்கின்ற எண்ணங்கள் நீடித்தாலும், ஈகோவை விடாமல் பிடித்துக் கொண்டிருப்பது,

மீண்டும் இணைவதற்கு வழிவகுக்காது. சந்தேகங்கள் எழுந்து, இறுதியில் ஒருவரை ஒருவர் மறந்துவிடுவதற்கு வழிவகுக்கும்.

நீங்கள் யாரையாவது விரும்பி, அவர்கள் பதிலுக்கு எண்ணத்தைப் பரிமாறிக் கொள்வார்கள் என்று நம்பும்போது, ஈர்ப்பு விதி செயல்படத் தொடங்கலாம். பரஸ்பர கருத்துப் பரிமாற்றங்களையும் அடிக்கடி சந்திப்பதையும் கற்பனை செய்து பார்ப்பது, இணைப்புக்கான வாய்ப்புகளை வெளிக்கொண்டுவரும், ஆனால் இருவரும் ஒரே மாதிரியான ஆர்வங்களைப் பகிர்ந்து கொள்ளும்போது மட்டுமே அது செயல்படும். எதிர்மறையாக நினைத்துப் பார்ப்பதும், தீங்கு செய்ய விரும்புவதும், பலன்களைத் தராது.

❖ **மிகவும் குறைவாக மதிப்பிடப்படும் இன்பம் எது?**

உங்களுக்கு அதிகமான வசதிகள் இருக்கும்போதும், அவற்றை நீங்கள் அதிகமாக நம்பியிருக்கும்போதும், சில சமயங்களில் சார்ந்திருப்பவராக ஆகிவிடுகிறீர்கள். உதாரணமாக, இந்திய பாணி கழிப்பறையிலிருந்து ஐரோப்பிய பாணி கழிப்பறைக்கு மாறுதல் அல்லது மிதிவண்டியில் இருந்து மேம்பட்டு மோட்டார் சைக்கிளுக்கு மாறுதல் போன்றவை. இந்தச் சார்பானது வெறும் உடல் சார்ந்தது அல்ல. பெரிய வீடுகள், கார்கள் மற்றும் ஆடம்பர வசதிகளைக் கொண்டிருக்கும் மக்கள் உங்களைச் சூழ்ந்திருக்கும்போது, நீங்கள் அதையே பின்தொடர ஆசைப்படுவீர்கள். அடுத்தவர்கள் இதுபோன்ற வசதிகளை அனுபவிப்பதைப் பார்த்துவிட்டு, ஈகோ, சம மரியாதைக்கான ஆசை மற்றும் பாதுகாப்பின்மை உணர்வு ஆகியவற்றால் உந்தப்பட்டு, அந்த இன்பங்களைப் பலர் துரத்திச் செல்கின்றனர். இருப்பினும், அவற்றை அடைந்தவுடன், ஆரம்பத்தில் கிடைக்கும் மகிழ்ச்சி மறைந்துபோகிறது, அத்துடன் மனமானது அடுத்த ஆசையை அல்லது பிறரிடம் இருக்கும் உடைமைகளை

நாடுகிறது. இந்தச் சுழற்சி தொடர்வது, வாழ்நாள் முழுவதிலும் எதிர்பார்ப்புகளுக்கும் பதட்டத்துக்கும் வழிவகுக்கிறது.

இறுதியில், எல்லோரும் தங்குதடையற்ற மகிழ்ச்சியையும் மன அமைதியையும் தேடுகிறார்கள். சிலர், இதை வெளிப்புறத் தாக்கமின்றி சுயமாகவே விரும்பினாலும்கூட, காலப்போக்கில் அந்தக் கவர்ச்சி குறைகிறது. இந்த யதார்த்தத்தை ஏற்றுக் கொண்டவர்கள், நிறைவான வாழ்க்கையை நடத்துகிறார்கள். இருந்தபோதிலும் பலர், எளிமையையும் எளிய உணவு, தங்குமிடம், உடை மற்றும் குறைந்தபட்ச போக்குவரத்து போன்ற அடிப்படை வசதிகளுடன் வாழ்வதில் காணப்படும் மனநிறைவையும் கவனிக்கத் தவறுகிறார்கள். ஒரு காலத்தில் அதிக வருமானம் ஈட்டிய, தொழில்முறை நிபுணரான எனது நண்பர் ஒருவர், தனது சேமிப்புகளுக்குக் கிடைக்கும் வட்டித்தொகையைக் கொண்டு வாழ்வதற்கு, மதுரைக்கு அருகில் உள்ள ஒரு கிராமத்தில் குடியேறத் தீர்மானித்தார். சுமாரான வருமானத்தில், அவர் நிறைவான வாழ்க்கையை நடத்துகிறார், எழுதுகிறார் மற்றும் அவரது சமூகத்திற்கு உதவுகிறார். அவரது திருப்தியும் தங்குதடையற்ற மகிழ்ச்சியும் விலைமதிப்பற்றவை, அபரிமிதமான செல்வத்தின் கவர்ச்சியை விஞ்சியவை.

இந்த எளிய வாழ்க்கை, மனநிறைவின் இறுதி வடிவத்தை உள்ளடக்கியுள்ளது. இன்பம் அபரிமிதமாக நிரம்பியிருந்தாலும் பெரும்பாலும் அது குறைவாகவே மதிப்பிடப்படுகிறது.

❖ ஒருவரால் மனத்தை அலைபாயாமல் நிறுத்த முடியுமா?

எண்ணங்கள் நம் மனத்தின் உள்ளார்ந்த பகுதியாகும், அவற்றை முற்றிலுமாக நிறுத்துவது சாத்தியமில்லை. எண்ணங்கள் இல்லாமல் இருக்க முயற்சிப்பது கூட, ஓர் எண்ணம்தான். இருப்பினும், தூக்கம் அல்லது தியானம் போன்ற செயல்பாடுகள் மூலம் நாம் மனத்துக்கு ஓய்வு கொடுத்து, அதனை மிகவும் பயனுள்ளதாக ஆக்கலாம்.

தியானம் என்பது கண்களை மூடிக்கொண்டு அமைதியாக உட்கார்ந்திருப்பது மட்டுமே அல்ல; ஆழமான சிந்தனை வடிவத்தில் ஏதேனும் ஒன்றின் மீது முழு கவனம் செலுத்துவதும் அதில் அடங்கும். இதேபோல், பல்வேறு பணிகளில் மூழ்கி, அவற்றில் முழுமையாக ஈடுபாடு கொள்வதும் ஒரு தியான மனநிலையை உருவாக்கும். நமது மனத்தை பிஸியாகவும், ஒருமுகப்படுத்தியும் வைத்திருப்பது, எதிர்மறையான அல்லது தேவையற்ற எண்ணங்களின் பிடியில் நாம் சிக்குவதைத் தடுக்கும்.

பெரும்பாலானோர் தாங்கள் வருத்தப்படும்போது, விரும்பியோ விரும்பாமலோ தங்களை வேறொரு செயலில் திசைதிருப்புவதற்கான வழிகளை இயல்பாகவே கண்டுபிடிக்கின்றனர். இவ்வாறு தொடர்ந்து மனத்தை ஒன்றில் ஈடுபடுத்துவது, அதிகப்படியான சிந்தனை அல்லது எதிர்மறை எண்ணங்களை வளர்த்துக்கொண்டே போவது போன்ற பிரச்சனைகளைத் தவிர்க்க உதவுகிறது.

❖ எல்லா நேரங்களிலும் நமது மனத்துக்கு உண்மையிலேயே சக்தி இருக்கிறதா? அப்படியானால், எந்த ஒரு சூழ்நிலையையும் நாம் விரும்பும் வகையில் மாற்ற, நம் மனத்தைப் பயன்படுத்துவதைத் தடுப்பது எது?

உண்மையில், ஆழமான உணர்தலுக்குப் பின் நெறிமுறைக் கோட்பாடுகளைச் செயல்படுத்துவதற்கான உந்துதல் தூண்டப்படுவதை பலர் அனுபவிக்கின்றனர். இருப்பினும், புலன் இன்பங்களின் கவர்ச்சி, உடனடி திருப்தி மற்றும் எதிர்மறையான நபர்களின் தாக்கம் ஆகியவை இந்த முயற்சிகளைத் தடம்புரளச் செய்து, குறுகிய கால இன்பங்களை நோக்கி இழுத்துச் செல்லலாம்.

இந்தத் தற்காலிக இன்பங்கள் விரைந்து அகலக்கூடியவை, அத்துடன் இறுதியில் கர்ம வினை சார்ந்த விளைவுகளைக்

கருத்தில் கொள்ளும்போது, நீண்ட காலத்தில் மிகுந்த இடையூறுகளை ஏற்படுத்தவே பங்களிக்க முடியும் என்பதை உணர்வது முக்கியமாகும்.

நேர்மறை மற்றும் நெறிமுறை சார்ந்த உணர்தல்கள் எந்தச் சூழ்நிலையையும் மாற்றும் திறனைக் கொண்டுள்ளன, ஆனால் அவற்றின் செயல்பாட்டுக்கும் அதன் விளைவாகத் தோன்றும் நேர்மறையான பலன்களுக்கும் பொறுமையும் விடாமுயற்சியும் தேவை. இந்தப் பயணத்தில் பொறுமையையும், வருவதை ஏற்றுக்கொள்ளும் மனநிலையையும் வளர்ப்பது அவசியம்.

இருப்பினும், பொறுமையுடனும் ஏற்றுக்கொள்ளும் மனப்போக்குடனும் இந்தப் பாதையில் பயணிக்க நீங்கள் உறுதி கொண்ட பின்னர், நீங்கள் படிப்படியாக நிறைவான மற்றும் அழகான வாழ்க்கையை நடத்துகின்ற ஆற்றலைப் பெறுவீர்கள்.

❖ வேலை பார்க்கும் எண்ணத்தை மாற்றுவது எப்படி?

1. தோல்வி பயம் மற்றும் பிறரிடமிருந்து எழும் விமர்சனம் ஆகியவை, ஊழியர் என்ற மனநிலையில் இருந்து சுதந்திரமாகச் செயல்படும் ஒருவராக மாறுவதற்கு நாம் எடுக்கும் முயற்சிகளைத் தடுக்கலாம்.

2. நமது தற்போதைய சூழ்நிலையில் உள்ள வசதி நிலை (கம்ஃபர்ட் ஸோன்), மாற்றத்தை ஏற்பதில் இருந்தும், புதிய முயற்சிகளை நாடுவதில் இருந்தும் நம்மைத் தடுக்கலாம்.

3. பொறுப்பு அதிகரிப்பதற்கான வாய்ப்பு இருப்பது நம்மை அச்சுறுத்தி, முன்முயற்சிகளை எடுப்பதில் தயக்கம் கொள்ள வழிவகுக்கலாம்..

4. புதிய முயற்சிகளில் கிடைக்கும் வெற்றியைச் சுற்றியிருக்கும் எதிர்மறைகள் குறித்த பயம், அவற்றை நாடிச் செல்வதில் இருந்து நம்மைத் தடுக்கலாம்.

இந்த தடைகளைக் கடக்க:

★ தற்செயலாகக் கிடைக்கும் வாய்ப்புகளை, ஏற்றுக் கொள்வதற்கான வாய்ப்பு என்று கருதி ஏற்றுக்கொண்டு, புதிய முயற்சிகளில் முழுமூச்சாக ஈடுபட்டு, வெற்றி அடைவதற்கு அதிகபட்ச திறனைச் செலுத்துங்கள்.

★ புதிதாக ஒன்றைத் தொடங்குவதில் ஏற்படும் வசதிக் குறைவு (அசௌகரியம்), நமது தற்போதைய சூழ்நிலைகள் எவ்வாறு முன்பு ஏற்பட்டதோ அதைப் போலவே, இறுதியில் ஒரு புதிய வசதி நிலையாக உருவெடுக்கும் என்பதை உணருங்கள்.

★ நமது தற்போதைய முயற்சிகள் அல்லது எதிர்கால முயற்சிகள் என எதுவாக இருந்தாலும், மற்றவர்களின் விமர்சனம் தவிர்க்க முடியாதது என்பதைப் புரிந்து கொள்ளுங்கள். எதிர்மறை எண்ணங்களைப் புறக்கணிப்பதற்கும் நமது இலக்குகளில் கவனம் செலுத்துவதற்கும் கற்றுக்கொள்ளுங்கள்.

★ எதிர்மறையான கருத்துகளை வளர்த்துக்கொண்டே போவதற்குப் பதில் அவற்றை வெறுமையாக்குவதற்குப் பழகுங்கள், காலப்போக்கில் நமது மனத்தில் இருந்து அவை மறைவதற்கு அனுமதியுங்கள்.

★ வெளிப்புற நிர்பந்தங்கள் அல்லது மற்றவர்களின் வாழ்க்கை முறையால் திசைதிருப்பப்படுவதைத் தவிருங்கள். அதற்குப் பதிலாக நமது தனிப்பட்ட மதிப்பீடுகள் மற்றும் இலக்குகளுடன் எது ஒத்துப்போகிறது என்பதில் கவனம் செலுத்துங்கள்.

★ நமது தற்போதைய சூழ்நிலையின் ஸ்திரத்தன்மையை பராமரிக்கும் அதே வேளையில், சாத்தியமுள்ள புதிய முயற்சிகளுக்குத் திட்டமிட்டு தயார் செய்யுங்கள். எதிர்பாராத எந்தவொரு சவாலையும் சமாளிக்கப் பாதுகாப்பு வலையை உருவாக்குங்கள்.

★ அமைதியான மற்றும் கூர்ந்த கவனத்துடன் கூடிய மனநிலையுடன் புதிய முயற்சிகளுக்கான திட்டங்களை உருவாக்கிச் செயல்படுத்த நடவடிக்கை எடுங்கள். வெற்றியானது அடைந்துவிடக் கூடியதுதான் என்பதையும், தோல்வியானது நடைமுறையின் இயல்பான ஒரு பகுதிதான் என்பதையும் ஏற்றுக்கொள்ளுங்கள்.

நிறைவாக, நாம் விரும்புவதைப் பின்தொடர்ந்து செல்வதும், நமது உள்ளார்ந்த விருப்பங்களுக்கு ஏற்ப நமது செயல்பாடுகளைச் சீரமைப்பதும், வருத்தங்கள் இல்லாமல், நிறைவான மற்றும் திருப்திகரமான வாழ்க்கையை வாழ வழிவகுக்கும்.

❖ **மிகவும் தன்னம்பிக்கை உள்ள ஒருவரும் சூழ்ச்சி செய்வாரா?**

தன்னம்பிக்கையுள்ள மனிதர், கீழ்க்கண்ட மெய்யுணர்தல்களைக் கடைபிடிப்பதன் மூலம், சூழ்ச்சி செய்பவராக ஆவதைத் தவிர்க்க முடியும்.

1. ஒருவர் தன்னுடைய திறமை, கடின உழைப்பு, ஒழுக்கம் ஆகியவற்றில் நம்பிக்கை கொள்வது அவசியம். மாறிவரும் காலங்களுக்கு ஏற்ப அல்லது அமைப்பு முறைகளுக்கு ஏற்ப தன்னைச் சரிசெய்து கொள்வது முக்கியமானது. தங்களை யாரேனும் விஞ்சிச் சென்றால், அதனை அவர்கள் பெருந்தன்மையோடு ஏற்றுக்கொள்ள வேண்டும்.

2. தங்களுடைய வெற்றிக்கு சாதகமான சூழ்நிலைகள் மற்றும் வாய்ப்புகள் ஓரளவு காரணம் என்பதை ஒப்புக்கொள்வது, அடக்கத்தைப் பராமரிக்க உதவுகிறது. இதேபோன்ற சூழ்நிலைகளில் மற்றவர்களும் வெற்றியை அடைய முடியும் என்பதைப் புரிந்துகொள்வது, மனநிலையில் சமத்துவத்தை வளர்ப்பதோடு, மற்றவர்கள் சிறந்து விளங்கும்போது சூழ்ச்சி செய்வதைத் தடுக்கிறது.

❖ நான் நினைக்க விரும்பாத எண்ணங்கள் என் மனத்தில் வந்து கொண்டே இருக்கின்றன. எண்ணங்களை எவ்வாறு கட்டுப்படுத்துவது?

தொடர்ந்து எழுகின்ற எண்ணங்களைச் சமாளிக்க, அவை அவ்விதம் தோன்றுவது இயல்பானது என்றும் அவற்றைக் கண்டு அஞ்ச வேண்டியதில்லை என்பதையும் உணர வேண்டியது அவசியம். இவ்வித மனநிலையை ஏற்றுக்கொள்வது அதன் தீவிரத்தை குறைத்து இறுதியில் மறையச் செய்துவிடும்.

தேவையில்லாத எண்ணங்களை உணர்ந்துகொண்டு, அவை பற்றி தொடர்ந்து சிந்திப்பதைத் தவிர்க்கவும். மாறாக, அவை எப்போது எழுந்தாலும் அவற்றை எதிர்பாராத முறையில் முடிவுக்குக் கொண்டுவரவும். இவ்வாறு தொடர்ச்சியாகச் செய்வதன் மூலம் உரிய காலத்துக்குப் பிறகு அவை உங்கள் மனத்தில் இருந்து மறைந்துவிடும்.

தேர்ந்தெடுக்கப்பட்ட சில முக்கியமான எண்ணங்களுக்குத் தீர்வு காண்பதில் மட்டுமே கவனம் செலுத்துங்கள். தூக்கத்துக்குப் பிறகு அல்லது தியானத்துக்குப் பிறகு உங்கள் மனம் அமைதியாகவும் தொந்தரவுகள் செய்யாமலும் இருப்பதைப் போன்ற சூழ்நிலைகளின்போது, தீர்வுகளைப் பற்றி சிந்தியுங்கள். தீர்வுகளை முனைப்போடு திட்டமிட்டுச் செயல்படுத்துங்கள், தீர்வுக்கான செயல்பாட்டின் போது மட்டுமே அவை பற்றிய நினைப்புக்கு நேரம் ஒதுக்குங்கள்.

❖ தூக்கத்தில் இருந்து ஒரு நாள் எழுந்த உடன், சஞ்சலமற்ற, அமைதியான மனநிலையை நான் உணர்ந்தேன். விழிப்புடன் இருந்த நான் மிகுந்த கவனத்துடனும் தூய்மையாகவும் இருப்பதை உணர்ந்தேன். அந்த உணர்வு மிகவும் நன்றாக இருந்தது, சில விநாடிகளே நீடித்த அந்த உணர்வைத் திரும்பப் பெறுவது எப்படி என்பதை நான் கற்றுக்கொள்ள விரும்புகிறேன்,

அத்தகைய மனநிலையைப் பெறுவதை எப்படிக் கற்றுக்கொள்வது?

பெரிய பிரச்சனைகளுக்குத் தீர்வு கண்ட பிறகும், கவலைப்படுகின்ற மற்றும் புதிய பிரச்சனைகளைக் கண்டுபிடிக்கின்ற மனப்போக்கைச் சமாளிப்பதற்குத் தேவைப்படும், சமச்சீர் மனநிலையை வளர்த்துக்கொள்ள இவை அவசியம்:

1. நீங்கள் முக்கியமான ஒன்றைத் தீர்க்கும் போது அல்லது அடையும் போது அதிக உற்சாகம் அடைவதைத் தவிர்க்கவும். அமைதி மற்றும் சமநிலை உணர்வைப் பேணுங்கள்.

2. படுக்கைக்குச் செல்வதற்கு முன், அன்றைய நிகழ்வுகளைப் பற்றி சிந்தித்து, அனைத்து நேர்மறை நிகழ்வுகளுக்கும் நன்றியைத் தெரிவிக்கவும். இது உங்கள் கவனத்தை நன்றியுணர்வு மற்றும் மனநிறைவை நோக்கி மாற்ற உதவுகிறது.

3. எதிர்மறை எண்ணங்கள் தொடர்ந்தால், உங்கள் கண்களை மூடிக்கொண்டு, அவை சிரமமின்றித் தீர்க்கப்படுவதாகக் கற்பனை செய்து பாருங்கள். உங்கள் கவலைகள் அனைத்தும் தீர்க்கப்படும் சூழ்நிலையைக் கற்பனை செய்யுங்கள், அதைத் தெளிவாக நினைத்துப் பாருங்கள்.

சவால்கள் மற்றும் நிச்சயமற்ற சூழ்நிலைகளுக்கு மத்தியிலும், இந்த வழிமுறைகளைத் தவறாமல் பயிற்சி செய்வதன் மூலம், உங்கள் மனத்தை ஒருமுகப்படுத்துவதற்கும், அமைதி மற்றும் உற்சாகமாக இருப்பதற்கும் பழக்குகிறீர்கள்.

❖ *நம் மனத்தில் எண்ணங்கள் ஏதும் இல்லாதபோது நமக்கு என்ன நடக்கும்? மனிதர்கள் என்ற விதத்தில் அதை நாம் எவ்விதம் பொருட்படுத்த வேண்டும்? மேலும்,*

அதற்கு நாம் எவ்விதம் எதிர்வினை ஆற்ற வேண்டும் அல்லது அதை நோக்கிச் செயல்பட வேண்டும்?

தற்போதைய தருணத்தை ஏற்றுக்கொள்வது மனத்தின் ஏற்ற இறக்கங்களை நிர்வகிப்பதற்கு முக்கியமானது:

1. ஆழ்ந்த உறக்கத்தில் அல்லது தியானத்தில் இருக்கும் போது, எண்ணங்கள் நிறுத்தப்படலாம், ஆனால் அதை விழிப்பு நிலையில் அடையாளம் காண முயற்சிக்கும் மனநிலையும் ஒரு சிந்தனையே. அதிகப்படியாக ஆராய்ந்து பார்ப்பதற்குப் பதிலாக, எண்ணங்கள் இல்லாததை அப்படியே அனுபவிக்கவும்.

2. மனதானது, மகிழ்ச்சியான தருணங்களிலும்கூட கவலைகளை உருவாக்கும் தன்மை கொண்டது. இதை எதிர்கொள்ள, தற்போதைய தருணத்தில் மட்டும் கவனம் செலுத்துங்கள். மேலும், கடந்தகால அல்லது எதிர்காலக் கவலைகளை நினைத்துப் பார்த்துக் கொண்டிருப்பதைத் தவிருங்கள்.

3. மனத்தின் இயல்பை ஏற்றுக்கொள்வது மிகவும் முக்கியமானது. தேவையற்ற எண்ணங்கள் எழுந்தால், அவை பற்றி எதுவும் தீர்மானிக்காமல் அப்படியே அவற்றை ஏற்றுக்கொள்ளுங்கள், அவை படிப்படியாகக் கலைந்து சென்றுவிடும்.

4. தியானத்தின் மூலம் கவனத்தை வளர்ப்பது, நிகழ்காலத்தில் இருக்கும் திறனை மேம்படுத்துவதோடு தேவையற்ற எண்ணங்களைக் குறைக்கும். தியானப் பயிற்சிகளைத் தொடர்ந்து மேற்கொள்வது, உங்கள் கவனத்தை நிலைநிறுத்தும் திறனையும் மனத் தெளிவையும் பலப்படுத்துகிறது.

❖ உளவியல் ஆற்றல் என்றால் என்ன, அதை நிரப்புவது அல்லது இழப்பது என்றால் என்ன?

கீழ்க்கண்ட உதாரணங்கள், நமது அனுபவங்களையும் விளைவுகளையும் வடிவமைப்பதில் உளவியல் ஆற்றலுக்கு உள்ள சக்தியை எடுத்துக்காட்டுகின்றன:

1. *கோவிட் சமயத்தில் பயத்தை நிர்வகித்தல்*: கோவிட் தொற்றுநோய் சமயத்தில், சுவாசம் சார்ந்த கிரியைகளையும் (மூச்சுப் பயிற்சிகளையும்) தியானத்தையும் தொடர்ந்து பயிற்சி செய்தது, நுரையீரலை பலப்படுத்துவதற்கும் பயத்தைப் போக்குவதற்கும் உதவியது. தியானத்தின் வழியாக, பயம் சார்ந்த எண்ணங்களை வெறுமையாக்குவதன் மூலம், உளவியல் ஆற்றல் மேம்படுத்தப்பட்டது, இது கோவிட் வைரஸுக்கு எதிரான நம்பிக்கைக்கும் மீண்டெழும் திறனுக்கும் வழிவகுத்தது.

2. *பிரார்த்தனைகளை நிறைவேற்றுதல்*: உறுதியான நம்பிக்கையுடனும் நேர்மறையான எண்ணங்களுடனும் ஒரு கோவிலுக்குத் தொடர்ச்சியாகச் சென்று வழிபடுவதன் மூலம், 7 வார காலத்தில் பிரார்த்தனைகள் நிறைவேறியுள்ளன. இங்கே, நம்பிக்கை மற்றும் நேர்மறைச் சிந்தனை மூலம் உருவாக்கப்பட்ட உளவியல் ஆற்றல், விரும்பிய பலன்கள் கிடைப்பதற்குப் பங்களித்துள்ளது.

3. *நிவாரணத்துக்காகக் கற்பனை செய்தல்*: கவலைகளுக்குத் தீர்வு காண்பதுபோல் கற்பனை செய்வது உடனடி நிவாரணத்தைத் தருவதோடு, வாழ்க்கையின் இதர அம்சங்களில். கவனம் செலுத்தவும் வழிவகுக்கிறது. இத்தகைய பழக்கம், பதட்டத்தைத் தணிப்பதற்கும், மனத்தெளிவைப் பேணுவதற்கும் உளவியல் ஆற்றலை எவ்வாறு பயன்படுத்த முடியும் என்பதை நிரூபிக்கிறது

4. *ஈர்ப்பு விதி*: கற்பனை செய்யும் ஆற்றலைப் பயன்படுத்தி, மனிதர்கள் தங்களது இலக்குகளை ஏற்கெனவே அடைந்துவிட்டதாகக் கற்பனை செய்வதன் மூலம், தங்களது விருப்பங்கள் உண்மையாகவே கைகூடுவதைக் காணலாம். விரும்புகின்ற பலன்களைத் தொடர்ந்து கற்பனை செய்து பார்ப்பதன் மூலம், வெற்றிக்குத் தேவையான வாய்ப்புகளையும் வளங்களையும் உளவியல் ஆற்றல் ஈர்க்கிறது.

மேற்கண்ட ஒவ்வோர் உதாரணத்திலும், மனிதர்களின் அனுபவங்களை வடிவமைப்பதிலும், விளைவுகளை உருவாக்குவதிலும் உளவியல் ஆற்றல் முக்கியப் பங்காற்றியுள்ளது. இது, விரும்பிய பலன்களை அடைவதற்கு, நேர்மறையான சிந்தனை மற்றும் நம்பிக்கைக்கு உள்ள முக்கியத்துவத்தை எடுத்துக்காட்டுகிறது.

❖ சுய உதவி நூல்களில் நான் படித்த விஷயங்களை ஏன் என்னால் செயல்படுத்த முடியவில்லை?

1. நல்லது மற்றும் கெட்டது பற்றிய விழிப்புணர்வு: சுய உதவி நூல்களைப் படிக்கும் அவசியம் இல்லாமலேயே, நல்ல நடத்தை எது, கெட்ட நடத்தை எது என்பதைப் பலரும் அறிந்திருக்கிறார்கள். இருப்பினும், இந்த அறிவைத் தொடர்ந்து செயல்படுத்துவதில்தான் சவால் உள்ளது

2. தற்காலிக இன்பங்கள் எதிராக நிரந்தர மகிழ்ச்சி: பொறுமையும் விடாமுயற்சியும் தேவைப்படுகின்ற நீண்ட கால மகிழ்ச்சியை நாடுவதற்குப் பதிலாக, பெரும்பாலும் தற்காலிக இன்பங்களுக்கே மனிதர்கள் முன்னுரிமை அளிக்கின்றனர். இந்தப் போக்கானது, சுய உதவி நூல்களில் குறிப்பிடப்பட்டுள்ள கொள்கைகளை பின்பற்றுவதில் தயக்கத்தை ஏற்படுத்துகிறது.

3. ஆழமான உணர்தல் அவசியம்: நல்ல கோட்பாடுகளைப் பின்பற்றுவதற்கு, அவற்றின் முக்கியத்துவத்தையும் அவற்றால்

கிடைக்கும் நன்மைகளையும் ஆழமாக உணர்ந்து கொள்வது அவசியம். இந்த உணர்தல், பெரும்பாலும் அமைதியான மனத்தால் ஏற்படுகிறது, அமைதியான மனமானது தியானம் போன்ற பயிற்சிகளால் வளர்க்கப்படுகிறது.

4. அமைதியான மனத்தின் முக்கியத்துவம்: நல்ல நடைமுறைகளைப் புரிந்துகொள்வதற்கும் தொடர்ந்து செயல்படுத்துவதற்கும் அமைதியான மனத்தை வளர்ப்பது அவசியம். இந்த அமைதி இல்லாவிடில், செயல்களுக்கான விளைவுகளை அடைவதும், விஷயங்களை அறிந்து கொண்டு தேர்ந்தெடுப்பதும் சவாலாகிவிடும்.

இதன் சாராம்சம் என்னவென்றால், நல்லது எது கெட்டது எது என்பதை மக்கள் அறிந்திருந்தாலும், இந்த அறிவைத் தொடர்ந்து செயல்படுத்துவதில் சவால் உள்ளது. இந்த அறிவைச் செயல்படுத்துவதற்கு, பொறுமை, ஆழ்ந்து உணர்தல் மற்றும் தியானம் போன்ற பயிற்சிகளின் மூலம் வளர்க்கப்பட்ட அமைதியான மனம் ஆகியவை தேவை.

❖ *அசைவ உணவு உண்பது தவறானதா – இது, அறநெறி ரீதியிலா அல்லது அறிவியல் ரீதியிலா?*

சைவ உணவு உண்பவராக மாறுவதற்கு நீங்கள் நினைப்பது அறநெறி சார்ந்தது, மேலும் காருண்யத்தில் வேரூன்றியது.

1. உண்பது சார்ந்த கர்மவினை: இறைச்சியை உட்கொள்வது, பிற உயிரினங்களின் வலியிலும் துன்பங்களிலும் தனக்குப் பயன் கிடைப்பதை உள்ளடக்கி இருப்பதால், அது கர்மவினையை உருவாக்குகிறது என்பதை நீங்கள் உணர்ந்து கொண்டுள்ளீர்கள். விலங்குகளின் துன்பத்தின் மீது பச்சாதாபம் கொண்டு, அவற்றுக்கு வலி ஏற்படுத்துவதில் இருந்து விலகி இருப்பதை நீங்கள் தேர்ந்தெடுத்துள்ளீர்கள்.

2. *வலியை ஒப்பிடுதல்*: விலங்குகளின் இடத்தில் நீங்கள் இருப்பதாகக் கற்பனை செய்துகொண்டு, அவற்றுக்கு

ஏற்படும் துன்பத்தைப் புரிந்துகொள்வதன் மூலம் அவற்றின் மீது நீங்கள் காருண்யம் கொள்கிறீர்கள்.

இந்தக் கண்டோட்டம், இறைச்சியை உட்கொள்வதை அறநெறி சார்ந்து மறுபரிசீலனை செய்ய உங்களுக்கு வழிவகுத்துள்ளது.

3. *விவாதங்களுக்குப் பதிலுரைக்கப்பட்டன*: தற்செயலாக பூச்சிகள் அல்லது தாவரங்களைக் கொல்வதும் அவற்றுக்கு வலியை ஏற்படுத்துமே என்பது போன்ற, சைவ உணவுப் பழக்கத்துக்கு எதிராகப் பொதுவாக வைக்கப்படும் வாதங்களுக்கு நீங்கள் பதிலுரைத்துள்ளீர்கள். அதுபோன்ற கருத்துக்களை ஒப்புக்கொள்ளும் அதேவேளையில், அறிந்துகொண்டே துன்பத்துக்குக் காரணமாக இருப்பதால் ஏற்படும் உணர்வுப்பூர்வமான தாக்கத்தின் மீது நீங்கள் கவனம் செலுத்தியுள்ளீர்கள்.

4. *அறிவியல் நன்மைகள்*: அறநெறி சார்ந்த காரணங்களோடு கூட, சைவ உணவுப் பழக்கத்தால் கிடைக்கும் எளிதான செரிமானம் மற்றும் உடல்ரீதியாக இலகுவாக உணர்தல் போன்ற ஆரோக்கியப் பலன்களையும் நீங்கள் தெரிந்துகொண்டுள்ளீர்கள்.

ஒட்டுமொத்தமாகப் பார்த்தால், சைவ உணவு உண்பவராக மாறுவதற்கான உங்கள் முடிவு- அறநெறி, ஜீவகாருண்யம் மற்றும் உடல்நலம் தொடர்பான காரணிகள் சார்ந்த ஆழமான பரிசீலனையைப் பிரதிபலிக்கிறது

❖ **எனது ஆழ் மனத்தின் ஆற்றலை எவ்வாறு வளர்த்துக் கொள்வது?**

உணர்வு மனம் (கான்சியஸ் மைண்ட்) ஒரு பணி அல்லது இலக்கில் கவனம் செலுத்தும் போது, ஆழ் மனத்தில் (சப்கான்சியஸ் மைண்ட்) சேமிக்கப்பட்டுள்ள பயிற்சியும் அறிவும் வலிமையைச் சேர்க்கிறது, இது மிகவும் சக்தி வாய்ந்த

விளைவை ஏற்படுத்துகிறது. இருப்பினும், உணர்வு மனமானது பிற எண்ணங்களால் திசைதிருப்பப்படாமலோ அல்லது குழப்பமடையாமலோ இருக்கும்போது மட்டுமே ஆழ் மனம் திறம்படச் செயல்படுகிறது.

உதாரணமாக, வாகனம் ஓட்டும்போது, உங்கள் உணர்வு மனம் பல்வேறுஎண்ணங்களால்ஆக்கிரமிக்கப்பட்டிருந்தாலும்,உங்களுடைய ஆழ் மனம் சரியான இடத்தை நோக்கி உங்களை வழிநடத்துகிறது. கவனச்சிதறல்கள் இருந்தபோதிலும், எடுத்துக்கொண்டுள்ள பணியில் கவனம் செலுத்துவதை இது நினைவூட்டுகிறது

தொடக்கத்தில் நமது குறிக்கோள்களும் விருப்பங்களும் ஆழ் மனத்தில் சேமிக்கப்படுகின்றன, ஆனால் உணர்வு மனத்தில் ஏற்படும் கவனச்சிதறல்கள் நமது முன்னுரிமைகளை மாற்றலாம், இது இலக்குகளைத் தொடர்வதில் காட்டுகின்ற வீரியத்தை இழக்க வழிவகுக்கும்.

ஆழ் மனம் நமது உள்ளார்ந்த யதார்த்தமாக இருந்தாலும், அதன் செயல்திறன், உணர்வு மனத்தின் கூர்ந்த கவனத்தைப் பொறுத்து அமைகிறது. ஆழ் மனத்தின் ஆற்றலைப் பயன்படுத்த, உணர்வு மனத்தில் கூர்ந்த கவனத்தையும் தெளிவையும் பராமரிப்பது மிக முக்கியம்.

❖ **சலிப்பு ஏற்படுவது, மனத்தின் படைப்பாற்றலுக்கு நல்லதா?**

எந்தவொரு செயலிலும் அல்லது யாருடனும் அதிக நேரம் செலவிடுவது சலிப்பை ஏற்படுத்தும். மிகவும் சுவாரஸ்யமான விஷயங்கள் அல்லது மனிதர்களும் கூட அதிகப்படியாகத் தெரியவரும்போது அலுப்புத் தட்டும். "அளவுக்கு விஞ்சினால் அமிர்தமும் நஞ்சு" என்றொரு தமிழ்ப் பழமொழி உண்டு.

சலிப்பைத் தவிர்க்க, வெவ்வேறு செயல்பாடுகளுக்கும் மனிதர்களுக்கும் இடையே உங்கள் நேரத்தைச் சமநிலைப்படுத்துவது முக்கியம். உங்கள் வரம்புகளை

அறிந்துகொண்டு, அதிகப்படியாக உணரும்போது வேறு விஷயம் ஒன்றில் கவனத்தைத் திருப்ப வேண்டும். ஓய்வு எடுத்துக்கொண்டு, பின்னர் மீண்டும் அதே செயல்பாட்டுக்குத் திரும்புவது, அதனை மிகவும் சுவாரஸ்யமானதாக ஆக்கும். ஆக்கப்பூர்வமாக இருப்பதற்கு அமைதியான மனம் தேவை, எனவே சலிப்பைத் தவிர்ப்பது முக்கியம். அர்த்தமுள்ள செயல்களில் ஈடுபடும் வகையில் உங்களது நாளையும் வாழ்க்கையையும் திட்டமிடுங்கள். திரும்பத் திரும்ப அதே பணிகள் அல்லது செயல்பாடுகளை மேற்கொள்வதைத் தவிர்ப்பதன் மூலம் சலிப்பைத் தவிர்க்கவும்.

❖ **உணர்ச்சிகளை வளர்த்துக்கொண்டே செல்வதை விட கவனச்சிதறல் சிறந்ததா?**

உணர்ச்சிகள் எண்ணங்களைத் தூண்டுகின்றன, ஆனால் அவற்றை மிக அதிகமாக வளர்த்துக்கொண்டு போகாமல் இருப்பது முக்கியம். நேர்மறையானதோ அல்லது எதிர்மறையானதோ உணர்ச்சிகளில் நீடிப்பது அவற்றோடு தொடர்புடைய எதிர்மறை எண்ணங்களுக்கே வழிவகுக்கும். உணர்ச்சிகளில் சிக்கிக் கொள்வதை விட, தேவையான பணிகளில் கவனம் செலுத்தி, உரிய நடவடிக்கை எடுங்கள்.

நீங்கள் உணர்ச்சிகரமான எண்ணங்களில் சிக்கியிருப்பதைக் கண்டறிந்தால், அவை உங்களை ஆட்கொள்ள அனுமதிக்காதீர்கள். இதுபோன்ற எண்ணங்கள் இருப்பது இயல்பானதுதான் என்றாலும், அதையே நினைத்துக் கொண்டிருப்பது நிச்சயமற்ற தன்மைக்கும் சந்தேகத்திற்கும் வழிவகுக்கும். இதர முக்கியமான பணிகளை நோக்கி உங்களை நீங்களே திசைதிருப்புங்கள், இதுபோன்ற உணர்ச்சிகரமான எண்ணங்களில் அதிக கவனம் செலுத்தாமல் இருப்பதன் மூலம், அவற்றை எதிர்பாராத வகையில் முடிவுக்குக் கொண்டு வாருங்கள். ஆக்கப்பூர்வமாகவும் மனதளவில் தெளிவாகவும் இருக்க உங்கள் கவனத்தை வேறொரு விஷயத்தில் திருப்பவும்.

❖ உங்களது ஆழ் மனத்தை மாற்றுவதற்கு பயனுள்ள வழி உள்ளதா?

உணர்வு மனம் மற்றும் ஆழ் மனத்தின் பாத்திரங்களைப் புரிந்துகொள்வது அவற்றைத் திறம்பட பயன்படுத்துவதற்கு முக்கியமானதாகும். உங்கள் மனத்தை ஒரு பெட்டியாக கற்பனை செய்து கொள்ளுங்கள், அங்குதான் நீங்கள் கற்றுக் கொள்ளும் அல்லது அனுபவிக்கும் அனைத்து விஷயங்களும் பழங்கள் சேமிக்கப்படுவதைப் போல சேமிக்கப்படுகின்றன. உதாரணமாக, நீங்கள் ஐந்து பழங்களைப் பெற்று அவற்றை பெட்டியில் சேமித்து வைத்தால், அவை உங்களது அறிவை அல்லது அனுபவத்தை பிரதிபலிக்கின்றன. எப்போது இந்தத் தகவலை நீங்கள் மீட்டெடுக்க வேண்டும் என்று விரும்புகிறீர்களோ அப்போது உங்கள் உணர்வு மனம் அதற்கு முக்கியப் பங்காற்றுகிறது. இருப்பினும், இந்த அறிவை மீட்டெடுக்க முயற்சிக்கும்போது உங்களது உணர்வு மனத்துக்கு கவனச்சிதறல் ஏற்பட்டால், நீங்கள் செய்ய வேண்டிய செயலுக்குப் பதிலாக வேறு எதையோ செய்ய நேரிடலாம்.

சில சமயங்களில், உங்கள் உணர்வு மனத்துக்கு கவனச்சிதறல் ஏற்பட்டிருந்தாலும்கூட, சேமிக்கப்பட்ட அந்தத் தகவலை மீட்டெடுப்பது அவசியமாகிறது, அந்தத் தகவலின் முக்கியத்துவத்தை நீங்கள் நினைவுகூர்வதற்காக உங்களது ஆழ் மனம் அடியெடுத்து வைக்கிறது. இருப்பினும், அந்தத் தகவலைத் திறம்பட மீட்டெடுப்பதற்கு ஒருமுகப்படுத்தப்பட்ட உணர்வு மனம் தேவைப்படுகிறது. உங்கள் உணர்வு மனமானது, ஓரளவு மட்டுமே கவனம் செலுத்தினால், சேமிக்கப்பட்ட அறிவை உங்களால் முழுமையாகப் பயன்படுத்த முடியாமல் போகலாம், இது திறமையின்மையை விளைவிக்கிறது.

எனவே, ஆழ் மனத்தில் சேமிக்கப்பட்ட அறிவைத் திறம்படப் பயன்படுத்துவதற்கு, உங்களது உணர்வு மனமானது எடுத்துக்கொண்டுள்ள பணியில் கவனம் செலுத்துவதை உறுதி

செய்வது மிக அவசியம். கூர்ந்து கவனிப்பதைப் பராமரிப்பதன் மூலம், நீங்கள் உங்களது உணர்வு மனம், ஆழ் மனம் ஆகிய இரண்டின் செயல்திறனையும் அதிகரிக்கலாம்.

❖ **மனநிலை என்றால் என்ன, ஒரு நல்ல மனநிலையை நான் எவ்வாறு உருவாக்குவது?**

1. தற்போதைய தருணத்தில் கூர்ந்த கவனம் செலுத்துங்கள், நீங்கள் என்ன செய்கிறீர்கள் என்பதில் முழுமூச்சுடன் ஈடுபட உங்களைக் கட்டாயப்படுத்துங்கள்.

2. நேர்மறையான அல்லது எதிர்மறையான எந்த எண்ணங்களிலும் நீடிப்பதைத் தவிர்க்கவும். மாறாக, தேவைப்படும் காலத்துக்கு அவற்றைப் பற்றிச் சிந்தித்து, அதன் பின்னர் நடவடிக்கை எடுக்கவும். எதிர்மறை எண்ணங்களை உடனடியாக வெறுமையாக்க வேண்டும்.

3. உங்கள் பணிகள் அல்லது இலக்குகளில் உண்மையான முயற்சியை மேற்கொள்ளுங்கள். பெரும்பாலான நேரங்களில், அவை நிறைவேறிவிடும், அப்படி நடக்கவில்லை என்றால், ஏற்றுக்கொள்வதற்குப் பழகுங்கள்.

4. மனஅழுத்தம் ஏற்படும்போது, அந்தப் பிரச்சனைக்குத் தீர்வு கண்டுவிட்டதாகக் கற்பனை செய்து பார்ப்பது, உடனடியாக மனஅழுத்தத்தைக் குறைப்பதற்கும், முக்கியமான பணிகளில் மீண்டும் கவனம் செலுத்துவதற்கும் வழிவகுக்கும்.

5. உறவுகள், வெற்றிகள் மற்றும் தோல்விகள் உட்பட வாழ்க்கையில் உள்ள அனைத்தும் தற்காலிகமானவை என்பதை உணருங்கள். உங்களது கடமைகளை நிறைவேற்றுவதோடு, பதிலுக்கு எதையும் எதிர்பார்க்காமல் அன்பை உண்மையாக வெளிப்படுத்துங்கள்.

6. உறவுகள் மற்றும் தொடர்புகள் பெரும்பாலும் பரஸ்பர பரிமாற்றங்கள் என்பதைப் புரிந்து கொள்ளுங்கள்.

மற்றவர்களின் தேவைகளைப் பூர்த்தி செய்வது நேர்மறையான இணைப்புகளுக்கு வழிவகுக்கும், ஆயினும் பதிலுக்கு அதையே எதிர்பார்க்க வேண்டாம். திட்டமிட்டபடி செயல்கள் நடைபெறவில்லை என்றால், அவற்றை அப்படியே ஏற்றுக்கொள்வது முக்கியமாகும்.

7. சொந்த வெற்றிகள் குறித்து அதிகப்படியாகக் கொண்டாடுவதைத் தவிர்க்கவும், ஏனெனில் மற்றவர்களும் அதே வெற்றியை அடைய முடியும். பிறரது அந்தஸ்தைப் பொருட்படுத்தாமல் அனைவரையும் சமமாக நடத்துவது, பாதுகாப்பின்மை மற்றும் பொறாமையைக் கடக்க உதவும்.
8. உணவு, பார்க்கும் திறன் மற்றும் கேட்கும் திறன் போன்ற அடிப்படைத் தேவைகள், நமது வாழ்க்கையில் நேர்மறை அம்சங்களாக இருப்பதற்கு நன்றியுணர்வைக் கடைப்பிடிக்கவும். பெரும்பாலான அனுபவங்கள் நேர்மறையானவை என்பதை உணர்வதும், பாராட்டும் மனநிலையை வளர்த்துக் கொள்வதும், நீடித்த அமைதி மற்றும் மகிழ்ச்சிக்கு வழிவகுக்கும்.

❖ ***"மற்றவர்கள் உங்களைப் பற்றி என்ன நினைக்கிறார்கள் என்று கருதுவது உங்கள் வேலை அல்ல" என்ற கருத்து/மனப்பான்மை, மற்றவர்கள் உங்களைப் பற்றி என்ன நினைக்கிறார்கள் என்பதைப் பொருட்படுத்தாமல் இருப்பதில் இருந்து மாறுபட்டதா? (அப்படியானால், எப்படி)***

உங்களைப் பற்றிய ஒருவரின் எதிர்மறையான கருத்தை மாற்ற முயற்சிப்பது முடிவில்லாத சுழற்சியாக இருக்கலாம். ஏனெனில் பெரும்பாலும் இது, பல நபர்களைச் சமாதானப்படுத்தி ஒப்புக்கொள்ளச் செய்வதோடும் வெளிப்புறத் தாக்கங்களைக் கையாளுவதோடும் தொடர்புடையது. மற்றவர்களின் கருத்துகளுக்கு எதிர்வினையாற்றுவது உங்கள் மீது அவர்கள்

ஆதிக்கம் செலுத்துவதற்கும், கவனச்சிதறல்களுக்கும் வழிவகுக்கிறது.

உங்கள் மீதான மக்களின் கருத்துகள் மீது, தொடர்புகள், கண்ணோட்டங்கள், பொய்கள் மற்றும் தனிப்பட்ட உறவுகள் போன்ற பல்வேறு காரணிகள் செல்வாக்குச் செலுத்துகின்றன. இவை, நிலையான அல்லது உண்மையான மதிப்பீடுகளை எதிர்பார்ப்பதை நம்பமுடியாததாக ஆக்குகின்றன.

மற்றவர்களிடம் இருந்து தொடர்ச்சியான பாராட்டுதல்களை எதிர்பார்ப்பதற்கு மாறாக, பதிலுக்கு எதையும் எதிர்பாராமல் நல்ல செயல்களைச் செய்வதில் கவனம் செலுத்துங்கள். நேர்மறையான பின்னூட்டங்களை (கருத்துகளை) பாராட்டுவதோடு, எதிர்மறைகளை எதிர்கொள்ளும்போது அமைதியாக இருப்பதன் மூலம், மனிதத் தொடர்புகளில் உள்ள சிக்கல்கள் மீது பச்சாதாபம் கொள்கிறீர்கள்.

எதிர்வினையாற்றாமல் இருப்பதற்கும் பணிவுடன் இருப்பதற்கும், மேலான ஒரு சக்தியுடனான தொடர்பை வளர்த்துக் கொண்டு, அறநெறி சார்ந்த நடத்தையைப் பராமரிக்க முயலுங்கள். அவ்வாறு செய்வதன் மூலம், நீங்கள் மற்றவர்களின் கருத்துகளிலிருந்து விலகி, உண்மையாக வாழ்வதில் கவனம் செலுத்துகிறீர்கள்.

❖ கடினமான போரில் பொறுமை எதனால் வெற்றி பெறுகிறது?

சமீபத்திய டி.20 போட்டியில், ஓர் அணி 300 ரன்களை எடுத்திருப்பது, 50 ஓவர்கள் மற்றும் டெஸ்ட் போன்ற நீண்ட வடிவங்களிலான போட்டிகளிலும் அதிகபட்ச ஸ்கோர்கள் குறித்த எதிர்பார்ப்புகளைத் தூண்டியுள்ளது. இருப்பினும், அதிகபட்ச ஸ்கோர்களுக்கான சாத்தியம் இருந்தாலும், அணிகள் பெரும்பாலும் இந்த வடிவங்களிலான போட்டிகளில் சராசரியாக 300 ரன்களே எடுத்துள்ளன.

ரஹானே போன்ற வீரர்கள் தங்கள் மனநிலையையும், போட்டியின் நிலைமைக்கேற்ற அணுகுமுறையையும் சரிசெய்துகொண்டு, தங்களது அனுசரிக்கும் திறனை வெளிப்படுத்துகிறார்கள். டி20 போட்டிகளில், ஆக்ரோஷமான பேட்டிங்குக்கான தேவை இருப்பது, ரஹானே அதிக ஸ்கோர் விகிதத்தை வெளிப்படுத்த வழிவகுத்துள்ளது. இதற்கு மாறாக, டெஸ்ட் போட்டிகளில் பேட்ஸ்மேன்கள் கடுமையான பந்துவீச்சுத் தாக்குதல்களை எதிர்கொள்வதால், பொறுமையும் தாங்குதிறனும் தேவைப்படுகிறது.

வாழ்க்கையிலும் இதேபோன்ற அனுசரிப்பு அவசியம். சில நேரங்களில் வெற்றிக்கு விரைவான நடவடிக்கையும் முடிவெடுப்பதும் அவசியம், வேறு சில நேரங்களில் பொறுமையும் கட்டுப்பாடும் முக்கியம்.

❖ ***பிறரது மனத்தின் எண்ணங்களை உணர்தல் என்பது உண்மையிலேயே இருக்கிறதா? அப்படியானால், அது எப்படி இருக்கும்?***

நீங்கள் கூர்மையான, கவனம் செலுத்துகின்ற மற்றும் அமைதியான மனத்தைக் கொண்டிருக்கும் போது, நீங்கள் விஷயங்களை எளிதாகப் புரிந்துகொள்ளும் திறனைப் பெறுகிறீர்கள். அமைதியான மனம், நம்பமுடியாத சக்தி வாய்ந்தது; இது உங்களது வெற்றிகளுக்கு அல்லது தோல்விகளுக்குப் பின்னால் உள்ள காரணங்களைச் சுட்டிக்காட்ட உதவுகிறது, அத்துடன், உங்களது உள்ளார்ந்த ஞானம் மற்றும் அனுபவங்களின் அடிப்படையில் மற்றவர்களின் நடத்தையை ஊகித்தறிய உதவுகிறது.

மனித நடத்தை, அணுகுமுறை மற்றும் குணாதிசயத்தின் குறிப்பிடத்தக்க பகுதி, அதாவது 60 முதல் 70 சதவீதம் வரையான பகுதி, அனைவருக்கும் பொதுவானது. மீதமுள்ள சதவீதம், தனிப்பட்டவர்களின் அணுகுமுறைகள், சூழ்நிலைகள் மற்றும் மரபியல் காரணிகளால் மாறுபடலாம். பல உணர்வுகளும்

அனுபவங்களும் மக்களிடையே பகிரப்படுகின்றன. அமைதியான மனத்தின் மூலம், பொதுவான தன்மைகளை கிரகித்துக் கொள்வதுடன், நல்ல நடத்தை மற்றும் கெட்ட நடத்தையை வேறுபடுத்திப் பார்த்து, மனிதர்களின் நடத்தையை நீங்கள் சிறப்பாக மதிப்பிடலாம்.

உங்கள் அமைதியான மனம் ஒரு துல்லியமான ரெக்கார்டராகச் செயல்படுகிறது, உங்களைச் சுற்றியிருப்பவர்களின் அங்க அசைவுகள், அறிகுறிகள் மற்றும் மனநிலை போன்ற நுட்பமான குறிப்புகளை உள்வாங்கிக் கொள்கிறது. இந்தச் சமிக்ஞைகளை திறம்படப் புரிந்துகொள்ளவும் ஊகித்தறியவும் இது உங்களுக்கு உதவுகிறது. அத்துடன் எதிர்கால நிகழ்வுகளை முன்கூட்டியே கணிக்கவும் உதவுகிறது. சிலர் இந்தத் திறனை "மனத்தின் எண்ணங்களை உணர்தல்" என்று குறிப்பிடலாம், ஆனால் அது சர்வ சாதாரணமாக, அமைதியான மற்றும் உணர்திறன் கொண்ட மனத்தில் இருந்து முளைக்கிறது, அத்துடன், தன்னைப் பற்றியும் மற்றவர்களைப் பற்றியும் நன்கு ஆழமாகப் புரிந்து கொள்ள உங்களை அனுமதிக்கிறது.

❖ **நம் எண்ணங்கள் நம்மை "கட்டுப்படுத்தாமல்" இருக்க, நாம் அதற்கு எவ்விதம் எதிர்வினையாற்ற வேண்டும்?**

நீங்கள் சில எண்ணங்களை அடக்க முயற்சித்தால், அவை பெரும்பாலும் நிலைத்திருக்கவும், பெருகவும் செய்யும், இது விரக்திக்கு வழிவகுக்கும். மாறாக, அந்த எண்ணங்களை ஏற்றுக்கொள்வது படிப்படியாக அவற்றைத் தணிக்க உதவும். உதாரணமாக, நீங்கள் விரும்பாத ஒரு நபர் அல்லது சூழ்நிலையைப் பற்றிய எண்ணங்களால் நீங்கள் அவதிப்பட்டால், அவற்றைத் தடுப்பது எதிர்மறை எண்ணம் மற்றும் ஆத்திரத்தையே தீவிரப்படுத்துகிறது.

இதுபோன்ற சந்தர்ப்பங்களில், மாற்று அணுகுமுறையைப் பின்பற்றவும். ஒரு நபர் அல்லது சூழ்நிலையை நேரடியாக

எதிர்கொள்ளாவிட்டாலும் கூட, அந்த நபரை அல்லது சூழ்நிலையை விரும்புகின்ற அல்லது ஏற்றுக்கொள்கின்ற உணர்வை வளர்க்க முயற்சி செய்யுங்கள். அவர்களை உங்களுக்கு நெருக்கமாக இருப்பதைப் போன்று நினைத்துப் பாருங்கள் அல்லது நேர்மறையான தொடர்பைக் கற்பனை செய்து பாருங்கள். கண்ணோட்டத்திலான இந்த மாற்றம், உங்களது உணர்ச்சி நிலையில் மாற்றத்துக்கு வழிவகுத்து, உங்களை அமைதியாகவும், மேலும் இசைவாகவும் உணர வைக்கிறது. இந்த எண்ணங்களை நீங்கள் ஏற்றுக்கொள்ளும்போது, அவற்றால் ஏற்படும் அதிர்வுகளும் தீவிரமும் பெரும்பாலும் காலப்போக்கில் குறைகிறது.

இதேபோன்ற ஊடுருவும் எண்ணங்களை பெரும்பாலானவர்கள் அனுபவிக்கிறார்கள் என்பதை நீங்கள் உணர்வது முக்கியமானது, இது மனித அனுபவத்தின் இயற்கையான ஒரு பகுதி. இதை ஒப்புக்கொள்வதன் மூலம், இந்த எண்ணங்களின் முக்கியத்துவத்தை நீங்கள் குறைக்கலாம், அத்துடன் உங்கள் மன நலனில் அவற்றின் தாக்கத்தையும் குறைக்க முடியும். மற்றோர் வழிமுறையாக, தேவையற்ற மற்றும் எதிர்மறை எண்ணங்கள் எழும்போதெல்லாம் அவற்றை வெறுமையாக்குவதை நீங்கள் பயிற்சி செய்யலாம், இதனால் காலப்போக்கில் அவற்றின் செல்வாக்கு படிப்படியாகக் குறைந்துவிடும்.

❖ **கவனத்தை அதிகரிப்பதற்கு சில டிப்ஸ்கள் என்ன?**

மனிதர்கள் மனநிறைவோடு இருக்கும்போது, அவர்களுக்கு பொறுப்புகளும் கவனச்சிதறல்களும் குறைவாக இருப்பதால், அவர்கள் தங்கள் பணிகளில் அதிக கவனம் செலுத்துகிறார்கள். அவர்கள் சிறந்த பொறுமையை வளர்த்துக் கொள்கிறார்கள். இது, தடைகள் அல்லது சவால்களை எதிர்கொள்ளும் போதும் அவர்கள் கவனம் செலுத்த அனுமதிக்கிறது. மறுபுறம்,

அதிகப்படியான விருப்பம் கொண்ட நபர்கள், பெரும்பாலும் ஒரே நேரத்தில் பல்வேறு பணிகளை எடுத்துக்கொள்கிறார்கள், இது கவனச்சிதறல்களுக்கும் கவனமின்மைக்கும் வழிவகுக்கிறது, இதன் விளைவாக பணி பயனற்றுப் போகிறது.

பணியைத் திறம்பட முடிக்க, மனநிறைவைக் கண்டறிவது முக்கியம். இது பல்வேறு பணியாற்றுதலையும் கவனச்சிதறல்களையும் தடுத்து, ஒவ்வொரு பணியிலும் சிறந்த கவனம் செலுத்த அனுமதிக்கிறது. இருப்பினும், நீங்கள் விருப்பம் மிகுந்தவராகவும் பல்வேறு பணிகளை மாற்றி மாற்றிக் கையாளுபவராகவும் இருந்தால், கவனமாகத் திட்டமிடுவதும் ஒவ்வொரு பணியிலும் முழுமையான கவனம் செலுத்துவதும் அவசியம்.

மனம் ஒருமுகப்படுவதை அடைவதற்கு தியானம் ஒரு கருவியாகும். மந்திரம் ஜெபிப்பதை உள்ளடக்கிய தியானத்தைப் பயிற்சி செய்வதன் மூலமும், தேவையற்ற எண்ணங்களிலிருந்து கவனத்தைத் திருப்புவதன் மூலமும், எந்தவொரு நபரும் ஒருமுகப்படுத்துவதில் தங்கள் மனத்தை எளிதில் பயிற்றுவிக்க முடியும். தியானத்தைத் தொடர்ச்சியாகப் பயிற்சி செய்வது ஒரு மனப் பயிற்சியாகச் செயல்படுகிறது, மேலும், ஒருமுகப்படுத்தலைப் பராமரிக்கும் திறனை மேம்படுத்துவதோடு, கவனச்சிதறல்களையும் தவிர்க்கிறது.

❖ **எண்ணங்களின் உண்மையான தன்மை என்னவென்று நீங்கள் நினைக்கிறீர்கள்?**

யாராவது உங்களைப் புகழ்ந்தால், அந்த எண்ணங்களை ரசிப்பது இயற்கையானது. இருப்பினும், நீங்கள் அந்த எண்ணங்களிலேயே நீண்ட காலம் நீடித்திருந்தால், மற்ற எண்ணங்கள் உள்ளே ஊடுருவத் தொடங்கலாம். உங்களைப் புகழ்ந்த ஒருவர் முன்பு உங்களை விமர்சித்திருக்கிறாரே என்று நீங்கள் யோசிக்க ஆரம்பிக்கலாம் அல்லது

எதிர்காலத்தில் அவரிடமிருந்து விமர்சனம் எழுவதற்கான சாத்தியம் இருப்பதை நீங்கள் கற்பனை செய்யலாம். இந்த எண்ணங்கள் அதிகரிப்பது, பாராட்டைப் பேணுவதற்கான அழுத்த உணர்வுகளுக்கு வழிவகுக்கும்.

சாதகமான பாராட்டு குறித்த சிந்தனையை நீங்கள் மிகவும் நீட்டித்திருப்பதே இதுபோன்ற எண்ணங்கள் எழுவதற்குக் காரணம். இந்தச் சிந்தனையை சுருக்கமாக நீடிக்க மட்டுமே நீங்கள் அனுமதித்திருந்தால், இதுபோன்ற கூடுதல் எண்ணங்கள் தோன்றியிருக்காது. இதேபோல், எதிர்மறை எண்ணங்களையும் நீண்ட காலத்துக்கு நீட்டிக்காமல் இருப்பது முக்கியம். எதிர்மறை எண்ணங்களை அனுபவிப்பது இயல்பானது என்றாலும் கூட, அந்த எண்ணங்களை உடனடியாகத் துண்டித்து, மேலும் வளர அனுமதிக்காமல் இருப்பது அவசியம்.

எதிர்மறை எண்ணங்களில் தொடர்ந்து குறுக்கிடுவதாலும் அவற்றை நிராகரிப்பதாலும் இறுதியில் உங்கள் மனத்தில் இருந்து அவை மறைந்துவிடும் நிலையை நீங்கள் அடையலாம். நேர்மறையோ அல்லது எதிர்மறையோ எந்த ஒரு எண்ணத்திலும் அதிக நேரம் நீடிக்கக் கூடாது என்பதே இங்கு முக்கிய அம்சம்.

❖ நிலைத்திருக்கும் மனநிலைக்கும் வளர்ச்சியடையும் மனநிலைக்கும் உள்ள வித்தியாசம் என்ன? ஒரு நபர் வாழ்வின் வெவ்வேறு காலகட்டங்களில் இரண்டையும் கொண்டிருக்க முடியுமா? நிலைத்திருக்கும் மனநிலையிலிருந்து விடுபட சிறந்த வழி எது?

நிலைத்திருக்கும் மனநிலை கொண்ட மக்களின் இயல்பு:

1. பொறுப்பு குறித்த பயம், எதிர்மறை எண்ணம் மற்றும் தங்களுக்கு வசதியான நிலையை (கம்ஃபர்ட் ஸோன்) இழப்பது ஆகியவை, அவர்களை புதிய விஷயங்களை முயற்சி செய்யவிடாமல் தடுக்கின்றன.

2. அவர்கள் பாதுகாப்புக்கு முன்னுரிமை கொடுத்து இடர்பாடுகளைத் தவிர்க்கிறார்கள், அவர்களைச் சுற்றியுள்ளவர்களின் செயல்கள் மற்றும் எதிர்வினைகளைப் பின்பற்றுகிறார்கள்.

3. சுதந்திரமான சிந்தனை இல்லாமை; அவர்கள் பிரபலமான கருத்துகள் மற்றும் நடத்தைகளுக்கு ஏற்றபடி நடக்க விரும்புகிறார்கள்.

4. அவர்கள் வளர்கிறார்கள், ஆயினும் தனித்து நிற்பதையோ அல்லது தனியாக அடையாளம் காட்டப்படுவதையோ தவிர்த்து, கூட்டத்துடன் சேர்ந்திருப்பதை விரும்புகிறார்கள்.

5. அவர்களுக்கு, சொந்தமாக ஆக்கப்பூர்வமான சிந்தனை இல்லாததால், மற்றவர்களைச் சார்ந்திருக்கிறார்கள்.

வளர்ச்சியடையும் மனநிலை கொண்ட மக்களின் இயல்பு:

1. புதிய அனுபவங்களை முயற்சிப்பதற்காக, அவர்கள் தங்கள் வசதி நிலையில் இருந்து வெளியில் வரத் தயாராக உள்ளனர், ஆரம்பச் சவால்களே வளர்ச்சிக்கு வழிவகுக்கும் என்பதைப் புரிந்து கொண்டுள்ளார்கள்.

2. அவர்கள் தனித்துவமாகவும் புதுமையாகவும் இருக்க முற்படுகிறார்கள், மற்றவர்களைப் பின்பற்றுவதை விட புதிய போக்குகளை உருவாக்குகிறார்கள்.

3. சொந்த யோசனைகளையும் கண்ணோட்டங்களையும் உருவாக்கும் சுதந்திரமான சிந்தனையாளர்களாக உள்ளனர்.

4. அவர்களின் தனித்துவமான சிந்தனை மற்றும் சுய வளர்ச்சிக்கான அர்ப்பணிப்பு காரணமாக அவர்கள் கூட்டத்தில் இருந்து தனித்து நிற்கிறார்கள்.

இந்த வேறுபாடுகளைப் புரிந்துகொள்வதன் மூலம், எந்தவொரு நபரும் நிலைத்திருக்கும் மனநிலையிலிருந்து வளர்ச்சியடையும் மனநிலைக்கு மாறலாம்.

❖ **கடினமான காலங்களில் நான் எப்படி அமைதியாகவும் நேர்மறையாகவும் இருப்பது?**

முயற்சியில் ஈடுபடுவது அவசியம், ஆனால் திட்டமிட்டபடி விஷயங்கள் நடக்கவில்லை என்றால், அதில் கிடைக்கும் முடிவை ஏற்றுக்கொள்வது உடனடி நிவாரணத்துக்கு முக்கியம். வெற்றி என்பது சாதகமான முடிவுகளால் மட்டுமே அளவிடப்படுவதில்லை; அது முடிவுகளைப் பொருட்படுத்தாமல், உண்மையாக முயற்சிப்பதையும் சார்ந்துள்ளது. கடந்த கால சவால்களை மறந்துவிட்டு, கடந்த கால தோல்விகளை பற்றியே சிந்தித்துக் கொண்டிருக்காமல், தற்போதைய தருணத்தில் கவனம் செலுத்துங்கள். நிகழ்காலத்தை மையமாகக் கொண்டு செயல்படும் மனநிலையில் தேர்ச்சி பெறுவதும், தேவையற்ற எண்ணங்களைத் தவிர்ப்பதும், சிறந்த மகிழ்ச்சி மற்றும் அமைதிக்கு வழிவகுக்கிறது.

ஒரு மந்திரம் அல்லது உருவத்தில் கவனம் செலுத்த மனத்தைப் பயிற்றுவிப்பதன் மூலம், இந்த மனநிலையை அடைய தியானம் உதவுகிறது. எப்போது கவனம் திசைதிருப்பப்படுகிறதோ, அப்போது உங்கள் கவனத்தை மீண்டும் மையப் புள்ளிக்கு கொண்டு வாருங்கள். தொடர்ச்சியான பயிற்சி மூலம், உங்களது கவனம் செலுத்தும் திறனை அதிகரிப்பதோடு, தேவையற்ற எண்ணங்களில் இருந்தும் விடுபடலாம், இது ஒட்டுமொத்த நல்வாழ்வை மேம்படுத்தும்.

❖ **நீங்கள் வேறு சில இலக்குகளில் கவனம் செலுத்தும்போது மற்ற வாய்ப்புகளில் கவனம் செலுத்துவது எப்படி?**

இலக்குகளை அடைவதற்கு பயனுள்ள நேர மேலாண்மை முக்கியமானதாகும். ஒவ்வொரு இலக்குக்கும் ஒரு திட்டத்தைத் தீட்டிக் கொண்டும், ஒவ்வொரு இலக்குடனும் தொடர்புடைய நடவடிக்கைகளுக்கு குறிப்பிட்ட கால அட்டவணைகளை ஒதுக்கீடு செய்து கொண்டும் முயற்சியைத் தொடங்குங்கள்.

ஒரு நேரத்தில் குறிப்பிட்ட ஒரு இலக்கில் மட்டும் கவனம் செலுத்தி, அந்த இலக்குடன் தொடர்புடைய பணிகளை மட்டும் முடித்தால், மற்ற நடவடிக்கைகளுக்கு அதிக நேரம் கிடைக்கும். இருப்பினும், அதிகச் சுமையைத் தடுக்க, ஒரே நேரத்தில் பல இலக்குகளை எடுத்துக்கொள்வதைத் தவிர்க்கவும்.

உங்கள் இலக்குகளைத் தனித்தனியாக வைத்திருங்கள், அவை ஒன்றோடு ஒன்று கலப்பதைத் தவிருங்கள். கையில் இருக்கும் பணியில் முழு விழிப்புணர்வோடு, கவனம் செலுத்துங்கள். மற்ற இலக்குகள் தொடர்பான கவனச்சிதறல்களை புறக்கணியுங்கள். அத்துடன், குடும்பம் மற்றும் நண்பர்களுடன் நேரத்தைச் செலவிடுதல், பொழுதுபோக்குகளைத் தொடருதல் அல்லது விளையாட்டு மற்றும் இசையை ரசித்தல் போன்ற இதர செயல்பாடுகளுக்கும் உங்கள் நாளைப் பிரித்து அட்டவணையிடுங்கள். இந்த வெவ்வேறு செயல்பாடு, உங்கள் மனத்தை புத்துணர்ச்சியுடன் வைத்திருக்கவும், சலிப்பைத் தடுக்கவும் உதவுகிறது, அத்துடன் உங்களது இலக்குகளை எட்டுவதற்கான உங்களது வேலையில் சிறந்த செயல்திறனையும் உறுதி செய்கிறது.

❖ **மனம் வெறுமையாக இருப்பதற்கு என்ன காரணம்? கவனச்சிதறல் எதனால் ஏற்படுகிறது?**

நீங்கள் கவனம் செலுத்தாமல், எளிதில் திசைதிருப்பப்படும்போது, விஷயங்களை நினைவில் வைத்துக் கொள்வது சவாலாக இருக்கும். உங்கள் எண்ணற்ற பணிகள் மற்றும் முன்னுரிமைகளில் மனம் சிதறியிருக்கும்போது, தகவலைத் தக்கவைத்துக்கொள்வது கடினமாக இருக்கும். இதுபோன்ற மனநிலை உள்ள மனிதர்கள், எது முக்கியமானது அல்லது முன்னுரிமை தரத் தக்கது என்பதைத் திறம்படப் பிரித்தறிவதற்குப் பெரும்பாலும் போராடுவார்கள். இது கவனம் பிளவுபடுவதற்கும், நினைவாற்றல் பலவீனமாவதற்கும், கவனம் குறைவதற்கும் வழிவகுக்கிறது.

சமூக அமைப்புகளில் கூட, இத்தகைய நபர்களுக்கு பல அறிமுகங்கள் இருந்தாலும், அவர்களது நேரமும் கவனமும் சிதைவடைவதால், நெருக்கமான, அர்த்தமுள்ள தொடர்புகள் கிடைக்காமல் திண்டாடுவார்கள். அத்துடன், ஒன்றை நினைவில் வைத்துக்கொள்ள நீங்கள் அதிக அழுத்தம் கொடுக்கும்போது, அதை மீண்டும் நினைவுக்குக் கொண்டுவருவது மிகவும் கடினமாகிறது.

உங்களது செயல்பாடுகள் அனைத்திலும் கவனத்தையும் விழிப்புணர்வையும் வளர்ப்பதே இதற்குச் சிறந்த தீர்வு. நிகழ்காலத்தில் இருந்துகொண்டு, கவனச்சிதறல்களைத் தவிர்ப்பதன் மூலம், உங்கள் மனம் வெறுமையாவதைத் தடுக்கலாம் மற்றும் நினைவில் தங்கவைக்கும் திறனை மேம்படுத்தலாம். பணிகளுக்கு முன்னுரிமை அளிப்பது மற்றும் ஒரு நேரத்தில் ஒரு விஷயத்தில் மட்டும் கவனம் செலுத்துவது, மன ஒழுங்கீனத்தைக் குறைக்கவும் ஒட்டுமொத்த செயல்திறனை மேம்படுத்தவும் உதவும்

❖ *எண்ணங்களின் விளைவு என்ன?*

நேசிக்கும் நினைவோடு தொடர்புடைய பாடலைக் கேட்பது, மிகுந்த மகிழ்ச்சியைத் தூண்டும், நீங்கள் என்றென்றும் இருக்க விரும்புகின்ற ஒரு பரவச நிலைக்கு. உங்களை அழைத்துச் செல்லும். எதிர்கோணத்தில், அதே எண்ணங்கள் கடினமான காலங்களில் உங்களை ஆழமான துயரத்தில் ஆழ்த்துவதுடன், இந்த வேதனை வலி காலவரையின்றி நீடிக்குமோ என்ற பயத்தையும் ஏற்படுத்துகிறது. இதிலிருந்து, எந்த ஒரு நினைப்பிலும், அது மகிழ்ச்சியாக இருந்தாலும் சோகமாக இருந்தாலும், அதில் மிகவும் ஆழ்ந்துவிடக் கூடாது என்பதன் முக்கியத்துவத்தை நாம் கற்றுக்கொள்கிறோம். மகிழ்ச்சியான எண்ணங்களை ஒரு குறிப்பிட்ட எல்லை வரையில் நீங்கள் ஆராயும்போது உங்கள் எண்ணங்கள் மீதான கட்டுப்பாட்டைப் பராமரிப்பது மிக முக்கியம்.

எதிர்மறையான அல்லது தேவையற்ற எண்ணங்கள் எழும்பும்போது, அவை உங்களை உண்ணாத வண்ணம் அவற்றைக் கட்டுப்படுத்தி தடுப்பது அவசியம். மாறாக, அத்தகைய எண்ணங்களை முடக்கி, உங்கள் கவனத்தை தற்போதைய தருணத்துக்குத் திருப்பிவிடுவதில் கவனம் செலுத்துங்கள். இந்த மனநிலையை வளர்த்துக் கொள்வதன் மூலம், விரைந்து செல்லும் மகிழ்ச்சியான தருணங்களை அனுபவித்தபடியே, எதிர்மறையான எண்ணங்கள் நீடிக்காமலும் ஆழமாகச் செல்லாமலும் தடுத்தபடி, நீங்கள் நிலையான மகிழ்ச்சியைக் காணலாம்

❖ **நேர்மறை எண்ணங்கள் ஏன் எதிர்மறை எண்ணங்கள் போல் பெருகியோடுவதில்லை?**

உதாரணமாக, நீங்கள் ஒரு பணியை முடிக்க விரும்புகிறீர்கள் என்று வைத்துக் கொள்வோம். அதை அடைய, நீங்கள் கொஞ்சம் முயற்சி செய்ய வேண்டும். ஆனால் நீங்கள் அதை முடிக்க விரும்பவில்லை என்றால், சும்மா இருப்பதைத் தேர்ந்தெடுக்கலாம், ஆகையால் அந்த வேலை நிறைவேறாது. எனவே, எப்போது நீங்கள் நேர்மறையான முடிவுகளை அல்லது எண்ணங்களை இலக்காகக் கொள்கிறீர்களோ, அப்போது அவற்றை அடைவதற்கு நீங்கள் முயற்சி செய்ய வேண்டும்.

இருப்பினும், எதிர்மறை எண்ணங்களுக்கு உங்களிடமிருந்து எந்த நடவடிக்கையும் தேவையில்லை. உங்கள் மனத்தை சும்மா விட்டுவிட்டாலே, எதிர்மறை எண்ணங்கள் இயல்பாக எழும். எனவே, உங்கள் மனத்தில் எதிர்மறை எண்ணங்கள் நுழைவதைத் தடுக்க, ஏதேனும் ஒரு வேலையில் மும்முரமாக ஈடுபடுவதும் நேர்மறையான மனநிலையைப் பராமரிப்பதும் மிக முக்கியம்.

❖ **கடவுளை நான் எப்படிக் கண்டறிவது?**

1. நீங்கள் ஒரு கோவில், சர்ச் அல்லது மசூதியில் பிரார்த்தனை செய்யும்போது, உங்களது நம்பிக்கைகள் நேர்மறை ஆற்றல்

மற்றும் அதிர்வுகளாக மாற்றப்படுகின்றன, அவை செயலில் ஈடுபட உங்களைத் தூண்டுகின்றன. ஒரு தெய்வம் அல்லது மேலான சக்தியுடன் பெரும்பாலும் தொடர்புடைய இந்த நம்பிக்கை, உங்கள் இலக்குகளை நோக்கி உழைக்க உங்களைத் தூண்டுகிறது. கண்ணுக்குத் தெரியாத, மௌனமான தெய்வத்தை வேண்டிக் கொள்வதில் உள்ள நன்மை என்னவென்றால், நீங்கள் நேரடியாக "இல்லை" என்ற பதிலைப் பெற மாட்டீர்கள். இருப்பினும், ஒரு தெய்வம் புலனாகக்கூடிய வடிவில் இருந்தால், அதனால் நேரடியாகத் தொடர்பு கொள்ள முடியும், மேலும் உங்களது கோரிக்கைகளை மறுக்கவும் முடியும். உதாரணமாக, விராட் கோலி போன்ற கிரிக்கெட் சூப்பர் ஸ்டார் சிறப்பாக விளையாடும் போது, பல லட்சக்கணக்கான ரசிகர்களின் நேர்மறை ஆற்றல் அவரது நம்பிக்கையையும் வெற்றி விகிதத்தையும் அதிகரிக்கிறது. இதற்கு மாறாக, அவர் அதீத நம்பிக்கையுடையவராக மாறும்போது, ஒரு மேலான சக்தியின் தலையீடானது பின்னடைவுகளுக்கு வழிவகுத்து, அவரைப் பணிவுடன் இருக்குமாறு நினைவூட்டுகிறது. நேர்மறை மற்றும் எதிர்மறை ஆற்றலின் தாக்கத்தின் மூலம், மேலான சக்தி ஒன்று இருக்கிறது என்பதை இது தெளிவாக எடுத்துக்காட்டுகிறது.

2. கிரிக்கெட் வீரரின் செயல்திறனில் சாதகமான தாக்கத்தை ஏற்படுத்திய ஏராளமான நேர்மறை ஆற்றலின் மூலம், மேலான சக்தியின் இருப்பு உணரப்படுகிறது

3. கர்மவினையின் வெளிப்பாடாக, கிரிக்கெட் வீரரின் ஆணவத்தால் எதிர்மறையான விளைவுகள் ஏற்பட்டபோது, மேலான சக்தியின் (கடவுளின்) இருப்பு தெளிவாகத் தெரியவந்தது.

4. லட்சக்கணக்கான ரசிகர்களின் ஒட்டுமொத்த ஏமாற்றம் மற்றும் நம்பிக்கை இழப்பின் வாயிலாக, எதிர்மறை ஆற்றல்

ஏற்பட்டு கிரிக்கெட் வீரரை பாதித்ததன் விளைவாக, மேலான சக்தியின் (கடவுளின்) இருப்பு உணரப்பட்டது.

5. மேலான சக்தியால் செயல்படுத்தப்படும் கர்ம வினையின் விளைவுகளை உடனடியாகவோ அல்லது தாமதமாகவோ நாம் காண்கிறோம். பல்வேறு மத வழிபாட்டுத் தலங்களில் மேலான சக்தி வழிபடப்படுவது, அதன் இருப்பையும் செல்வாக்கையும் மேலும் உறுதிப்படுத்துகிறது.

❖ **உட்புற அமைதிக்கும் வெளிப்புற வெற்றிக்கும் உள்ள தொடர்பு என்ன?**

வெளிப்புறப் பாராட்டுகளை நாடாமல், பிறருக்கு உதவி செய்வதில் அர்ப்பணிப்புடன் இருக்கும் பாஸ்கர், ராஜா, ருக்மணி போன்ற மனிதர்களைப் பற்றி அறிந்து கொள்வது ஊக்கமளிக்கிறது. செல்வ வளம் அல்லது புகழ்ச்சியைப் பொருட்படுத்தாமல், உட்புற அமைதியில் அவர்கள் கவனம் செலுத்தி, அவர்களின் மனசாட்சிப்படி சேவை செய்வது, அவர்களது உண்மையான வெற்றியைப் பிரதிபலிக்கிறது. கடவுளின் பிரசன்னம் தங்கியிருப்பதாக அவர்கள் நம்புகின்ற தங்கள் உள்ளத்தை வளர்ப்பதற்கான அவர்களது அர்ப்பணிப்பு பாராட்டத்தக்கது.

உலகின் பார்வையில் அம்பானி, அதானி, ரஜினிகாந்த் மற்றும் தோனி போன்ற பிரபலங்கள் வெற்றிகரமானவர்களாகத் தோன்றுகின்ற போதிலும், அவர்களுடன் தனிப்பட்ட முறையில் தொடர்பு இல்லாத நிலையில் அவர்களது உள்ளார்ந்த நிறைவை மதிப்பிடுவது கடினம். உண்மையான வெற்றியானது, வெளிப்புறச் சாதனைகள் மற்றும் உள்ளார்ந்த ஆத்ம திருப்தி ஆகிய இரண்டையும் உள்ளடக்கியதாகும். அவர்களுடன் நேரம் செலவழித்தால் மட்டுமே, அவர்கள் தங்களது உள்ளார்ந்த உலகங்களிலும் வெற்றியை அடைந்திருக்கிறார்களா என்பதை ஒருவரால் அளவிட முடியும்.

நிறைவாக, வெற்றி என்பது ஒருவரின் உள்ளார்ந்த ஆத்ம திருப்தி மற்றும் மனசாட்சியுடன் அது பொருந்தியிருத்தல் ஆகியவற்றைக் கொண்டே அளவிடப்பட வேண்டும். பாஸ்கர், ராஜா, ருக்மணி போன்ற மனிதர்கள், இத்தகைய வெற்றிக்கு உதாரணமாக விளங்குகிறார்கள். அவர்கள் உட்புற அமைதிக்கு முன்னுரிமை கொடுத்து, தங்கள் ஆத்மாவுக்குச் சேவை செய்கிறார்கள்.

- ❖ ஒருவர் மனத்தில் ஏழையா அல்லது இதயத்தில் ஏழையா?

மனம் ஒருமுகப்படுத்தப்படாமலோ, சோர்வடைந்தோ, கவனச் சிதறலாகவோ இருந்தால், அது ஒரு நபரின் பல்வேறு செயல்திறனைத் தடுக்கக் கூடும். இது எதிர்மறையான மதிப்பீட்டுக்கு வழிவகுக்கும். நல்ல இதயம் இருந்தும், மனம் செயலிழந்தால், அது ஒருவரை நல்ல செயல்களைச் செய்ய விடாமல் தடுக்கலாம், இது இரக்கம் இல்லாதவர்கள் என்று நியாயமற்ற முறையில் அவர்களுக்கு முத்திரை குத்தும். பலவீனமான மனம் சில சமயங்களில் இரக்கமின்மைக்குக் காரணமாக இருந்தாலும், அது எப்போதும் அப்படி இருக்காது. மாறாக, கூர்ந்த கவனம் செலுத்தி, செயல்திறனோடு இருக்கக்கூடிய வலுவான மனம் கொண்டவராக ஒருவர் இருந்தாலும், இரக்கமும் கருணையும் இல்லாதவர் எனில், அந்த நபர், இதயம் இல்லாதவர் என்ற முத்திரையைப் பெறுகிறார்.

இருப்பினும், இதயத்தில் ஏழையாக இருப்பது, பலவீனமான மனத்தைக் கொண்டிருப்பதால் உருவாகியிருக்க வேண்டிய அவசியமில்லை என்பதை உணர்வது அவசியம். இது ஆணவம், பிடிவாதம், மேலும் வளர்ப்பு மற்றும் மரபியல் சார்ந்த சுற்றுச்சூழல் தாக்கங்கள் போன்ற காரணிகளால் ஏற்படலாம். கூர்மையான புத்தி கொண்டிருந்த போதிலும் பச்சாதாபம் இல்லாதவர்களை

விட இரக்கமுள்ள இதயங்களைக் கொண்டுள்ள மனிதர்களே, சமுதாயத்தில் பெரும்பாலும் அதிகம் மதிக்கப்படுகிறார்கள். நிறைவாக, இரக்கமும் கருணையும், ஒருவரது ஒட்டுமொத்த குணநலன் மற்றும் நற்பெயருக்குப் பங்களிக்கும் மதிப்புமிக்க பண்புகளாகும்.

❖ எவர் ஒருவருமே தங்களது பகுத்தறியும் மனத்தை விட உணர்வுப்பூர்வமான மனத்தில் அதிகமாக இருக்க விரும்புவது ஏன்?

மனிதர்கள் இயல்பாகவே உணர்ச்சிப்பூர்வமான மனத்தைக் கொண்டுள்ளனர், அது அவர்களை எளிதாக வழிநடத்துவதுடன், அவர்களது உணர்வுகளின் அடிப்படையில் செயல்படவும் தூண்டுகிறது. இந்த உணர்ச்சி உந்துதல், பெரும்பாலும் அவர்கள் விரும்பிய வண்ணம் எளிதான தீர்வுகளைத் தேட வழிவகுக்கிறது. அவர்கள் எளிமையாக இருப்பதற்கு முன்னுரிமை தந்து, குறிப்பிடத்தக்க எதிர்மறை விளைவுகளை எதிர்கொள்ளும் வரை இது பொருந்தும். துன்பம் வருகின்ற போதுதான், மனிதர்கள் இது ஏன் ஏற்பட்டது என்ற கேள்வியை எழுப்பவும், எதிர்காலத்தில் இதுபோன்ற நிகழ்வுகளைத் தடுப்பது எப்படி என்று சிந்திக்கவும் தொடங்குகிறார்கள். இந்தத் தேவையால் பகுத்தறிவுச் சிந்தனை எழுகிறது, பகுத்தறிவு மனநிலையை வளர்க்க வேண்டும் என்ற தீவிர முயற்சிக்கான தேவையும் ஏற்படுகிறது.

உள்ளுணர்வால் செயல்படும் உணர்வுப்பூர்வமான மனத்தைப் போல் அல்லாமல், பகுத்தறிவு மனநிலையை வளர்த்துக் கொள்வதற்கு, விழிப்புணர்வுச் சிந்தனையும் அதன் பிரதிபலிப்பும் தேவைப்படுகிறது. உணர்ச்சிப்பூர்வமான எதிர்வினைகள் இயல்பாகவே வரும் நிலையில், பகுத்தறிவுச் சிந்தனைக்கு முயற்சி தேவைப்படுகிறது. மனிதர்கள் உணர்ச்சிப்பூர்வமான மனத்தை ஆதரிக்கவே முனைகிறார்கள்,

மேலும் தங்களது தினசரி வாழ்க்கையில் அதைச் சார்ந்திருக்கவே அதிக விருப்பமுள்ளவர்களாக அவர்கள் இருக்கக்கூடும்.

❖ *அசௌகரியமாக இருப்பது என்றால் என்ன? அசௌகரியத்தை ஒருவர் எப்படி சமாளிப்பது?*

குறிப்பிட்ட நபர்களைப் பார்ப்பது அல்லது பேசுவது உங்களுக்கு அசௌகரியமாக இருந்தாலும், அது உங்களது கடமை என்ற நிலையில், அவர்களைத் தவிர்ப்பது குற்ற உணர்வுக்கு வழிவகுக்கும். உங்கள் வசதியைவிட உங்கள் கடமையை நிறைவேற்றுவது முக்கியமானது என்பதை நினைவில் கொள்ளுங்கள். பதட்டம் உருவாக அனுமதிக்காதீர்கள். மாறாக, அதிகமாக யோசிக்காமல், சந்தர்ப்பம் கிடைக்கும்போது அவர்களைப் போய்ப் பாருங்கள். பெரும்பாலும் அது ஒரு இனிமையான அனுபவமாக மாறுவதைக் கண்டு நீங்கள் ஆச்சரியப்படலாம். இது ஆரம்பத்தில் சவாலாக இருந்தாலும், காலப்போக்கில், நீங்கள் அதை ஏற்றுக்கொள்வீர்கள், மேலும் அது உங்களுக்கு வசதியானதாக மாறும்.

❖ *நான் ஏன் இரவில் சோகமாகவும் பகலில் சாதாரணமாகவும் உணர்கிறேன், எனது எண்ணங்களும் ஏன் முரண்படுகின்றன?*

பொதுவாக, இரவின் இருள், மனத்தை உளவியல் ரீதியாக பலவீனப்படுத்தும். ஒளி மங்கி இருள் சூழ்ந்தவுடன், மனம் குறைந்த ஆற்றல் கொண்டதாக உணரலாம். அத்துடன், நல்லதொரு இரவு தூக்கத்திற்குப் பிறகு, காலையில் மனம் புத்துணர்ச்சியுடனும், ஆக்கப்பூர்வமாகச் சிந்திக்கத் தயார் நிலையிலும், தெளிவாகவும் இருக்கும். இருப்பினும், காலைப் பொழுது செல்லச் செல்ல, குறிப்பாக பிஸியான காலை மற்றும் மதிய வேளைகளில் ஆற்றல் செலவழிப்பு அதிகரிக்கும்போது, இருள் சூழ்கின்ற மாலை வேளையில் மனம் தளர்ந்து

போவதாக உணரலாம். அதிக ஆற்றல் இல்லாத நிலையில், மனம் பலவீனமாவதால், சரியாக நிர்வகிக்கப்படாவிட்டால் அச்சங்களுக்கு ஆளாகவும் நேரிடும்.

❖ *சில நேரங்களில் கோபம் ஏன் நல்லதாக இருக்கிறது?*

உங்கள் கோபத்துக்குச் சவால் எழாதபோது, குறிப்பாக அது உங்கள் ஈகோவை அதிகரிக்கும் நிலையில், அதனை திருப்திகரமாக உணரலாம். குறிப்பாக நீங்கள் காயப்படும்போது வெளிப்படுத்துகின்ற கோபம், உரிய நிவாரணத்தைக் கொண்டு வரக் கூடும். அதை வெளிப்படுத்தும் முன், நீங்கள் சங்கடமாக உணரலாம், ஆனால் வெளிப்படுத்திய பின்னர், நீங்கள் பெரும்பாலும் இலகுவாக உணர்வீர்கள். இருப்பினும், உங்கள் கோபத்தை மற்ற தரப்பினரும் சமநிலையில் எதிர்த்தால், அதனை நல்லதாக உணர இயலாது. எதிர்ப்பு இல்லாத போதிலும்கூட, கட்டுப்படுத்தப்படாத கோபம், உறவுகளுக்குத் தீங்கு விளைவிப்பதோடு, அந்தக் கணத்தில் திருப்தி அளிப்பதாக இருந்தாலும் இறுதியில் பயனற்றுப் போகிறது. கோபம் என்பது அடிப்படையில் ஒருவிதமான தகவல் தொடர்பு. தேவைப்பட்டால், அதனை நல்ல நோக்கத்துக்காக, வலுவாக வெளிப்படுத்தலாம். இல்லையெனில், அமைதியான மற்றும் சமாதானமான தகவல் தொடர்பே அதிகம் பயனுள்ளது, ஏனெனில் இது மனிதர்களின் ஈகோக்களை காயப்படுத்தாது, மேலும் நாம் சொல்வதைக் கேட்க அவர்கள் அதிகம் விரும்புவார்கள்.

❖ *ஆசைகளைக் குறைப்பது நமது வாழ்க்கையை எளிதாக்குமா? மகிழ்ச்சிகரமான வாழ்க்கையை வாழ எளிமை உதவுமா?*

டென்னிஸ் விளையாட முடியாததால் இன்று நடைப்பயிற்சி செல்ல முடிவு செய்தேன். இருப்பினும், மழைக்கான வாய்ப்பு,

சிறிது நேரம் என்னை முடிவெடுக்க இயலாதவனாக ஆக்கியது. ஆனால் நடைப்பயிற்சியில் ஆர்வமுள்ள எனது நல்ல நண்பரைப் பார்த்ததும், எனக்கும் நடந்து போக ஆசை வந்தது. எனது காருக்குப் பதிலாக எனது இரு சக்கர வாகனத்தைத் தேர்ந்தெடுத்தது, அதில் உள்ள வசதி காரணமாக உற்சாகத்தைக் கூட்டியது. மழையின் அச்சுறுத்தலையும் பொருட்படுத்தாமல், எனது இருசக்கர வாகனத்தில் செல்ல தீர்மானித்தேன். நான் வாகனத்தில் சென்றபோது, லேசாகத் தூறல் விழத் தொடங்கியது. எங்களது நடைப்பயிற்சியை வானிலை பாழ்படுத்திவிட வாய்ப்புள்ளதோ என்று சற்று எரிச்சல் ஏற்பட்டது. தூறலுக்கு மத்தியில் பூங்காவை வந்தடைந்தபோது, என் நண்பர் வந்துவிடுவாரா என்று பதட்டம் ஏற்பட்டது. நான் சரியான முடிவை எடுத்துள்ளேனா என்ற கேள்வி எழுந்தது. இருப்பினும், இது ஒரு பெரிய விஷயமல்ல, என்ன நடந்தாலும் அதை ஏற்றுக்கொள்ளலாம் என்பதை நான் உணர்ந்தேன், ஆனாலும், எனது நண்பருக்காகக் காத்திருந்தபோது எரிச்சல் நீடித்தது. ஆழமாகப் பார்த்தபோது, சலிப்பைத் தவிர்க்க விரும்புதல் போன்ற சிறிய ஆசைகள் அல்லது காரை எடுப்பதற்கு ஏற்பட்ட சோம்பேறித்தனம் போன்றவை எதிர்பார்ப்புகளையும் கவலைகளையும் உருவாக்கி, எரிச்சலுக்கு வழிவகுத்ததை நான் உணர்ந்தேன். இது, நமது வாழ்க்கையில் எதிர்பார்ப்புகளுடன் கூடிய பெரிய ஆசைகள்கூட இந்த அளவுக்கு மிகுந்த எரிச்சலையும் மனச்சோர்வையும் ஏற்படுத்தியிருக்கவில்லையே என்ற ஆச்சரியத்தை எனக்கு ஏற்படுத்தியது.

காரை எடுத்துக்கொண்டு வந்திருந்தால் இந்தப் பதட்டத்தையும் எரிச்சலையும் குறைத்திருக்கலாம், நனைந்துவிடுமோ என்று கவலைப்படுவதையும் தவிர்த்திருக்கலாம். இருப்பினும், எனது சோம்பேறித்தனமும், இரு சக்கர வாகனத்தை ஓட்டும் உற்சாகமும் எரிச்சலை அதிகரித்துள்ளன. சோம்பேறித்தனமாக இருப்பதன் மூலமும், வசதிகளைத் தேடுவதன் மூலமும், அதிக ஆசைகளை வளர்த்துக்கொள்வதன் மூலமும், நமது

வாழ்வில் பதட்டம், எதிர்பார்ப்புகள் மற்றும் எரிச்சலை நாம் அதிகமாக வரவழைத்துக் கொள்கிறோம் என்ற பாடம் இங்கே கிடைத்துள்ளது.

இந்த அனுபவத்திலிருந்து, சில நேரங்களில், கணிக்கப்பட்ட இடர்களை எதிர்கொள்ளும்போது, பதட்டம், எதிர்பார்ப்புகள் மற்றும் எரிச்சலை கணிசமான அளவில் தவிர்க்க, நமது விருப்பங்களைக் குறைத்துக்கொள்ள வேண்டும் என்பதை நான் கற்றுக்கொண்டேன். துறவிகளைப் போல குறைவான ஆசைகளுடன் வாழ நாம் முயற்சி செய்கின்ற போதிலும், எதிர்பார்ப்புகள், ஆசைகள் மற்றும் உணர்ச்சிகளைக் கொண்டிருப்பதில்தான் மனித வாழ்க்கையின் சாராம்சம் உள்ளது. இதில் முக்கியமாக உணர்ந்துகொள்ள வேண்டியது என்னவென்றால், சில ஆசைகளைக் குறைப்பது, குறிப்பாக தோல்வி ஏற்படலாம் என்று எதிர்பார்க்கப்படும் ஆசைகளைக் குறைப்பது மற்றும் வசதிகளில் சமரசம் செய்துகொள்ளத் தயாராக இருப்பது ஆகியவை, எதிர்பார்ப்புகளையும், பதட்டங்களையும் அதனால் நம் வாழ்வில் ஏற்படும் எரிச்சலையும் குறைக்கலாம்.

❖ *மனத்தைக் கட்டுப்படுத்த எளிதான வழி என்ன?*

கவனச்சிதறல்களைப் பொருட்படுத்தாமல், தற்போதைய தருணத்தில் கவனம் செலுத்துவதில் உங்களை வலுக்கட்டாயமாக ஈடுபடுத்துங்கள். உங்கள் மனம் எப்போதும் தற்போதைய சிக்கல்களைத் தீர்த்துவிட்டு, அடுத்ததற்குச் செல்ல முற்படும். ஆயினும், பழைய கவலைகளை விட்டுவிட்டு, தற்காலத்தில் கவனம் செலுத்த முயற்சிக்கவும். சில நேரங்களில், பிரச்சனைகள் தலையீட்டுக்கு அவசியமின்றி தாமாகவே தீர்கின்றன. மற்ற பிரச்சனைகளையும் அமைதியான மனத்துடன் சமாளிக்கலாம். தேவையற்ற அல்லது எதிர்மறையான எண்ணங்களை வளர்த்துக் கொண்டே செல்வதற்குப் பதிலாக, அவற்றை வெறுமையாக்க கற்றுக்கொள்ளுங்கள்.

அவை இறுதியில் மறைந்து, உங்கள் மனத்தை விடுவிக்கும். உங்களது இலக்குகளை எட்டுவதற்காகத் திட்டமிடுதலும் முயற்சிகளை மேற்கொள்வதும் முக்கியம்; பெரும்பாலான சமயங்களில், நீங்கள் வெற்றியடைந்து விடுவீர்கள், ஆயினும் வெற்றி கிடைக்கவில்லை என்றாலும், அதை மனதார ஏற்றுக்கொள்ளுங்கள். பதட்டத்தையும் பிரச்சனைகளையும் முறியடிக்க, ஏற்றுக்கொள்ளும் மனப்பான்மை முக்கியமாகும். பிரச்சனைகளை எதிர்கொள்ளும் போது, உடனடியாக மன அழுத்தத்தில் இருந்து நிவாரணம் பெறவும், ஆற்றலைப் புதுப்பித்துக்கொள்ளவும், அந்தப் பிரச்சனைகளுக்குத் தீர்வு காணப்படுவதைப் போல் கற்பனை செய்து பாருங்கள். இந்தப் பயிற்சிகளைக் கடைபிடிப்பதன் மூலம், உங்கள் மனத்தைக் கட்டுப்படுத்த உங்களால் முடியும்.

❖ நான் எதையாவது செய்ய விரும்பும்போது, அது நடக்காது என்று நம்புவதாகவும், அதைச் செய்ய முடியாது என்று நம்புவதாகவும், எனது உள்ளம் என்னிடம் சொல்கிறது. எதையேனும் நான் செய்தாலும்கூட, நான் எல்லாவற்றையும் விரும்பினாலும் உள்ளப்பூர்வமாக விரும்பவில்லை என்றும் உணர்கிறேன். என் மீது ஏதேனும் தவறா? இதை எப்படி நிறுத்துவது?

இது சரியல்ல என்று உங்கள் உள்ளம் அறிந்திருந்தாலும், புலன் இன்பங்கள் மற்றும் உணர்ச்சிகளால் உந்தப்பட்டு எதையாவது செய்ய வேண்டிய கட்டாயத்தில் இருப்பதாக உணர்கிறீர்கள், இது பொதுவாக உள்ள போராட்டமே. மற்றவர்களும் இதேபோன்ற செயல்களில் ஈடுபட்டு, வாழ்க்கையை மிகவும் அனுபவிப்பதைப் பார்க்கும்போது, குறிப்பாக கர்மவினையைக் கருத்தில் கொள்ளும்போது, குழப்பம் அதிகரிக்கிறது. சுற்றுப்புறச் சூழல்கள், உணர்ச்சிகள் மற்றும் உடனடி திருப்தியின் கவர்ச்சி காரணமாக எளிதில் வளைந்து கொடுக்க நேரிடுகிறது.

மனிதர்களாகிய நாம் நமது சுற்றுச்சூழல், உணர்ச்சிகள் மற்றும் ஆசைகளால் பாதிக்கப்படுகிறோம். நமது உள்ளம் ஏற்கவில்லை என்றாலும்கூட, அவை நெறிமுறையற்ற அல்லது தவறான செயல்களை நோக்கி நம்மை வழிநடத்துகின்றன. இருப்பினும், செயலின் தீவிரம் முக்கியமாக கவனிக்கத்தக்கது. உதாரணமாக, நண்பர்கள் அல்லது உறவினர்கள் ஒன்றுகூடும் கூட்டங்களில் அவ்வப்போது மது அருந்துவது நீங்கள் கொண்டிருக்கும் நெறிமுறை சார்ந்த மதிப்புகளுடன் முரண்படலாம், ஆயினும் அவற்றை நீங்கள் கட்டுப்படுத்தி, போதைப் பழக்கமாக மாறாதபடி தவிர்த்துவிட்டால், அது சமாளிக்கக் கூடியதாகவே இருக்கும்.

நெறிமுறையற்ற செயல்கள் தற்காலிக மகிழ்ச்சியை அளித்தாலும் அந்த மகிழ்ச்சி விரைவில் அகன்றுவிடும் என்பதை உணர வேண்டியது அவசியம். மறுபுறத்தில், நெறிமுறை சார்ந்த தேர்வுகள் அந்தத் தருணத்தில் மந்தமானவையாகத் தோன்றினாலும், அவை பெரும்பாலும் தாமதமான மனநிறைவுடன், நீடித்த மகிழ்ச்சிக்கு வழிவகுக்கும். எனவே, நீடித்த மனநிறைவை உறுதிப்படுத்துவதற்கும், தீங்கு ஏற்படுத்தும் விளைவுகளைத் தவிர்ப்பதற்கும், நெறிமுறை சார்ந்த நடத்தைக்கு முன்னுரிமை அளிப்பதும், தற்காலிக இன்பங்களுக்கு அடிபணியாமல் எதிர்த்து நிற்பதும் முக்கியம்.

ஊக்கம்

❖ தனது அனுபவம் அல்லது உணர்தலின் விளைவாக, உள்நிலை மாற்றத்துக்கு உள்ளாகும் ஒரு மனிதர் குறித்து நீங்கள் எவ்விதம் விவரிப்பீர்கள்?

புகழ், அதிகாரம் மற்றும் உடைமைகள் ஆகியவை எல்லாம் நிபந்தனைகளுடன் வருவதால் அவை உண்மையானவை அல்ல என்பதை உங்கள் உள்ளுணர்வு அறிந்திருக்கிறது. நீங்கள் அவற்றை வெறுக்கத் தொடங்குகிறீர்கள். அண்மையில், நான் சென்னைக்குத் திரும்பிக் கொண்டிருந்தபோது ரயில் நிலைய நடைமேடைகளில் மக்கள் தூங்கிக் கொண்டிருப்பதைப் பார்த்தேன். நான் அவர்களுக்காக வருந்தியதுடன் அவர்கள் குறித்து நிறைய சிந்தித்தேன். அவர்கள் அனாதைகளைப் போல தினந்தோறும் உணவு, தங்குமிடம் மற்றும் உறவுகளைத் தேடி அலைவதாகக் கருதினேன். ஆனால் அதன் பின்னர், பற்றின்மை தொடர்பான எண்ணங்கள் எனக்கு வந்தன. என்னிடம் எல்லாம் இருந்தாலும், மகிழ்ச்சியாக இருந்தாலும், அவை எல்லாமே நிபந்தனைக்குட்பட்டவைதான்; மற்றவர்களைத் திருப்திப்படுத்துவதால்தான் நான் நேசிக்கப்படுகிறேன், மகிழ்ச்சியாக இருக்கிறேன் என்பதை நான் உணர்ந்தேன். இதனை அந்த மனிதர்களோடு பொருத்திப் பார்த்தால், அவர்களும் பற்றுகள் இல்லாமல் வாழலாம் என்பதால் பரிதாபம் மறைந்துவிடும் இல்லையா? என்னிடம் ஆடம்பர வசதிகள் இருந்தாலும் இல்லாவிட்டாலும், எனது அனுபவங்கள் மற்றும் உணர்தல்களின் காரணமாக, நான்

விஷயங்களை எளிதாக எடுத்துக் கொள்கிறேன். ஆனால் அந்த மனிதர்கள் அன்பு, வலுவான உணர்ச்சிகள், பணம், அதிகாரம் இல்லாமல் தவிக்கின்றனர். நான் அவர்களின் துன்பத்தைப் பார்த்தபோது, அவர்கள் இந்த விஷயங்களை அனுபவித்துப் பார்த்து, இறுதியில் இவையே அனைத்தும் அல்ல என்பதை உணர்ந்துகொள்ள வேண்டும் என்று பிரார்த்தனை செய்தேன். முதலில், அவற்றின் உண்மையான இயல்பை உணர்ந்துகொள்ள, எவர் ஒருவரும் அவற்றை அனுபவிக்க வேண்டும். ஆகையால் இந்த அனுபவங்கள் அவர்களுக்கு ஏற்பட வேண்டும் என்று நான் பிரார்த்தித்தேன். பின்னர், நான் எனது உள்ளுணர்வுடன் ஆழமாக இணைந்திருப்பதையும் மற்றவர்கள் மீது அக்கறை கொள்வதையும் உணர்ந்தேன். எனது உள்ளார்ந்த அறிவுக்காகவும் தேவைகள் உள்ளவர்கள் மீது அக்கறைப்படுவதற்காகவும் நான் பெருமை கொண்டேன்.

❖ **உங்கள் வாழ்க்கையை உண்மையிலேயே மாற்றியமைத்த ஓர் எளிய அறிவுரை என்ன?**

ஒரு செயலைச் செய்யும்போது, நமது மனம் பெரும்பாலும் மற்ற எண்ணங்களில் அலைந்து திரிகிறது. அது நேர்மறையானதாக இருக்கலாம், இல்லையேல் பதட்டத்தைத் தூண்டுவதாகவும் இருக்கலாம். இந்தக் கவனச்சிதறல்கள், எதிர்பார்க்கின்ற வகையில் விஷயங்கள் நடைபெறுமா என்ற மனஅழுத்தத்துக்கும் பதட்டத்துக்கும் வழிவகுக்கின்றன. இந்தப் பதட்டம், நாம் தற்போது மேற்கொள்ளும் பணியின் செயல்திறனைக் குறைக்கும். தற்போது எடுத்துக்கொண்டுள்ள பணியில் விழிப்புடன் கவனம் செலுத்தி, கவனத்தைச் சிதறடிக்கும் எண்ணங்களைக் கண்டுகொள்ளாமல் இருப்பதே இதற்குத் தீர்வு. கவனச்சிதறல்கள் ஏற்படும் போது, உங்கள் கவனத்தை தற்போதைய தருணத்தின் மீது மீண்டும் திருப்புங்கள். இது மனஅழுத்தத்தையும் பதட்டத்தையும் குறைக்க உதவுகிறது.

❖ ***உங்கள் வாழ்க்கையில் உங்களை ஊக்கப்படுத்தியது யார், ஏன்?***

இன்று, சென்னையில் தபால் அலுவலகத்தில் எனது ஊழியருடன் இருந்தபோது, சுமார் 75 வயதுள்ள முகவரான திரு. ரெங்கநாதனைச் சந்தித்தேன். டெபாசிட் குறித்த எனது கேள்விகளுக்குப் பதிலளிப்பதிலும், விண்ணப்பப் படிவத்தை நிரப்புவதிலும், பணம் எதையும் எதிர்பார்க்காமல் எனக்கு உதவி செய்ய அவர் முன்வந்தார், மக்களிடமிருந்து அன்பை மட்டுமே நாடுவதாக அவர் கூறினார். அவருடைய இரக்க குணத்தைக் கண்டு வியந்த நான், அவர் ஏன் வசதி குறைந்தவர்களுக்கு இதுபோல் உதவி செய்யவில்லை என்று யோசித்தேன். ஏழைகள் மற்றும் மாற்றுத்திறனாளிகளுக்கும் சேவை செய்வதாக அவர் விளக்கினார், ஆனால் நான் அங்கு இருந்தபோது அப்படி எதையும் சந்திக்கவில்லை. திரு. ரெங்கநாதன் மற்றவர்களுடனான தொடர்பைத் தேடுகிறார்; அவரது மகன் இங்கிலாந்தில் வசிக்கிறார், மற்றொரு மகன் கல்லூரி ஹெச்.ஓ.டி., மற்றும் வாழ்க்கையில் போராடி வரும் அவரது திருமணமான மகள் அவருடனேயே வாழ்கிறார். காலையில் தபால் அலுவலகத்தில் அவர் தனது நேரத்தைச் செலவிடுகிறார், மதிய உணவின் போது புறாக்களுக்கு உணவளிக்கிறார், யோகா பயிற்சி செய்கிறார், நடைப்பயிற்சி மேற்கொள்கிறார், அரசுப் பள்ளிக் குழந்தைகளுக்கு மாலையில் பாடம் நடத்துகிறார். தனக்குக் குறைந்த வருமானமே கிடைத்தாலும், பள்ளிக் குழந்தைகளுக்காக நோட்டுப் புத்தகங்கள் வாங்குகிறார். அவரது தன்னலமற்ற வாழ்க்கையால் நெகிழ்ச்சியடைந்து, அவரது அர்த்தமுள்ள வாழ்க்கையின் அருமையை உணர்ந்துகொண்டு, அவருடன் புகைப்படம் எடுத்துக் கொண்டேன். நான் அவரிடமிருந்து மதிப்புமிக்க பாடங்களைக் கற்றுக்கொண்டேன்: செயலில் ஈடுபாடுகொள்ளுதல், எதிர்பார்ப்புகள் இல்லாமல் சேவை செய்தல், தொடர்புகளை மதித்தல் ஆகியவை அந்தப்

பாடங்கள். அவர் எனக்கு உதவி செய்ய வேண்டிய அவசியமில்லை, ஆயினும் எந்த நிபந்தனையும் இல்லாமல் சேவைக்கு முன்மாதிரியாக எனக்கு உதவி செய்தார். அவரது செயல்கள், வீணான கவனச்சிதறல்களைத் தடுக்கவும், பிறருக்கு சேவை செய்யவும் என்னைத் தூண்டின. திரு. ரெங்கநாதனின் அடக்கமும் பெருந்தன்மையும் என் இதயத்தைத் தொட்டன, தன்னலமற்ற சேவையின் முக்கியத்துவத்தையும், மற்றவர்களுடன் நேர்மையாகத் தொடர்பு கொள்வதையும் எனக்குக் கற்பித்தன.

❖ 2023 உலகக் கோப்பை டெஸ்ட் கிரிக்கெட் இறுதிப் போட்டியில் இந்தியா ஏன் தோற்றது?

இந்திய கிரிக்கெட் அணியின் தோல்விக்கு முதன்மையான காரணம், மனப்போராட்டம். தொடர்ச்சியாகப் பெற்ற 10 வெற்றிகளுக்குப் பின்னர் எதிர்பார்ப்புகளால் ஏற்பட்ட அழுத்தத்துடன், 150 கோடி மக்களின் நம்பிக்கைகள் மற்றும் வெற்றி பெற்றாக வேண்டுமென்ற மறைமுக அரசியல் அழுத்தங்களும் சேர்ந்து, வீரர்களின் மனத்தில் அதிகச் சுமையை ஏற்படுத்தின. "வெற்றி பெறுவதற்கான சிறந்த வாய்ப்பு" மற்றும் "போட்டியில் பிடித்தமான அணி" போன்ற குறியீட்டுச் சொற்கள் அழுத்தத்தை அதிகரித்தன. இறுதிப் போட்டிக்கு முன் தோல்வியை எதிர்கொண்டு விளையாடிய அனுபவம் இல்லாததும், மிகவும் அனுபவம் வாய்ந்த எதிரணியை எதிர்கொண்டதும், இந்திய கிரிக்கெட் அணி வீரர்களை மனரீதியாக மேலும் பலவீனப்படுத்தியது. அழுத்தத்துக்கு உள்ளாகும்போது அதனை மீறிச் செயல்படுவதற்கு, மனஅழுத்தம் இல்லாத மனம் தேவை. முக்கியமான தருணத்தில் அது இல்லாமல் போனது. சாதகமான சூழ்நிலைகள் வெற்றிக்கு வழிவகுக்கும் நிலையில், மிக முக்கியமான போட்டிகளின்போது வித்தியாசமான மனநிலை தேவை. 10 நாட்களுக்கு மேலாக உருவாக்கப்பட்ட உத்திகளும், நம்பிக்கையும் முக்கியமான ஒரு

நாளுக்குப் பொருந்தாது. துரதிர்ஷ்டவசமாக, அணித் தேர்வில் இருந்த அரசியல், பாரபட்சம் பார்த்தல் மற்றும் ஒரு பக்கச் சார்பு ஆகியவையும் தோல்வியில் பங்கு வகித்தன. அஸ்வின், சஞ்சு போன்ற தென்னிந்திய வீரர்கள் ஓரங்கட்டப்பட்டனர். இறுதிப்போட்டியில் அஸ்வினை ஆடவைப்பது போன்ற தைரியமான முடிவுகள், விமர்சனங்கள் குறித்த பயத்தால் எடுக்கப்படவில்லை. துணிச்சலான முடிவுகளை எடுக்கத் தயங்கியதும், பாதுகாப்பான வழியைத் தேர்ந்தெடுத்ததும் அணியின் வீழ்ச்சிக்குக் காரணமாக அமைந்தன. இறுதியில், நிர்பந்தம், மனஅழுத்தம் மற்றும் சாதகமற்ற கர்மவினை ஆகியவற்றின் கலவையானது, போட்டியில் இந்திய அணியின் தோல்விக்கு வழிவகுத்தது.

❖ ***கடினமான மற்றும் சவாலான பிரச்சனைகளுக்கும் சூழ்நிலைகளுக்கும் நான் எவ்வாறு தீர்வைக் கண்டறிந்து, திறம்படத் தீர்க்க முடியும்?***

குமாரின் தாயார் இறந்த பிறகு, அவரது தந்தை, குமாரின் சகோதரியுடன் தங்கினார். ஆனால் தந்தையின் சிக்கலான குணநலன் மற்றும் அவர் கடுமையாகத் திட்டுவது காரணமாக அவரைப் பராமரிப்பது குமாரின் சகோதரிக்குச் சவாலாக இருந்தது. அதனையடுத்து, தந்தையைப் பராமரிக்கும் பொறுப்பை குமார் ஏற்று, ஏழு ஆண்டுகளாக தனது தந்தைக்குப் பெற்றோராகவே செயல்பட்டார். தங்களது சிறந்த கவனிப்பையும் மீறி தொடர்ந்து விழுந்த திட்டுகளை எல்லாம் சகித்துக்கொண்டார். குமாரின் பெரும்பாலான உடன்பிறப்புகள் தங்கள் தந்தையைப் பார்க்க வருவதற்கோ அல்லது நலம் விசாரிப்பதற்கோ அக்கறை காட்டவில்லை, இது குமாருக்கு கோபத்தையும் விரக்தியையும் ஏற்படுத்தியது. இருப்பினும், தியானத்தின் மூலமாக, அனுதாபம் காட்டுவதன் முக்கியத்துவத்தை குமார் உணர்ந்து கொண்டதுடன், தனது உடன்பிறப்புகளுக்கு தங்களது தந்தையைப் பராமரிப்பதற்கான

பொறுமையோ அல்லது தந்தையை கவனித்துக் கொள்ள வேண்டுமே என்ற மனஉறுத்தலோ இல்லாதிருக்கலாம் என்றும் புரிந்துகொண்டார். தானும் தனது மனைவியும் தந்தையைக் கவனித்துக் கொள்வதற்கான திறனைப் பெற்றிருக்கிறோமே என்ற நினைப்பில் அவர் ஆறுதல் அடைந்தார். காலப்போக்கில், தந்தையைப் பராமரிப்பதில் ஈடுபடாத மற்றவர்களிடமிருந்து அவர்கள் விமர்சனங்களை எதிர்கொண்டனர், இது அவர்களுக்குச் சவால்களை அதிகரித்தது. இதுபோன்ற கஷ்டங்கள் இருந்தபோதிலும், குமாரும் அவரது மனைவியும் மேலும் வலுவடைந்தனர், கஷ்டங்களை ஏற்றுக்கொள்ளவும் பழகிக்கொள்ளவும் கற்றுக்கொண்டனர். அவரது தந்தையின் மறைவைத் தொடர்ந்து, தந்தையின் இறுதிக்காலத்தில் அவரை கவனித்துக் கொண்டோமே என்பதில் அவர்கள் மிகுந்த திருப்தி அடைந்தனர். அவர்களது நேர்மையான முயற்சிகள் அங்கீகரிக்கப்பட்டு, அவர்களுக்கு ஆசீர்வாதத்தையும் மனநிறைவையும் தந்தன. இந்த அனுபவத்தின் மூலம், அனுதாபம் காட்டுதல், ஏற்றுக்கொள்ளுதல் மற்றும் கஷ்டங்களை எதிர்கொள்ளும்போது விடாமுயற்சி செய்தல் ஆகியவற்றின் மதிப்பை அவர்கள் கற்றுக்கொண்டனர். இது, அவர்களது உடன்பிறப்புகளுடன் ஒப்பிடும்போது அவர்களை நிறைவான மற்றும் வெற்றிகரமான வாழ்க்கையை வாழ வழிவகுத்துள்ளது. ஒருவர் தனது மனசாட்சியின்படி வாழ்வது சவால்களைக் கொண்டு வரலாம், ஆனால் பொறுமை, ஏற்றுக்கொள்ளுதல் மற்றும் சரியான மனநிலை ஆகியவற்றின் காரணமாக, கிடைக்கும் பலன் குறிப்பிடத்தக்க வகையில் இருக்கும் என்பதை அவர்கள் உணர்ந்து கொண்டனர்.

❖ நான் எப்படி எப்போதும் நல்ல மனநிலையில் இருப்பது?

உங்களது 9-ஆம் வகுப்புத் தேர்வைச் சுற்றி எழுந்த உற்சாகம் மற்றும் அதனைத் தொடர்ந்து ஏற்பட்ட ஏமாற்றங்கள் தொடர்பான உங்களின் பிரதிபலிப்பு, உணர்ச்சிகள் மற்றும்

எதிர்பார்ப்புகளை நிர்வகிப்பதற்கான மதிப்புமிக்க உள்நோக்கிய பார்வையை வழங்கியுள்ளது. அதுபற்றி இங்கே ஒரு விவரணம்:

1. உற்சாகமான தருணங்களைத் தழுவுங்கள்: அசாதாரணமான தேர்வு அட்டவணையின் போது, கிரிக்கெட் போட்டிகளைப் பார்ப்பது மற்றும் கிணற்றுக்கு அருகே குளிப்பது போன்ற வித்தியாசமான அனுபவங்களால் நீங்கள் மகிழ்ச்சி அடைந்தீர்கள். இந்தத் தருணங்கள், வழக்கமான செயல்களில் இருந்து ஓய்வு அளித்ததோடு உங்களுக்கு அன்றைய நாட்களில் ஓர் உற்சாக உணர்வைக் கொண்டு வந்தன.

2. வாழ்க்கையின் சுழற்சித் தன்மையை உணர்ந்து கொள்ளுங்கள்: தேர்வுகள் முடிவடைந்து உங்களது சாதாரண வழக்கத்துக்குத் திரும்பிய பிறகு, உங்களது மனநிலையில் சரிவைச் சந்தித்தீர்கள், கூடவே காயமும் சேர்ந்துகொண்டது. இது வாழ்க்கைப் பயணத்தில் ஏற்றத் தாழ்வுகள் உள்ளடங்கி இருப்பதை எடுத்துக்காட்டுகிறது.

3. உணர்ச்சியை சமநிலைப்படுத்த பயிற்சி செய்யுங்கள்: உற்சாகமான காலகட்டத்தில், நீங்கள் அமைதியான உணர்வைப் பேணி, நிதானமாக இருந்திருந்தால், அடுத்தடுத்த ஏமாற்றங்கள் உங்களை ஆழமாகப் பாதிக்காமல் போயிருக்கலாம். அமைதியைக் கடைபிடித்து, வாழ்வில் காணும் உயர்வுகளை அதிகமாகக் கொண்டாடாமல் இருப்பதன் மூலம், தாழ்வுகள் நேரிடும்போதும் நீங்கள் அவற்றைச் சிறப்பாக நிர்வகிக்கலாம்

4. சமச்சீரான மனநிலையை வளர்த்துக் கொள்ளுங்கள்: நேர்மறை மற்றும் எதிர்மறை அனுபவங்களுக்கு இடையே சமநிலையைப் பேண தீவிர முயற்சி செய்வது, உணர்ச்சிகளில் இருந்து சிறப்பாக மீண்டெழுவதற்கும், ஸ்திரத்தன்மைக்கும் வழியமைக்கிறது. இந்த மனநிலையைப் பின்பற்றுவதன் மூலம், வாழ்க்கையில் ஏற்படும் ஏற்ற

இறக்கங்களை அதிக நேர்த்தியுடனும் மனநிறைவுடனும் நீங்கள் வழிநடத்தலாம்.

ஒட்டுமொத்தமாக, உற்சாகம் மற்றும் அமைதி ஆகிய இரு சூழல்களிலும் சமநிலையைக் கண்டறிவதன் முக்கியத்துவத்தை உங்கள் பிரதிபலிப்பு அடிக்கோடிட்டுக் காட்டுகிறது, இது மிகவும் இணக்கமான மற்றும் நிறைவான வாழ்க்கைப் பயணத்துக்கு வழியமைக்கிறது.

❖ எனது தோல்வியை நான் எப்படி எதிர்கொள்ள வேண்டும்?

"பின்வரும் உணர்தல்கள், தோல்விகளைச் சமாளிக்க உதவும்:

1. உங்கள் முயற்சிகளில் ஈடுபடுங்கள்: தொடர்ந்து முயற்சி செய்யுங்கள், விஷயங்கள் தானாகவே நடந்துவிடும். இல்லையென்றால், ஏற்றுக்கொண்டு முன்னேறிச் செல்லுங்கள். எண்ணற்ற தோல்விகளுக்குப் பிறகும் நீங்கள் விரக்தியடையவில்லை என்றால், புதிய யோசனைகள் மற்றும் உத்திகளுடன் தொடர்ந்து முயற்சி செய்யுங்கள். விரக்தி நீடித்தால், நிலைமையை ஏற்றுக்கொள்ளுங்கள். நீங்கள் அவ்வாறு செய்தவுடன், மனஅழுத்தம் மறைந்துவிடும்.

2. யதார்த்தத்தை ஏற்றுக்கொள்ளுங்கள்: சூழ்நிலைகள் எப்படி இருந்தாலும் அவற்றைப் பொருட்படுத்தாமல், இறுதியில் அவற்றை ஏற்றுக்கொண்டு நாம் முன்னேறிச் செல்ல வேண்டும். அதற்குப் பிறகும் தோல்வி ஏற்பட்டால், நாம் சிறிது நேரம் வருத்தப்படலாம், ஆனால் இறுதியில், நாம் அதனை விட்டுவிட்டு முன்னேற வேண்டும். அமைதியான மனமானது, ஏற்றுக்கொள்வதை எளிதாக்குகிறது.

3. வெற்றியை மறுவரையறை செய்யுங்கள்: வெற்றி என்பது பணம், அதிகாரம் அல்லது புகழ் மட்டுமே அல்ல.

எதிர்பார்த்த விளைவை ஏற்படுத்தாவிட்டாலும் கூட. உண்மையாக எடுக்கப்படும் முயற்சிகளையும் அது உள்ளடக்கியுள்ளது. அது, நெறிமுறையுடன் வாழ்வதோடு, சொந்த ஆதாயத்தைக் கருதாமல் மற்றவர்களுக்கு உதவுவது பற்றியது."

❖ ***தகுதி வாய்ந்த சமூகம், செயல்நுட்பங்களிலும் வழக்கமான செயல்பாட்டிலும் கவனம் செலுத்துகிறது, ஆனால் பெரும்பாலான மனிதர்கள், ஊக்கம் இல்லாததன் காரணமாகத் தோல்வியடைகிறார்கள். நம்மை ஊக்கத்துடன் இருக்கச் செய்வது எப்படி?***

"சிலர் தங்களுக்காக அல்ல, மற்றவர்களின் ஒப்புதலுக்காக உடற்பயிற்சி செய்கிறார்கள். புகழப்படும்போது அவர்கள் ஊக்கத்துடன் இருப்பதாகக் கருதுகிறார்கள், விமர்சிக்கப்படும்போது ஊக்கம் இழந்துவிடுகிறார்கள். இதைச் சமாளிக்க, உங்கள் சொந்த ஆரோக்கியம் மற்றும் நல்வாழ்வுக்காகத்தான் நீங்கள் உடற்பயிற்சி செய்கிறீர்கள் என்பதை நினைவூட்டிக் கொள்ளுங்கள். எடைக் குறைப்பு அல்லது தற்போதைய உடல்நலத்தை எளிதில் பராமரித்தல் போன்று நீங்கள் பெறக்கூடிய பயன்களில் கவனம் செலுத்துங்கள். ஆரோக்கியமான வாழ்க்கையை நடத்துவதே குறிக்கோள் என்பதை நினைவில் கொண்டு, உங்கள் சொந்த நலனுக்காக உங்களது இந்த வழக்கத்துடன் ஒட்டிக்கொள்ளுங்கள்."

❖ ***வாழ்க்கையில் ஆச்சர்யம் என நீங்கள் கண்டறிந்தது என்ன?***

கடந்த மாதம், நான் காலை வேளையில, டென்னிஸ் விளையாடச் செல்வதற்கு முன்பாக, யோகா, பிராணாயாமம், தியானம் போன்ற எனது வழக்கமான செயல்களை மேற்கொண்டேன். வானிலை நன்றாக இருந்ததால், எனக்கு

முன்னுள்ள அன்றைய நாள் குறித்து உற்சாகமாக இருந்தேன், மேலும் எனக்குப் பிடித்த நண்பர்களுடன் இணைவதை எதிர்பார்த்திருந்தேன். அன்று ஞாயிற்றுக்கிழமை என்பதால், எங்களுக்கு விளையாட நிறைய நேரம் கிடைத்தது, டென்னிஸ் விளையாடியதற்குப் பிறகு காலை உணவாக பிரியாணிக்கு ஏற்பாடு செய்யப்பட்டிருந்தது. இருப்பினும், விஷயங்கள் திட்டமிட்டபடி நடைபெறவில்லை. நான் சரியாக டென்னிஸ் விளையாடவில்லை, நண்பர்களிடையே சில வாக்குவாதங்கள் வெடித்தன. காலை உணவு எதிர்பார்த்த அளவுக்கு ருசியாக இல்லை, அன்றைய தினம் ஏமாற்றத்தோடு முடிவடைந்தது.

அதற்கு நேர்மாறாக, ஒரு வாரத்திற்கு முன்பு, நான் கோயம்புத்தூர் சென்றுவிட்டு, இரவில் தாமதமாகத் திரும்பினேன். அடுத்த நாள் தாமதமாக விழித்தெழுந்தேன். எனது காலை நேர வழக்கமான யோகாசனம், தியானம் மற்றும் பிராணாயாமம் ஆகியவற்றைச் செய்தால், சரியான நேரத்துக்கு டென்னிஸ் விளையாடச் செல்ல முடியாது என்று கருதினேன். இவ்வாறாக இருந்தபோதிலும், எனது வழக்கங்களை மேற்கொள்ளாமல் காலை 7:30 மணிக்கு டென்னிஸ் விளையாட முடிவு செய்தேன். அரை மனத்துடன் நான் சென்றாலும்கூட, எனக்கு ஆச்சர்யமூட்டும் வகையில், எனக்குப் பிடித்த நான்கு நண்பர்கள் அங்கே இருந்தார்கள், நாங்களும் சிறப்பாக விளையாடினோம். அதன் பிறகு நாங்கள் காபி சாப்பிடச் சென்றோம், அது மிகவும் சுவையாக இருந்தது. அன்றைய தினம், எனது சிறந்த நாட்களில் ஒன்றாக உருவெடுத்தது.

வாழ்க்கை, ஆச்சரியங்கள் நிறைந்தது. சில நேரங்களில், நாம் ஒரு சிறந்த நாளை எதிர்பார்க்கிறோம், ஆனால் நம்மிடம் அதிக எதிர்பார்ப்புகள் இருப்பதால், அது ஏமாற்றம் அளிப்பதாக மாறி விடும். மாறாக, மோசமாக இருக்கும் என்று நாம் எதிர்பார்க்கும் ஒரு நாள், நம்மிடம் எதிர்பார்ப்புகள் ஏதும் இல்லாததால், மிகச் சிறந்த நாளாக மாறக் கூடும். தற்போதைய தருணத்தில் கவனம் செலுத்துவதும், அதிகப்படியான

எதிர்பார்ப்புகளின்றி இருப்பதும் மிக முக்கியம். போகிற போக்கில் சென்று, நிகழ்வதை அனுபவியுங்கள்.

❖ வரலாற்றில் ஒருபோதும் சரியாக அங்கீகரிக்கப்படாத சில திறமைசாலிகள் யார்? அவர்கள் கண்டுகொள்ளப்படவில்லை என்று நீங்கள் ஏன் நினைக்கிறீர்கள்?

காமராஜர், தினேஷ் கார்த்திக், கமல்ஹாசன், சடகோபன் ரமேஷ், சஞ்சு சாம்சன், டி.ஏ. சேகர் மற்றும் தமிழகம் மற்றும் கேரளாவைச் சேர்ந்த விளையாட்டு வீரர்களுக்கும் தலைவர்களுக்கும் அவர்களுக்குரிய அங்கீகாரம் கிடைக்கவில்லை. இது பெரும்பாலும் அவர்கள் தென்னிந்தியாவைச் சேர்ந்தவர்கள் என்பதாலும், வடக்கில் உள்ளவர்கள் அவர்களது சாதனைகளைக் குறைத்து மதிப்பிடுவதாலும் ஏற்படுகிறது. அசலான மற்றும் அழகான இசைக்குப் பெயர் பெற்ற புகழ்பெற்ற இசையமைப்பாளர் இளையராஜாவுக்குக்கூட பாரத ரத்னா விருது வழங்கப்பட்டிருக்க வேண்டும். இந்தியாவின் திறமையான கலைஞர்களில் ஒருவரான கமல்ஹாசனுக்கும்கூட, அவருக்குக் கிடைத்திருக்க வேண்டிய அளவுக்கு அங்கீகாரம் கிடைக்கவில்லை.

தென்னிந்தியர்களின் திறமைகளை வடக்கில் உள்ளவர்கள் தங்களது புகழ் வெளிச்சத்தை அதிகரிப்பதற்காகப் பயன்படுத்திக் கொள்கிறார்கள் என்ற கருத்து உள்ளது. தமிழ் மொழிக்கு வளமான இலக்கியம் மற்றும் வரலாறு இருந்தபோதிலும், அதன் தகுதிக்கு உரிய அங்கீகாரம் கிடைக்கவில்லை. ஒருவேளை இது வடக்கில் இருப்போர் ஆதிக்கம் செலுத்தும் சுழற்சியாக இருக்கலாம், ஆனால் இறுதியில், சுழற்சி மாறும், தென்னிந்தியர்களுக்கு அவர்கள் ஆட்சி செலுத்தும் காலம் வரும்.

ஒரு குழுவினருக்கு நேரம் வரும்போது, அவர்கள் திமிர் பிடித்தவர்களாக ஆவதும், ஆதிக்கம் செலுத்த

உரிமையுள்ளவர்களாகக் கருதுவதும் பொதுவான விதி. இருப்பினும், இதனால் ஏற்படும் விரக்திகளைச் சமாளிப்பதற்கு, தொடர்ந்து முயற்சிகளை மேற்கொள்வதே சிறந்த வழி. தோல்விகளைப் பொருட்படுத்தாமல். விரக்தி ஏற்படும் போது, அதை ஏற்றுக்கொள்வதும் நிதானமாக இருப்பதும் முக்கியம்.

அத்துடன், வாழ்க்கை என்பது புகழ் அல்லது அதிகாரத்தை அடைவது மட்டும் அல்ல; அது உள் திருப்தி பற்றியது. எளிமையான, நெறிமுறை சார்ந்த வாழ்க்கையை நடத்தினாலும், கடமைகளை நிறைவேற்றுவது மற்றும் மற்றவர்களுக்கு உதவுவது ஆகியவை ஆழ்ந்த மனநிறைவைத் தரும். இறுதியில், உள் திருப்தி மிகவும் முக்கியமானது. ஒரு சாதாரண மனிதரின் திருப்தி, ஒரு பிரதமரின் அல்லது சூப்பர் ஸ்டாரின் திருப்தியைக் கூட விஞ்சிவிடும்.

❖ **ஒருசிலர், தொழில்முறை நெருக்கடிகளைத் தீர்ப்பதில் சிறந்தவர்களாக இருந்தாலும், தனிப்பட்ட வாழ்க்கையில் அப்படிச் சிறப்பாக இருப்பதில்லையே, அது ஏன்?**

ஒரு தொழில்முறை அமைப்பில், நீங்கள் பணிகளைத் திட்டமிட்டுச் செயல்படுத்துகிறீர்கள். மேலும் அங்கே மக்கள், உங்கள் பேச்சைக் கேட்டு, உங்கள் உத்தரவுகளைப் பின்பற்றுவார்கள். வெற்றியடையும் போது, நீங்கள் பாராட்டுகளைப் பெறுவீர்கள், மேலும் இந்தச் சுழற்சி உங்களை மேலும் சாதிக்க ஊக்கப்படுத்துகிறது.. இருப்பினும், இதே அணுகுமுறை வீட்டில் வேலை செய்யாது. உங்கள் சக ஊழியர்களிடம் கடைபிடித்த அதே வழியில் வீட்டில் உள்ளவர்களுடன் நீங்கள் தொடர்பு கொண்டால், அவர்கள் உங்கள் பேச்சைக் கேட்க மாட்டார்கள். வீடுகளில் உணர்ச்சிகள் பங்கு வகிக்கின்றன, ஆகையால் நீங்கள் அன்பாகத் தொடர்பு கொள்ள வேண்டும். நீங்கள் செயல்களைச் செய்து முடித்தாலும், தொழில்முறை அமைப்புடன் ஒப்பிடும்போது இங்கே பாராட்டுக் கிடைப்பது

அரிது. வீட்டிலே, உங்களது செயல்பாடுகளை உங்களுக்குரிய கடமைகள் என்றுதான் காண்பார்களே தவிர, பாராட்டத்தக்க முயற்சிகளாகக் காண மாட்டார்கள். கூடுதலாக, அவர்கள் உங்கள் பலவீனங்களையும் குணநலன்களையும் நெருக்கமாக அறிந்திருப்பதால், பாராட்டையோ அல்லது ஒத்துழைப்பையோ பெறுவது சவாலானதாக இருக்கும். தொழில்முறை மற்றும் தனிப்பட்ட வாழ்க்கையில் கிடைக்கும் உபசரிப்பில் உள்ள இந்த வேறுபாடு, சிலர் வீட்டை விட வேலை செய்யும் இடத்தில் ஏன் வெற்றிகரமாக இருக்கிறார்கள் என்பதை விளக்குகிறது.

யாராவது உங்களை வீட்டில் தொடர்ந்து புகழ்ந்து கொண்டிருந்தால், அவர்கள் உங்களுக்கு உணர்ச்சிப்பூர்வமாக நெருக்கமானவராக இல்லாமல் இருக்கலாம். விஐபிகள் கூட தங்களது வீடுகளில் அவமரியாதையைச் சந்திக்க நேரிடலாம், ஏனெனில் குடும்ப உறுப்பினர்கள் அவர்களது குறைகளை அறிந்திருப்பார்கள். இந்த மாறுபாடுகளைப் புரிந்துகொள்வதுடன், வீட்டில் உள்ளவர்களின் இயல்புகளை எதிர்பார்ப்புகள் இல்லாமல் ஏற்றுக்கொள்வது, பணியிடத்துக்கு உள்ளேயும் வெளியேயும் மிகுந்த நிறைவான வாழ்க்கை அமைய வழிவகுக்கும்.

❖ *வாழ்க்கையில் பெரிய விஷயங்களைச் செய்ய, பெரும்பாலான மனிதர்கள் ஏன் பித்துப்பிடித்தவர்கள் போன்றும் பைத்தியமாகவும் இருக்கிறார்கள்?*

திருப்தியில் இரண்டு வகைகள் உள்ளன. ஒரு குழுவினர் லட்சியம் கொண்டவர்களாக ஆகி, பணம், அதிகாரம் மற்றும் செல்வாக்கைப் பின்தொடர்கிறார்கள். இறுதியில், இந்த நாட்டங்கள் நிறைவைத் தரக்கூடியவை அல்ல என்பதை அவர்கள் உணர்ந்துகொள்கிறார்கள், மேலும் அவர்கள் எளிய விஷயங்களில் திருப்தியைக் கண்டறிந்து, தங்களது லட்சியங்களைப் பின்தொடர்கிறார்கள் அல்லது மற்றவர்களுக்கு

உதவுகிறார்கள். இந்த நபர்கள் உண்மையிலேயே மனநிறைவைக் கொண்டுள்ளனர்.

மற்றொரு குழுவினருக்கு நோக்கம் இல்லை, அத்துடன் சமூக விதிமுறைகள் மற்றும் அடிப்படை ஆசைகளால் அவர்கள் இயக்கப்படுகிறார்கள். அவர்கள் உப்புச்சப்பற்ற வாழ்க்கையை அமைத்துக்கொண்டு, திருமணம் செய்தல், குழந்தைகளைப் பெறுதல், பொருள் உடைமைகளைச் சேர்த்தல் என்ற கூட்டத்துடன் தங்களைப் பொருத்திக் கொள்கிறார்கள். சமூக எதிர்பார்ப்புகளுக்கு இணங்குவதில் அவர்கள் மகிழ்ச்சியைக் காண்கிறார்கள்.

இந்த நபர்கள் பெரும்பாலும் பிக் பாஸ் போன்ற ரியாலிட்டி டிவி நிகழ்ச்சிகளை அல்லது திரைப்படங்களைப் பார்ப்பதில் தங்கள் நேரத்தைச் செலவிடுகிறார்கள், வாழ்க்கைப் பாடங்களை அவை வழங்குவதாக அவர்கள் நம்புகிறார்கள். இருப்பினும், எது சரி, எது தவறு என்பதைக் கண்டறியும் அறிவு தங்களிடம் ஏற்கெனவே இருப்பதை அவர்கள் உணரத் தவறிவிடுகிறார்கள்; அவற்றைச் செயல்படுத்தத் திண்டாடுகிறார்கள். இந்த கவனச்சிதறல்களில் ஈடுபடுவதன் மூலம், அவர்கள் நேரத்தை வீணடிக்கிறார்கள், சோம்பேறிகளாக ஆகி, ஆற்றலை இழக்கிறார்கள்.

ரியாலிட்டி டிவி நிகழ்ச்சித் தயாரிப்பாளர்கள், மக்களின் உணர்ச்சிப்பூர்வமான பாதிப்புகளைப் பயன்படுத்தி, அவர்களின் நேரத்தையும் ஆற்றலையும் வீணடிப்பதில் இருந்து லாபம் ஈட்டுகிறார்கள். இந்த நிகழ்ச்சிகளைத் தொகுத்து வழங்கும் பல பிரபலங்கள் இந்தச் சுழற்சியில் பங்களிக்கின்றனர், தங்களது பார்வையாளர்களின் நலன்களைவிட புகழுக்கும் அதிர்ஷ்டத்துக்கும் அவர்கள் முன்னுரிமை தருகின்றனர்.

ரியாலிட்டி டிவி மற்றும் கிசுகிசு போன்ற கவனச்சிதறல்களின் பரவலானது, மக்களின் லட்சியக் குறைபாட்டுக்கும், சிறப்பானதைத் தொடர்வதில் உள்ள ஆர்வம் நீங்குவதற்கும்

பங்களிக்கிறது. மாறாக, அவர்கள் மிகச்சாதாரணமான ஒரு சுழற்சியில் சிக்கி, அற்பமான நோக்கங்களில் தங்களது நேரத்தையும் ஆற்றலையும் வீணடிக்கிறார்கள்

❖ கெட்டவனுக்கு நல்ல உள்ளம் இருக்க முடியுமா? அப்படியானால், ஏன், எப்படி அவர்கள் இவ்விதமாக ஆனார்கள்?

இது, அந்த மனிதர் கனிவான இதயம் கொண்டவராக இருந்தாலும், வாழ்க்கையின் சிக்கல்களுடன் போராடுகிறார், குறிப்பாக தனிநபர்களுக்கு ஏற்படும் நல்ல மற்றும் கெட்ட விளைவுகளை வேறுபடுத்திப் பார்க்க முடியாமல் திண்டாடுகிறார் என்று கூறுவதைப் போல் உள்ளது. சில சமயங்களில் கெட்டவர்கள் தற்காலிக வெற்றிகளைப் பெறுகின்ற அதே வேளையில், நல்லவர்கள் அவர்களது சூழ்நிலைகள் மற்றும் எதிர்வினைகளைப் பொருத்து கஷ்டங்களை அனுபவிப்பதை அவர் கவனிக்கிறார். பணமே அதிகாரம் படைத்தது என்றும், கடந்த காலத் தவறுகள் அல்லது கெட்ட பெயர்களை பணத்தைக் கொண்டு சரிசெய்துவிடலாம் என்பதால் அதை எந்த வகையிலும் சம்பாதித்தாக வேண்டும் என்றும் அவர் நம்புகிறார். இருப்பினும், பலரிடம் இல்லாத கடின உழைப்பு, ஒழுக்கம் மற்றும் பொறுமை ஆகியவற்றிலிருந்தே உண்மையான மகிழ்ச்சியையும் நிம்மதியையும் பெற முடியும் என்பதை அவர் ஒப்புக்கொள்கிறார். தனிநபர்களின் கண்ணோட்டங்கள் மற்றும் நடத்தைகளை வடிவமைப்பதில், வளர்த்த விதமும் சுற்றுச்சூழலும் முக்கியப் பங்கு வகிப்பதை அவர் உணர்கிறார். சரி எது, தவறு எது என்பதை அறிந்திருந்தாலும், சிலர் தங்களது உள்ளத்தில் நல்ல எண்ணங்களைக் கொண்டிருந்தாலும், தங்களது வாழ்க்கை அனுபவங்கள் மற்றும் சுற்றுச்சூழல்களால் ஏற்பட்ட எதிர்மறையான தாக்கங்களுக்கு ஆளாகலாம்.

❖ *துன்பம் எவ்வாறு உங்களுக்கு ஞானம் பெற உதவும்?*

உண்மையில், துன்பம் தனிமனிதர்களை உணர்ச்சியற்றவர்களாக ஆக்கி, கஷ்டங்களை மேலும் எதிர்கொள்ளும்போது அவர்களை மிகவும் நெகிழ்ச்சியடையச் செய்துவிடுகிறது. சிலர் விரக்தி மற்றும் மனச்சோர்வுக்கு ஆளாகும் நிலையில், ஏற்றுக்கொள்ளும் குணம் கொண்டவர்கள் துன்பத்தை அமைதியாகக் கடந்து, இந்த நடைமுறையில் மதிப்புமிக்க உள்நோக்கிய பார்வையையும் ஞானத்தையும் பெறலாம்.. வாழ்க்கை இயற்கையாகவே ஏற்றத்தாழ்வு சுழற்சிகளைக் கொண்டுள்ளது, மேலும், தாழ்வுகளை ஏற்றுக்கொள்பவர்கள் உயர்வுகளின் போது சிறப்பாகச் செழிக்கத் தயாராக உள்ளனர். கையில் உள்ள பணி அல்லது பிரச்சனை எதுவாக இருந்தாலும், அதைப் பொருட்படுத்தாமல், உங்கள் சிறந்த முயற்சியை மேற்கொள்வது மிகவும் முக்கியமாகும். பெரும்பாலும், விஷயங்கள் சாதகமாக அமைந்துவிடும், ஆயினும் எப்போது அவ்வாறு இல்லையோ, அதை ஏற்றுக்கொள்வது இன்றியமைததாகும். ஏற்றுக்கொள்வது பிரச்சினைகளுக்கு இறுதித் தீர்வை வழங்குவதுடன், மனத்தை கவலையில் இருந்து விடுவித்து உள்ளார்ந்த அமைதி மற்றும் ஞானத்தை வளர்க்கிறது.

❖ *மற்றவர்கள் உங்களை அதிகம் விரும்புமாறு எப்படிச் செய்வீர்கள்? 8*

நமது நாட்கள் பல்வேறு செயல்பாடுகளால் நிரம்பியுள்ளன, இதனால் நமது அன்புக்குரியவர்களுக்கு குறைந்த நேரத்தை மட்டுமே செலவிட முடிகிறது. அவர்களுடன் நேரத்தைச் செலவிடும் போது, நேரத்தின் அளவை விட தரத்துக்கு முன்னுரிமை கொடுப்பது அவசியம். உண்மையான மற்றும் பயனுள்ள தொடர்புக்காக தினமும் ஒன்றரை முதல் இரண்டு

மணி நேரம் வரை அர்ப்பணிக்கவும். அந்த நேரத்தின்போது, அவர்கள் விரும்பி அனுபவிக்கும் நடவடிக்கைகள் மற்றும் உரையாடல்களில் கவனம் செலுத்துங்கள், நேர்மறையான அணுகுமுறையைப் பேணுங்கள் மற்றும் எதிர்மறையைத் தவிர்த்திடுங்கள். ஒவ்வொருவருக்கும் அவர்களுக்கென தனிப்பட்ட நேரம் தேவை என்பதை நினைவில் கொள்ளுங்கள், எனவே இதில் சமநிலையைக் கண்டறிவது முக்கியமாகும். உங்களின் அன்புக்குரியவர்களுடன் உண்மையாகவும் திறம்படவும் நேரத்தைச் செலவிடுவதன் மூலம், உங்கள் உறவுகளை பலப்படுத்துவீர்கள், மற்றும் பரஸ்பர நேசத்தையும் பாராட்டையும் வளர்ப்பீர்கள்.

❖ **வேலையில் திருப்தி எவ்விதம் ஊக்கத்தை பாதிக்கிறது?**

உண்மையில், சிலர் பணம், அதிகாரம் அல்லது செல்வாக்கு ஆகியவற்றில் திருப்தி அடைகிறார்கள், அவர்களுக்குத் தற்போதைய பதவிகள் அல்லது பணிநிலைகளிலேயே திருப்தி கிடைத்து விடுகிறது. இருப்பினும், இதனால் அவர்களுக்கு வாழ்க்கையின் மற்ற அம்சங்களில் ஊக்கக் குறைபாடு இருக்கிறது என்று அர்த்தமல்ல. சிலர் தங்களது வேலையில் சிறந்து விளங்குவதுடன் வேலையில் திருப்தியை அனுபவிக்கலாம். மற்றவர்கள் அலுப்பூட்டும் வழக்கத்தில் சிக்கிக்கொள்வது, காலப்போக்கில் சலிப்புக்கும் ஊக்கக் குறைபாட்டுக்கும் வழிவகுக்கிறது.

பணி சார்ந்த வெற்றிக்கு அப்பால் தனிப்பட்ட வளர்ச்சிக்கும் நிறைவுக்கும் எண்ணற்ற வாய்ப்புகள் உள்ளன. ஒருவர் தம்முடைய உணர்வுகளுடன் ஒத்துப்போகும் செயல்களில் ஈடுபடுதல், மற்றவர்களுக்கு உதவுதல் அல்லது அர்த்தமுள்ள இலக்குகளைப் பின்தொடர்தல் போன்றவை, லட்சியம் சார்ந்த ஓர் உணர்வையும் திருப்தியையும் கொண்டு வருகின்றன. புதிய வழிவகைகளை ஆராய்வதன் மூலமும், விரும்பும்

அந்த லட்சியங்களை அடைவதற்கான திட்டங்களைச் செயல்படுத்துவதன் மூலமும், எந்தவொரு தனிநபரும் தங்களது ஊக்கத்தையும், வாழ்வதற்கான உற்சாகத்தையும் மீண்டும் உருவாக்க முடியும். புதிய சவால்களையும் அனுபவங்களையும் ஏற்றுக்கொள்வது, ஒருவரின் மனநிலையைத் தூண்டி, வாழ்வின் அனைத்துத் துறைகளிலும் ஊக்கத்துடன் செயல்படுவதை எளிதாக்குகிறது.

❖ **உண்மையான மகிழ்ச்சி தனக்குள் இருந்துதான் வருகிறது என்பதை நான் உணர்கிறேன், ஆனால் அதை நான் எப்படிக் கண்டுபிடிப்பது?**

ஆத்ம திருப்தியை ஏற்படுத்தும் மிக ஆழமான மகிழ்ச்சி, பெரும்பாலும் சொந்த அனுபவங்களிலிருந்துதான் வருகிறது என்பது சரியே. அன்பு செலுத்துவோருடன் இருப்பது, பிடித்த உணவுகளை ருசிப்பது, நேசத்துக்குரிய இடங்களை மீண்டும் பார்ப்பது அல்லது குழந்தைப் பருவ நினைவுகளை மீண்டும் நினைத்துப் பார்ப்பது போன்ற தருணங்கள், உள்ளார்ந்த அமைதியையும், பணம், அதிகாரம் அல்லது செல்வாக்கு போன்ற வெளிப்புற சாதனைகளால் ஏற்படும் தற்காலிக உற்சாகத்தையும் விஞ்சுகின்ற மனநிறைவு உணர்வையும் கொண்டுவருகின்றன.

அமெரிக்க அதிபர் போன்ற உயர்ந்த பதவிகளில் உள்ள தனிநபர்கள் கூட, அவர்களது பதவியோடு தொடர்புடைய பாராட்டுகளை விட, இத்தகைய சொந்த அனுபவங்களில் அதிக மகிழ்ச்சியைக் காணலாம். வெளிப்புற அங்கீகாரம் அல்லது பொருள் சார்ந்த வெற்றியை விட உண்மையான மகிழ்ச்சியை மதிப்பிடுகின்ற, நடுநிலையான வாழ்க்கைக்கு முன்னுரிமை கொடுத்து, அதனைத் தேர்வு செய்வது முக்கியமாகும் என்பதை உணர வேண்டும். பிறருக்கு சேவை செய்வதும், பொறுப்புகளை நிறைவேற்றுவதும் முக்கியம்

என்ற நிலையில், உண்மையான மகிழ்ச்சிக்கும் போலியான மனநிறைவுக்கும் இடையே ஒன்றைத் தேர்ந்தெடுப்பதை எதிர்கொள்ள நேரிட்டால், முந்தையதைத் தேர்ந்தெடுப்பது அதிக நிறைவுக்கும் அர்த்தமுள்ள வாழ்க்கைப் பயணத்துக்கும் வழிவகுக்கிறது.

❖ *சவாலான காலங்களில், தீர்வுகள் அல்லது மனத்தின் அமைதியைக் கண்டறிவதற்காக உங்கள் உள்ளத்தில் உள்ள ஞான நீரூற்றை எப்படி அணுகுகிறீர்கள்?*

இதில் ஓர் ஆழமான உண்மை உள்ளது: துன்பத்தைச் சந்திக்கும்போது கூட மகிழ்ச்சியைக் காணும் சக்தி மனத்துக்கு உள்ளது. உதாரணமாக, பிச்சைக்காரர்கள் தற்போதைய தருணத்தில் வாழ்கிறார்கள், அவர்கள் நாளைய தினம் குறித்துக் கவலைப்படாமல். உடனடித் தேவைகளைப் பூர்த்தி செய்வதில் கவனம் செலுத்துகிறார்கள். ஏற்றுக்கொள்வதையும், தகவமைத்துக்கொள்வதையம் அவர்கள் குறிப்பிட்டுச் சொல்லும் வகையில் வெளிப்படுத்துகிறார்கள், எது கிடைத்தாலும் அதில் திருப்தி கொள்கிறார்கள். நிச்சயமற்ற நிலை இருந்தபோதிலும், மன அழுத்தமின்றி வாழும் அவர்களின் திறன், ஆற்றல் மிகுந்த ஒரு பாடமாகும்.

உங்கள் உள்நோக்கிய பார்வையில் இருந்து சில முக்கியக் குறிப்புகள் இதோ:

1. நிகழ்காலத்தில் இருங்கள்: கடந்தகால அல்லது எதிர்காலத்தைப் பற்றிய கவலைகளைத் தவிர்த்துவிட்டு, தற்போதைய தருணத்தில் உங்கள் மனத்தை ஒருமுகப்படுத்துங்கள்.
2. மற்றவர்களின் கருத்துகளைப் புறக்கணிக்கவும்: மனிதர்களின் விமர்சனங்கள் நேர்மறையோ அல்லது எதிர்மறையோ, அவை தற்காலிகமானவையே, உங்கள் மன அமைதியை அவை பாதித்துவிடக் கூடாது.

3. கடந்த காலத் தோல்விகளை விட்டுவிடுங்கள்: கடந்த காலத் தவறுகளை நினைத்துப் பார்த்துக்கொண்டே இருப்பது, வருத்தத்துக்கும் அதீத சிந்தனைக்கும் வழிவகுக்கும். நிகழ்ந்தவற்றை ஏற்றுக்கொண்டு முன்னோக்கிச் செல்லவும்.

4. ஏற்றுக்கொள்வதைத் தழுவுங்கள்: வாழ்க்கையின் சூழ்நிலைகளை ஏற்றுக்கொள்வது அமைதியான மற்றும் இசைவான மனத்தைப் பராமரிக்க உதவுகிறது.

5. நடவடிக்கை எடுங்கள்: உங்களது இலக்குகளை உண்மையான முயற்சியுடன் திட்டமிட்டுச் செயல்படுத்துங்கள். வெற்றியா, தோல்வியா என்பதைப் பொருட்படுத்தாமல் விளைவுகளை ஏற்றுக்கொள்ளுங்கள்.

6. வெற்றியை உள்ளுக்குள் வரையறுக்கவும்: உண்மையான வெற்றியானது உள் திருப்தி மற்றும் முயற்சியால் அளவிடப்படுகிறது, பணம் அல்லது அதிகாரம் போன்ற வெளிப்புற வெகுமதிகளால் அல்ல.

7. நினைவாற்றலை வளர்த்துக் கொள்ளுங்கள்: தற்போதைய தருணத்தில் கவனம் செலுத்துவதன் மூலமும் எதிர்மறை எண்ணங்களை நிராகரிப்பதன் மூலமும், சவால்களுக்கு மத்தியிலும் உங்களால் மகிழ்ச்சியைக் காண முடியும்.

இந்த உள்நோக்கிய பார்வை, எவர் ஒருவரையும், அவர்களது சூழ்நிலைகளைப் பொருட்படுத்தாமல் மிகவும் அழகான மற்றும் அமைதியான மனநிலையை நோக்கி வழிநடத்துகிறது.

❖ 5 சிறிய நல்லெண்ணங்கள் யாவை?

மன அமைதி மற்றும் உள் சமநிலையைப் பேணுவதற்கான முக்கிய அம்சங்களை இது எடுத்துக்காட்டுகிறது:

1. உலகில் உங்கள் இடத்தைப் புரிந்து கொள்ளுங்கள்: நீங்கள் பரந்த பிரபஞ்சத்தின் ஒரு சிறிய பகுதி என்பதை உணர்ந்து

கொள்ளுங்கள், மேலும் யாரும் உங்களைத் தொடர்ந்து கண்காணிப்பதில்லை. மற்றவர்களால் கவனிக்கப்படுகிறது அல்லது மதிப்பீடு செய்யப்படுகிறது என்ற மாயையில் இருந்தே, பற்றுகளும் எதிர்பார்ப்புகளும் பெரும்பாலும் உருவாகின்றன. கண்காணிக்கப்படுவதையோ அல்லது தீர்மானிக்கப்படுவதையோ விட, பரஸ்பர நன்மை மற்றும் புரிந்துகொள்வதன் அடிப்படையில்தான் உண்மையான தொடர்புகள் உருவாகின்றன என்பதை உணருங்கள்.

2. வாழ்க்கையில் ஏற்படும் சவால்களின் நிலையற்ற தன்மையை அங்கீகரியுங்கள்: காயங்கள், கருத்துகள், விமர்சனங்கள் மற்றும் சூழ்நிலைகள் எல்லாம் விரைந்து செல்லக்கூடியவை மற்றும் தற்காலிகமானவை. இந்த நிலையற்ற சவால்கள் இறுதியில் கடந்து செல்லும் என்பதை அறிந்துகொண்டு, உங்கள் பொறுப்புகளை நிறைவேற்றுவதிலும், பதிலுக்கு எதனையும் எதிர்பாராமல் அன்பை வெளிப்படுத்துவதிலும் கவனம் செலுத்துங்கள்.

3. உங்கள் ஈகோவை நிவர்த்தி செய்யுங்கள்: வெறுப்பு அல்லது எரிச்சல் போன்ற ஈகோவால் உந்தப்படும் உணர்வுகளிலிருந்துதான் பல மோதல்களும் எதிர்மறை எண்ணங்களும் எழுகின்றன. உங்கள் ஈகோவை அங்கீகரிப்பதன் மூலமும் குறைப்பதன் மூலமும், நீங்கள் இரக்கத்தை வளர்த்துக் கொள்ளலாம், உங்களைத் தொந்தரவு செய்பவர்களைக் கூட புரிந்துகொள்ளலாம். இது, இறுதியில் உங்கள் மனத்தை எதிர்மறையிலிருந்து விடுவிக்கிறது.

4. நிகழ்காலத்தில் கவனம் செலுத்துங்கள்: ஏற்கெனவே உள்ள பிரச்சனைகளை எதிர்கொண்டாலும், நிகழும் தருணம் அல்லது எடுத்துக்கொண்டுள்ள பணியில் கவனம் செலுத்துவதற்கு முன்னுரிமை கொடுங்கள். தற்போது முக்கியத்துவம் தர வேண்டியவற்றில் உங்கள் ஆற்றலைச்

செலுத்துவதன் மூலம், நீங்கள் சவால்களைச் சிறப்பாகச் நிர்வகிப்பதுடன் மனத்தெளிவையும் பேணலாம்.

5. மனத்தெளிவைப் பழகுங்கள்: தேவையற்ற எண்ணங்கள் எழும்போதெல்லாம், அவற்றில் ஈடுபடுவதை விழிப்புணர்வுடன் தவிர்த்து விடுங்கள். இந்த எண்ணங்கள் வளர்வதை மறுப்பதன் மூலம், அவை உங்கள் மனத்தை ஆக்கிரமிப்பதைத் தடுப்பதுடன், சஞ்சலமற்ற மற்றும் அமைதியான உணர்வைப் பேணலாம்.

உங்கள் அன்றாட வாழ்வில் இந்தக் கோட்பாடுகளை நிறுவுவது, சவால்களை நேர்த்தியுடன் சமாளிக்க உதவும், மேலும் உள் அமைதி மற்றும் சமநிலை உணர்வையும் பராமரிக்க முடியும்.

❖ *வாழ்க்கையில் நம்முடைய சொந்த முயற்சிகளையும் சாதனைகளையும் நாம் பாராட்டக்கூடிய சில வழிகள் யாவை?*

உங்கள் வாழ்க்கைப் பயணம் மற்றும் அதன் வழியில் நீங்கள் பெற்ற ஆதரவைப் பற்றிய உணர்தல் ஆகியவை உண்மையிலேயே உள்முகம் சார்ந்ததாகவும் பாராட்டத்தக்கதாகவும் உள்ளன. ஒருவர் தனது சாதனைகளில் பெருமிதம் கொள்வது இயல்பானது என்றாலும், உங்கள் வெற்றியில் பங்கு வகித்த மற்றவர்களின் குறிப்பிடத்தக்க பங்களிப்புகளை ஒப்புக்கொள்வது அவசியம்.

உங்கள் வாழ்வின் கதை, வாழ்க்கையும், நமது சாதனைகள் மற்றும் மகிழ்ச்சிக்குப் பங்களித்த, கண்ணுக்குத் தெரிந்த மற்றும் தெரியாத எண்ணற்ற தனிமனிதர்களும் ஒன்றோடொன்று இணைந்திருப்பதை அழகாக விளக்குகிறது. குடும்ப உறுப்பினர்கள் மற்றும் நண்பர்களிடமிருந்து வாடிக்கையாளர்கள், சப்ளையர்கள் மற்றும் இயற்கையின்

சக்திகள் என ஒவ்வொரு விஷயமும் நமது பயணத்தில் முக்கியப் பங்கு வகிக்கின்றன.

மற்றவர்கள் வழங்கிய ஆதரவு மற்றும் வாய்ப்புகளை அங்கீகரிப்பதும், நன்றி தெரிவிப்பதும் பணிவை வெளிக்காட்டுவது மட்டுமல்ல, நமது வாழ்க்கையை ஆழமான அர்த்தம் கொண்டதாகவும் தொடர்புகள் நிறைந்ததாகவும் வளப்படுத்துகிறது. வெற்றி என்பது தனியொருவர் முயற்சியின் விளைவு மட்டுமல்ல, பலரை உள்ளடக்கிய கூட்டு முயற்சி என்பதை இது நமக்கு நினைவூட்டுகிறது

மற்றவர்களின் பங்களிப்புகளைக் கருத்தில் கொண்டு அங்கீகரிப்பதன் மூலம், நாம் அடக்கம் மற்றும் நன்றியுணர்வை வளர்த்துக் கொள்கிறோம். அது நமது உறவுகளை மேம்படுத்துவதோடு, நமது வாழ்க்கையை வளப்படுத்துகிறது. நமது வாழ்க்கைப் பயணத்தின் ஓட்டுநராக நாம் இருந்தாலும், எண்ணற்ற பயணிகளாலும் உதவியாளர்களாலும் நாம் சூழப்பட்டிருக்கிறோம், அவர்களால்தான் இந்தப் பயணம் சாத்தியமாகியுள்ளது என்பதை இது அழகாக நினைவூட்டுகிறது.

❖ உங்கள் வாழ்க்கையில் மீண்டும் மீண்டும் மன அழுத்தத்தை ஏற்படுத்தியது எது, அதை எப்படிச் சமாளித்தீர்கள்?

ஒரு சிக்கலைத் தீர்த்த பிறகு ஏற்படும் உற்சாகம் மற்றும் கவலையின் சுழற்சியைப் பற்றிய உங்கள் கவனிப்பு, உள்நோக்கிய பார்வை சார்ந்தது. இந்த வழக்கத்தைக் கடந்து, சமநிலையான மனநிலையைப் பேணுவதற்கான சில உத்திகள்:

1. அடக்கத்துடன் இருங்கள்: ஒரு பிரச்சனை தீர்ந்தவுடன் அதிக உற்சாகமடைவதற்குப் பதிலாக, அமைதி மற்றும் சமநிலையில் இருக்கப் பழகுங்கள். சாதனை உணர்விலேயே மூழ்குவதைத் தவிர்த்து, சமநிலையைப் பேணுவதில் கவனம் செலுத்துங்கள்.

2. நன்றியை வெளிப்படுத்துங்கள்: பிரச்சனையைத் தீர்த்ததற்காக பிரபஞ்சம் அல்லது எல்லாம் வல்ல இறைவனுக்கு நன்றி தெரிவிக்க சிறிது நேரம் ஒதுக்குங்கள். நன்றி செலுத்தும் உணர்வை வளர்ப்பது, உங்கள் கவனத்தை கவலைப்படுவதிலிருந்து பாராட்டுவதற்கு மாற்ற உதவும்.

3. நேர்மறை விளைவுகளைக் கற்பனை செய்யுங்கள்: புதிய பிரச்சனை தரும் எண்ணங்கள் எழும்போது, அவற்றை ஏற்கெனவே தீர்த்துவிட்டதைப் போல் கற்பனை செய்யுங்கள். ஒரு நேர்மறையான முடிவைக் கற்பனை செய்வதன் மூலம், நீங்கள் பதட்டத்தை தணிப்பதோடு, உங்கள் எண்ணங்களை அந்தப் பிரச்சனை ஆக்கிரமிப்பதைத் தடுக்கலாம்

4. பிரச்சனைகளில் மூழ்குவதைத் தவிர்க்கவும்: பிரச்சனைக்குரிய எண்ணங்கள் உங்கள் மனத்தை ஆக்கிரமிக்க அனுமதிப்பதற்குப் பதிலாக, அவற்றில் ஈடுபடுவதை விழிப்புணர்வுடன் தவிர்த்துவிடுங்கள். இந்த எண்ணங்களை வளர்க்க மறுத்து, உங்கள் கவனத்தை அதிக நேர்மறையான அல்லது ஆக்கப்பூர்வமான செயல்பாடுகளை நோக்கி திசைதிருப்புங்கள்.

5. தீவிரமாக ஈடுபடுவதுடன், கவனம் செலுத்துங்கள்: உங்களுக்கு முக்கியமான அல்லது அர்த்தமுள்ள செயல்களில் ஈடுபடுங்கள். நிகழும் தருணத்தில் இருங்கள், மற்றும் வேலையாக இருந்தாலும், பொழுதுபோக்குகளாக இருந்தாலும் அல்லது அன்புக்குரியவர்களுடன் நேரத்தை செலவிடுதாக இருந்தாலும், என்ன செய்தாலும் அதில் முழுமையாக ஈடுபடுங்கள்.

இந்த உத்திகளைச் செயல்படுத்துவதன் மூலம், நீங்கள் கவலையின் சுழற்சியிலிருந்து விடுபடலாம், மேலும், சவால்களை எதிர்கொண்டாலும் அமைதி மற்றும் சமநிலை உணர்வைப் பேணலாம்

❖ **வாழ்க்கையில் நீங்கள் பெற்ற மிகப் பெரிய பாக்கியம் எது?**

உங்களின் இயல்பான இரக்கவுணர்வும் மற்றவர்கள் மீது காட்டும் நேர்மையான அக்கறையும் உண்மையிலேயே போற்றத்தக்க குணங்கள். நிகழ்வுகளில் ஒன்றுகூடும் ஒவ்வொருவரும் தாங்கள் சேர்த்துக் கொள்ளப்பட்டதாகவும் மதிக்கப்பட்டதாகவும் கருதுவதை உறுதிசெய்வதற்கான உங்களது முனைப்பு, உங்களது இரக்க குணத்துக்குச் சான்றாகும்.

மற்றவர்களுடன் இணைவதற்கான உங்கள் விருப்பம், சொந்த ஆதாயம் அல்லது அங்கீகாரத்திற்கான ஆசையில் இருந்து முளைக்காமல், உங்களுக்குள் ஓர் உண்மையான இடத்திலிருந்து உருவாகியிருப்பது இதனால் நிரூபணமாகிறது. இந்த நம்பகத்தன்மை, மக்களுடன் உண்மையான தொடர்புகளை வளர்க்கிறது. ஏனெனில் உங்களது நேர்மை மற்றும் அக்கறை காட்டும் இயல்பை அவர்களுக்கு இது உணர வைக்கிறது.

இந்த அணுகுமுறையைப் மற்றவர்களும் பின்பற்றுவதை ஊக்குவிப்பது, அவர்களைச் சுற்றியுள்ளவர்களுடன் உண்மையிலேயே ஆழமான மற்றும் அர்த்தமுள்ள தொடர்புகளை ஏற்படுத்த வழிவகுக்கும். தொடர்பு, இரக்கம் காட்டுதல் மற்றும் உள்ளடக்கத்திற்கு முன்னுரிமை அளிப்பதன் மூலம், அனைவரும் பார்க்கப்பட்டதாக, கேட்கப்பட்டதாக, மதிக்கப்பட்டதாகக் கருதும் சூழல்களை நாம் உருவாக்குகிறோம். இது இறுதியில் வலுவான, ஆதரவு காட்டுகின்ற சமூகங்களை வளர்க்கிறது.

❖ **சில நாட்களிலேயே நான் ஏன் என் ஊக்கத்தை இழக்கிறேன்?**

சவால்களுக்கு மத்தியில் ஊக்கத்தைப் பேணுவது குறித்த உங்களின் உள்முகப் பார்வை குறிப்பிடத் தக்கது. தீவிர கவனம் செலுத்துவது மற்றும் ஊக்கம் கொள்வது தொடர்பான சில முக்கியக் குறிப்புகளும் தீர்வுகளும்:

1. பொறுமையைப் பயிற்சி செய்யுங்கள்: குறிப்பிடத்தக்க இலக்குகளை அடைவதற்கு நேரம் பிடிக்கும் என்பதையும், அதற்குப் பொறுமை தேவை என்பதையும் புரிந்து கொள்ளுங்கள். உடனடி முடிவுகளைத் தேடும் மனத்தூண்டுதலைத் தவிர்க்கவும், அதற்குப் பதிலாக, வளர்ச்சி மற்றும் முன்னேற்றத்துக்கான நீண்டகால செயல்முறையை உறுதிப்படுத்தவும்.

2. ஒழுக்கமாக இருங்கள்: கவனச்சிதறல்கள் மற்றும் ஊக்கமிழப்புகள் கொண்ட போட்டி நிறைந்த உலகில், ஒழுக்கம் முக்கியமானது. உங்கள் லட்சியங்களில் கவனம் செலுத்துங்கள் மற்றும் முக்கியமான பணிகளுக்கு முன்னுரிமை கொடுங்கள், பின்னடைவுகள் அல்லது தாமதங்களால் ஊக்கமிழந்து போகாமல், உங்கள் திட்டங்களைத் தொடர்ந்து செயல்படுத்துங்கள்

3. செயல்பாட்டில் கவனம் செலுத்துங்கள்: இறுதி முடிவைச் சரிசெய்வதற்குப் பதிலாக, உங்கள் இலக்குகளை அடைவதற்காக நீங்கள் எடுக்கவேண்டிய வழிமுறைகளில் கவனம் செலுத்துங்கள். உங்கள் திட்டங்களையும் உத்திகளையும் எழுதி வைத்துக்கொண்டு, அவற்றைத் தொடர்ந்து செயல்படுத்த உறுதி கொள்ளுங்கள். உங்கள் கடின உழைப்பு மற்றும் ஒழுக்கம் இறுதியில் வெற்றிக்கு வழிவகுக்கும் என்று நம்புங்கள்.

4. எதிர்மறை எண்ணங்களை நிர்வகித்தல்: எதிர்மறை எண்ணங்கள் அல்லது கவனச்சிதறல்களை எதிர்கொள்ளும்போது, மனத்தெளிவைப் பயிற்சி செய்யுங்கள். மேலும், அதுபோன்ற எண்ணங்களை நீட்டித்துக் கொண்டே செல்ல வேண்டாம். நேர்மறையான செயல்களில் ஆக்கப்பூர்வமான பணிகளிலும் உங்கள் கவனத்தைச் செலுத்துங்கள். உங்களது ஊக்கத்துக்கு இடையூறாக இருக்கும் எதிர்மறையைக் கைவிடுங்கள்.

இந்தத் தீர்வுகளைப் பின்பற்றுவதன் மூலமும், உங்கள் இலக்குகளை நோக்கி ஒழுங்கான அணுகுமுறையைப் பராமரிப்பதன் மூலமும், நீங்கள் தடைகளை முறியடிக்கலாம், தொடர்ந்து ஊக்கத்துடன் செயல்பட்டு, இறுதியில் வெற்றியை அடையலாம். சவால்கள் எழுந்தாலும், செயல்முறையில் நம்பிக்கை வைத்து, உங்கள் பயணத்தில் கவனம் செலுத்துங்கள்.

❖ *சிலர், தாங்கள் தவறான முடிவை எடுப்பதாகத் தெரிந்திருந்தும் அதைச் செய்வது ஏன்?*

மனமறிந்தே மனிதர்கள் தவறான முடிவுகளை எடுப்பது பற்றிய கேள்வி மிகவும் உள்நோக்கிய பார்வை கொண்டதாகும். அவற்றைக் கீழே விவரிப்போம்:

1. உடனடி மனநிறைவைத் தேடுதல்: பிரச்சனைகளில் இருந்து தற்காலிகமாகத் தப்பித்துக் கொள்வதற்காக, பல நபர்கள் மதுப் பழக்கத்தை நோக்கிச் செல்வது போன்ற உடனடி இன்பங்களை அல்லது நிவாரணங்களைத் தேடும் வலையில் விழுகிறார்கள். ஆயினும், அவர்கள் இந்த இன்பங்கள் விரைந்து நீங்கக் கூடியவை என்பதையும் நீண்ட கால நோக்கில் பெரும்பாலும் பிரச்சனைகளை அதிகரிக்கவே செய்யும் என்பதையும் அவர்கள் உணர்ந்துகொள்ளத் தவறுகிறார்கள்.

2. பேராசைக்கு அடிபணிதல்: விரைவான மற்றும் எளிதான ஆதாயங்களை எதிர்பார்த்துச் சில நபர்கள், கடின உழைப்பை விட அதிர்ஷ்டத்துக்கு முன்னுரிமை கொடுக்கிறார்கள். உதாரணத்துக்கு, பங்குச் சந்தையில் வெற்றியடைந்த சில அரிய முன்னுதாரணங்களைக் கருத்தில் கொண்டு, அதில் உள்ள அபாயங்களை யோசித்துப் பார்க்காமல், சில நபர்கள் தங்கள் பணத்தை வைத்துச் சூதாடலாம். குறுக்குவழிகளைத் துரத்தும் இந்த மனநிலை தீங்கான முடிவுகளுக்கு வழிவகுக்கும்.

3. தார்மீகக் கொள்கைகளைப் புறக்கணித்தல்: சரி எது, தவறு எது என்ற வித்தியாசத்தை அறிந்திருந்தாலும், மனிதர்கள் சில நேரங்களில் தங்களது மனசாட்சியைப் புறக்கணிக்கத் தீர்மானிக்கிறார்கள். தீயவர்கள் வெற்றியடைவதையும், நல்லவர்கள் கஷ்டங்களை எதிர்கொள்வதையும் கவனிப்பதன் மூலம் தங்களது செயல்களை அவர்கள் நியாயப்படுத்தலாம். இருப்பினும், இறுதியில், தற்காலிக ஆதாயங்களுக்காகத் தங்களது கோட்பாடுகளை சமரசம் செய்துகொள்பவர்களை, உண்மையான அமைதி பெரும்பாலும் தவிர்த்துவிடுகிறது, அதேநேரத்தில், தார்மீகக் கொள்கைகளைக் கடைபிடிப்பவர்கள் நீடித்த மனநிறைவை அடைகிறார்கள்.

இந்தக் காரணங்கள், முடிவுகளை எடுக்கும்போது, எச்சரிக்கை, பொறுமை மற்றும் தார்மீக நேர்மையைக் கடைபிடிப்பதன் முக்கியத்துவத்தை அடிக்கோடிட்டுக் காட்டுகின்றன. மேலும் குறுகிய கால ஆதாயங்களைப் பெறுவதற்காக, நீண்ட கால நலனையும் மனநிறைவையும் இழந்துவிடக் கூடாது என்பதையும் உறுதி செய்கின்றன.

❖ *தன்னைப் பற்றியே சிந்தித்துக்கொண்டும், எப்போதும் பிறர் தன்னை கவனிக்க வேண்டும் என்றும் கருதும் நபர்களை ஊக்குவிக்க சில வழிகள் என்ன?*

தங்களை மிகவும் அழகாகவும், புத்திசாலியாகவும் கருதும் நபர்கள், தங்களை விஞ்சி மற்றவர்கள் செய்யும் சாதனைகளை ஏற்றுக்கொள்ள பெரும்பாலும் போராடுகிறார்கள். அவர்களது அதீத நம்பிக்கை, பின்னடைவுகளைச் சந்திக்கும்போது அவர்களுக்கு அரிதாக உதவி செய்தாலும், சவாலான காலங்களில் அதைச் சமாளிக்க அவர்கள் போராடுகிறார்கள். அதிகம் சாதிப்பவர்களைத் திட்டுவதில் அவர்கள் ஆறுதல் தேடுகிறார்கள், இது பாதுகாப்பின்மை மற்றும் முக்கியத்துவம்

குறைந்துவிடுமோ என்ற பயத்தில் இருந்து உருவாகிறது. மற்றவர்கள் அதிக அங்கீகாரம் பெறும்போது இந்த பயம் தீவிரமடைகிறது, இது மன அழுத்தத்துக்கும் அதிகப்படியான எதிர்மறை எண்ணங்களுக்கும் வழிவகுக்கிறது. இந்த மனநிலையைப் போக்க, வாய்ப்புகள் மற்றும் சூழ்நிலைகளிலிருந்து சாதனைகள் உருவாகின்றன என்பதை அவர்கள் அங்கீகரிக்க வேண்டும், இது பணிவு மற்றும் சமத்துவத்தை வளர்க்கிறது. மேலும், மேலான சக்தியின் பார்வையில் அனைவரும் சமம் என்பதைப் புரிந்துகொள்வது ஏற்றுக்கொள்ளலையும் பெருந்தன்மையையும் ஊக்குவிக்கும். தியானம் மற்றும் சுவாசப் பயிற்சிகள் மூலம், அவர்கள் அமைதியான மனத்தை வளர்க்கலாம், வாழ்க்கையின் சவால்களை எதிர்கொள்வதையும் ஏற்றுக்கொள்வதையும் எளிதாக்கலாம்.

- ***26. விஷயங்களை நான் அதிகப்படியாக ஆராய்ச்சி செய்து பார்ப்பதையும் சோதனை செய்வதையும் எந்த வழிகளில் நான் தடுக்க முடியும்? எனக்கு அதிகப்படியாகவும் வலுக்கட்டாயமாகவும் சிந்திக்கும் குறைபாடு (OCD) இருப்பதால். மீண்டும் மீண்டும் ஆராய்ந்து (கூகுள் செய்து) பார்த்து மறுஉறுதி செய்வதைப் பாதுகாப்பானதாக நான் கருதுகிறேன். மேலும், எனக்கு ரத்த சர்க்கரைக் குறைபாடு (ஹைப்போகிளைசீமியா) இருப்பதால் எனது ரத்த சர்க்கரை அளவை அடிக்கடி பரிசோதித்துப் பார்க்கிறேன். இவற்றை நான் நிறுத்தியாக வேண்டும். ஆனால் எப்படி என்று தெரியவில்லை.***

இது ஒரு வகை OCD ஆகும், இதன் காரணமாக, இவற்றைச் செய்யாவிட்டால் ஏதோ விபரீதம் நிகழ்ந்துவிடும் என்ற அச்சத்தால், சில நடத்தைகள் அல்லது எண்ணங்களில் தொடர்ந்து ஈடுபட வேண்டிய கட்டாயத்தில் இருக்கிறோம். இது குறிப்பிட்ட பழக்கத்துக்கு அடிமையாகுவதற்கும் பகுத்தறிவற்ற

நடத்தைக்கும் வழிவகுக்கும். இதைச் சமாளிக்க உதவும் சில புரிந்துகொள்ளல்கள் இதோ:

1. ஏற்றுக்கொள்வதைப் பயிற்சி செய்யுங்கள்: விளைவு நேர்மறையாக இருந்தாலும் அல்லது எதிர்மறையாக இருந்தாலும், அதை ஏற்றுக்கொண்டு முன்னேறக் கற்றுக்கொள்ளுங்கள். விஷயங்கள் நடக்கும்வரை காத்திருக்கும்போது கஷ்டப்பட வேண்டிய அவசியமில்லை.

2. திட்டமிட்டுச் செயல்படுத்துங்கள்: உங்கள் இலக்குகளை அடைவதற்கு அல்லது உங்களது பிரச்சனைகளுக்குத் தீர்வுகளைக் கண்டறிவதற்கான திட்டத்தை எழுதிக்கொள்ளுங்கள், பின்னர் அதைச் செயல்படுத்தத் தொடங்குங்கள். செயல்படுத்தும் போது மட்டுமே அதில் கவனம் செலுத்துங்கள், மற்ற நேரங்களில் அதை அப்படியே விட்டுவிடுங்கள். உடல்நலப் பிரச்சனைகளுக்கு நிபுணரின் உதவியை நாடுங்கள் மற்றும் சிகிச்சை திட்டத்தைக் கண்டிப்பாக பின்பற்றுங்கள்.

3. கற்பனை செய்தல்: நீங்கள் நலமடைந்து வருவதாகவும் அல்லது ஆரோக்கியப் பிரச்சனைகளைச் சமாளிப்பதாகவும் கற்பனை செய்து பார்க்க, தினந்தோறும் 5 நிமிடங்களைச் செலவிடுங்கள். இதனைக் கூடுமான வரையில் தெளிவாக நடப்பதாகக் கற்பனை செய்து பாருங்கள்.

4. திரை நேரத்துக்கு வரம்பு நிர்ணயம் செய்யவும்: உங்கள் மொபைல் போன் அல்லது லேப்டாப்பைப் பயன்படுத்துவதற்கு குறிப்பிட்ட நேரங்களை நிர்ணயித்துக் கொள்ளவும், மற்ற நேரங்களில் அவற்றை ஒதுக்கி வைக்கவும்.

காலப்போக்கில், நீங்கள் இந்த வழக்கத்திற்குப் பழகி, தொழில்நுட்பத்தைச் சார்ந்திருப்பதைக் குறைப்பீர்கள்.

5. கவலை தரும் எண்ணங்கள் ஏற்படும்போது குறுக்கிடவும்: கவலை சார்ந்த எண்ணங்கள் எழும்போதெல்லாம், அவற்றை வளர்த்துக்கொண்டே போகாமல் அப்படியே திடீரென நிறுத்துங்கள். பயிற்சியின் மூலம், இந்த எண்ணங்கள் காலப்போக்கில் குறைந்துவிடும்.

அதீத சிந்தனை

❖ நம்மைப் பற்றிய மற்றவர்களின் கருத்துகளால் மனச்சோர்வடைவதை நான் எப்படி நிறுத்துவது?

உங்களைப் பற்றி யாராவது தவறாகப் பேசினால், அது மிகவும் வேதனையாக இருக்கும். சில சமயங்களில் மக்கள், தாங்கள் உண்மையைப் பேசுவதாக நினைத்துக்கொண்டோ அல்லது அவ்வாறு இருப்பதாகக் கருதியோ இதுபோன்று பேசிவிடுகிறார்கள். எதிர்த் தரப்பினர், மோசமாகப் பார்க்கப்படலாம் என்று கவலைப்பட்டோ அல்லது முக்கியத்துவம் குறைந்துவிடும் என்று கருதியோ விமர்சனங்களை மறுக்கலாம். இது அவர்களின் ஈகோவைப் பாதுகாக்க முயலுவது போன்றது. ஆயினும் உண்மையை மறுப்பது விஷயங்களை மோசமாக்கும். இதுபோன்ற விமர்சனங்களுக்குப் பதிலளிக்காவிட்டால் அவர்கள் உண்மை என்று ஒப்புக்கொண்டதாக அர்த்தம் என்பதாகச் சிலர் நம்புகிறார்கள். பதிலுக்குச் சண்டை போடாவிட்டால் விமர்சனங்களைக் கூறியவர் வென்று விடுவார் என்று அவர்கள் கவலைப்படுகிறார்கள்.

எனவே, இதை எப்படிச் சமாளிப்பது? விமர்சனம் உண்மையாக இருந்தால், அதனை ரகசியமாக வைத்துக் கொள்ளும்படி அந்த நபரிடம் கேட்கலாம். ஒருவேளை அவர்கள் அதுபற்றி தொடர்ந்து பேசிக்கொண்டிருந்தால், இதுபோல் மீண்டும் செய்யமாட்டேன் என்று நீங்கள் உறுதியளிக்கலாம். அதற்குப் பிறகும் அவர்கள் நிறுத்தவில்லை

என்றால், அது அவர்களின் பிரச்சனை, உங்களுடையது அல்ல. தன்னை மாற்றிக் கொள்வதாக நீங்கள் ஏற்கெனவே உறுதியளித்திருப்பதால், குற்ற உணர்வு கொள்ள வேண்டிய அவசியமில்லை. விமர்சனம் உண்மையானதல்ல என்றால், அதைத் திரும்பப் பெறுமாறு அவர்களிடம் கேளுங்கள். அவர்கள் அவ்வாறு செய்யவில்லை என்றால், தவறை சரிசெய்வதற்காக உண்மையை நீங்கள் நேரடியாகப் பிறருக்கு எடுத்துரைக்கலாம்.

எதிர்வினையாற்றுவது எதிராளியை வெற்றியாளராக மாற்றிவிடாது என்பதை நினைவில் கொள்ளுங்கள். அவர்கள் சொல்வது உண்மையானதோ அல்லது தவறானதோ, எந்தவொரு விஷயத்தையும் பெரிய அளவில் அது மாற்றிவிடாது. நீங்கள் மேற்சொன்ன நடைமுறைகளைப் பின்பற்றுவதோடு, அது உங்களைக் கவலைப்படுத்துவதற்கு அனுமதிக்காமல் இருக்கும் வரையில், நீங்கள் நிம்மதியாக இருப்பீர்கள்.

நினைவில் வைத்திருக்க வேண்டிய மற்றொரு விஷயம் என்னவென்றால், எல்லாவற்றுக்கும் மேலான சக்தி அல்லது உங்களது மனசாட்சி போன்ற பெரிய விஷயத்துடனான உங்களது தொடர்பு. நீங்கள் கண்காணிக்கப்படுவதாகவோ அல்லது உண்மை எப்படியும் வெளிவரும் என்றோ கருதுவது, அமைதியாக இருக்க உங்களுக்கு உதவும். கர்ம வினைக் கோட்பாடானது, எதை விதைக்கிறோமோ அதையே அறுவடை செய்கிறோம் என்று போதிக்கிறது. எனவே, ஒருவரின் கருத்து உண்மையோ அல்லது தவறோ, இறுதியில் அதற்குரிய விளைவுகளை அவர்கள்தான் சந்தித்தாக வேண்டும். மேலும், எது நடந்தாலும், அதில் நீங்கள் கவலைப்பட ஏதுமில்லை.

❖ நான் தவறான வழியில் செல்கிறேன் என்று எனக்குத் தெரியும், ஆனாலும் நான் அதைச் செய்கிறேன் (எ.கா: குறுகிய கால இன்பங்கள், உடனடி மனநிறைவு போன்றவை) இதை நான் எப்படி நிறுத்துவது?

சில சமயங்களில், நாம் மனச்சோர்வடைந்தால், நமக்கு நன்மை பயக்கும் செயல்களைத் தவிர்க்க ஆசைப்படுகிறோம், அதற்குப் பதிலாக டென்னிஸ் அடுவது அல்லது உடனடி கேளிக்கைகள் போன்று நாம் அனுபவிக்கும் அல்லது ஆறுதல் தரும் விஷயங்களைச் செய்கிறோம். ஆனால் இதுபோன்று முக்கியமான செயல்பாடுகளைத் தவிர்ப்பது ஒரு பழக்கமாக மாறினால், ஆரோக்கியமான பழக்கங்களிலிருந்து அது நம்மை விலக்குவதோடு, மதுப் பழக்கம் போன்ற விஷயங்களை நோக்கி நம்மை அழைத்துச் செல்லும்.

இதைச் சமாளிக்க, ஆர்வமற்றதாகத் தோன்றினாலும் உங்கள் உடலுக்கும் மனத்துக்கும் நன்மை தருகின்ற செயல்களில், நீங்கள் விரும்பாவிட்டாலும்கூட, உங்களை வலுக்கட்டாயமாக ஈடுபடுத்துவது முக்கியமாகும். இதுபோன்ற வழக்கங்களில் வலுக்கட்டாயமாக உங்களை ஒட்டிக்கொள்ளச் செய்வதன் மூலம், நீங்கள் ஒழுக்க உணர்வை உருவாக்குவதுடன், உங்களது ஒட்டுமொத்த நல்வாழ்வுக்கு வலுவான அடித்தளத்தையும் உருவாக்குகிறீர்கள்.

எனவே, நீங்கள் விருப்பமான மனநிலையில் இல்லாவிட்டாலும்கூட, இந்த நடவடிக்கைகளுக்கு முன்னுரிமை கொடுக்க முயற்சிக்கவும். நீங்கள் அவற்றைச் செய்ய ஆரம்பித்தவுடன், உங்களது மனநிலையையும் ஒட்டுமொத்தக் கண்ணோட்டத்தையும் மேம்படுத்த அவை உதவுவதைக் கண்டறியலாம். உங்களது இலக்குகளுக்கான பாதையில் எளிதாக நடைபோடலாம்.

❖ **நீங்கள் ஒருபோதும் விரும்பாததை அடைகின்றபோது நீங்கள் என்ன நினைப்பீர்கள்?**

சில நேரங்களில், நாம் உணர்ச்சிகளில் சிக்கிக்கொள்ளும்போது, "நான் அந்த நபருடன் இனி ஒருபோதும் பேசமாட்டேன்" என்றோ அல்லது "நான் அந்த இடத்திற்கு இனிமேல் செல்ல மாட்டேன்" என்றோ சொல்லக் கூடும். இவ்வாறு கூறுபவை, பெரும்பாலும் தற்காலிக உணர்வுகளிலிருந்து வருகின்றன. மேலும் ஈகோவானது அவற்றைக் கடினமானதுபோல் தோன்றச் செய்யலாம். ஆனால் உண்மையில், நமது நெருங்கிய உறவுகள் உட்பட, வாழ்க்கையில் எல்லாமே தற்காலிகமானவையே.

நண்பர்கள், குடும்பத்தினர் மற்றும் அன்புக்குரியவர்களுடனான நமது உறவுகள் நிரந்தரமானவை என்று நாம் நினைக்கிறோம், ஆனால் உண்மையில் அவை நிலைமைகளின் அடிப்படையில் மாற்றத்திற்கு உட்பட்டவையே. சூழ்நிலைகள் மாறும்போது, நமது நிலைப்பாட்டை நாம் மறுபரிசீலனை செய்யலாம், ஆனால் அவ்வாறு செய்வதிலிருந்து ஈகோ நம்மைத் தடுக்கலாம், இது அசௌகரியத்திற்கு வழிவகுக்கிறது.

சிலர் மாற்றத்திற்கு அஞ்சுகிறார்கள், மேலும் தங்களுக்கு மகிழ்ச்சியற்றதாக இருந்தாலும் கூட தங்களது ஆரம்ப நிலைப்பாட்டிலேயே ஒட்டிக்கொண்டிருக்கிறார்கள். இருப்பினும் இறுதியில் நல்ல விளைவுகளுக்கு வழிவகுக்கும் பட்சத்தில், நமது எண்ணங்கள் மற்றும் சித்தாந்தங்களை மாற்றிக்கொள்வதில் தவறில்லை. நமது நிலைப்பாட்டை மாற்றிக்கொண்டதாக மற்றவர்கள் நம்மைக் குறை கூறினாலும், விடாப்பிடியான நம்பிக்கைகளை விட நன்மைக்கு முன்னுரிமை கொடுப்பது முக்கியமானதாகும்.

வாழ்க்கை ஆச்சரியங்கள் நிறைந்தது. மீண்டும் பேசக் கூடாது என்று நாம் கருதும் நபர்கள் நமது வாழ்நாள் நண்பர்களாக மாறிப்போகலாம், எப்போதும் நெருக்கமாக

இருப்பார்கள் என்று நாம் நினைத்தவர்கள் விலகிச் செல்லலாம். எதிர்பார்ப்புகள் சில நேரங்களில் ஏமாற்றத்துக்கு வழிவகுக்கக் கூடும். அதேநேரத்தில் எதிர்பாராத நிகழ்வுகள் மோசமான நாட்களை நல்ல நாட்களாக மாற்றிவிடக்கூடும்.

எனவே, வாழ்க்கையில் எதுவும் நிரந்தரமில்லை என்பதை நினைவில் கொள்வது அவசியம், மேலும் முந்தைய உறுதிமொழிகள் அல்லது நம்பிக்கைகளை விட்டுவிடுவது உட்பட, மாற்றத்திற்குத் தயாராக இருப்பது நேர்மறையான விளைவுகளுக்கு வழிவகுக்கும்.

❖ பல ஆண்டுகளாக எதையோ நினைவில் கொண்டுவர நீங்கள் முயற்சி செய்து தோல்வியுற்ற விஷயம், அதை நீங்கள் மறந்துவிட்டதாகக் கருதும்போது, திடீரென்று அதற்கான பதில் உங்கள் மூளையில் பளிச்செனத் தோன்றுவது ஏன்?

உங்களுக்கு மகிழ்ச்சியைத் தருகின்ற சிறந்த ஒரு யோசனை அல்லது எண்ணம் இருந்து, பின்னர் அதை நினைவில் கொண்டுவருவதற்கு நீங்கள் போராடுவதை இது குறிக்கிறது. அதை நினைவுபடுத்துவதற்கு எந்த அளவுக்கு அதிகமாக நீங்கள் முயற்சி செய்கிறீர்களோ, அந்த அளவுக்கு அதிகமாக அது நழுவிச் சென்றுவிடும். மனமானது நிர்பந்தத்துக்குச் சரியாக பதிலளிக்காது என்பதை இது நினைவூட்டுகிறது - நீங்கள் எவ்வளவு கடினமாக நினைவில் வைக்க முயற்சிக்கிறீர்களோ, அந்த அளவுக்குக் குறைவாகவே இயல்பாக அது உங்கள் நினைவுக்கு வர வாய்ப்புள்ளது.

❖ ஒருவரின் மீதான வெறுப்பை நான் எவ்வாறு போக்குவது? இதில் இருந்து விடுபட்டு, நான் வெறுக்கும் நபரைப் பற்றி நினைப்பதை நிறுத்துவது எப்படி?

எதிர்மறையான சிந்தனை மற்றும் நீங்கள் வெறுக்கின்ற யாரோ ஒருவரைப் பழிவாங்கும் எண்ணம் ஆகியவற்றின்

பொதுவான வடிவத்தை நீங்கள் விவரித்துள்ளீர்கள். இருப்பினும், இந்த எதிர்மறை உணர்வுகளை நீட்டித்துக் கொண்டே செல்வது, உங்களது பொன்னான நேரத்தையும் சக்தியையும் வீணடித்து, இறுதியில் பதட்டம் மற்றும் அதிருப்திக்கு வழிவகுக்கிறது.

மனக்கசப்பை வைத்திருப்பது மற்றும் பிறருக்குத் தீமை நடக்க வேண்டும் என்று விரும்புவது போன்றவற்றுக்குப் பதிலாக, வேறு வகையான அணுகுமுறையைக் கருத்தில் கொள்ளுங்கள்:

1. **உங்கள் கண்ணோட்டத்தை மாற்றவும்:** எதிர்மறை எண்ணங்களிலும் பழிவாங்கும் ஆசைகளிலும் நேரத்தையும் ஆற்றலையும் செலவிடுவது உங்களது நல்வாழ்வுக்குப் பயனளிக்காது அல்லது உதவிகரமாக இருக்காது என்பதை அங்கீகரியுங்கள்.

2. **பச்சாதாபம் மற்றும் கருணை:** நீங்கள் விரும்பாத நபர் மீது பச்சாதாபம் கொள்ள முயற்சிக்கவும் மற்றும் அவர்களை நேர்மறையாகக் கற்பனை செய்யவும். அவர்களின் நடத்தை மற்றும் சூழ்நிலைகளில் தாக்கத்தை ஏற்படுத்திய காரணிகளைக் கருத்தில் கொண்டு, அவர்களின் நல்வாழ்வு மற்றும் நேர்மறையான மாற்றத்திற்காக பிரார்த்தனை செய்யுங்கள்.

3. **நேர்மறையில் கவனம் செலுத்துங்கள்:** நேர்மறையான எண்ணங்கள் மற்றும் செயல்களை நோக்கி உங்கள் கவனத்தை மாற்றுங்கள். உங்களோடு பழகாதவர்கள் உட்பட மற்றவர்கள் மீது பெருந்தன்மை காட்டுதல், மன்னித்தல், இரக்கம் கொள்ளுதல் ஆகிய பண்புகளை வளர்த்துக்கொள்ளுங்கள்.

4. **மனக்கசப்பை விட்டுவிடுங்கள்:** நீங்கள் மற்றவர்கள் மீது வைத்திருக்கும் வெறுப்பு அல்லது மனக்கசப்பைக் கைவிடுங்கள். எதிர்மறை உணர்வுகளைப் பிடித்துக்

கொண்டிருப்பது நீண்ட கால நோக்கில் உங்களையே பாதிக்கிறது.

5. **சொந்த வளர்ச்சி:** எதிர்மறை எண்ணங்களில் முன்பு செலவழித்த நேரத்தையும் ஆற்றலையும், உங்களது சொந்த வளர்ச்சி மற்றும் உங்களுக்கு மகிழ்ச்சியையும் மனநிறைவையும் தருகின்ற செயல்பாடுகளில் பயன்படுத்துங்கள்.

பச்சாதாபம், மன்னிப்பு மற்றும் நேர்மறை கொண்ட மனப்பான்மையைக் கடைபிடிப்பதன் மூலம், நீங்கள் எதிர்மறையான சிந்தனை மற்றும் மனக்கசப்பு என்ற சுழற்சியில் இருந்து விடுபடலாம். இது இறுதியில், வாழ்க்கையில் அதிக அமைதி மற்றும் திருப்திக்கு வழிவகுக்கும்.

❖ ***நான் எதையாவது சாதித்துவிட்டால், எனது சாதனை குறித்து அடுத்தவர்களிடம் தம்பட்டம் அடித்துக் கொள்ளாத போதிலும், நானே பெருமைபட்டுக் கொள்வது தவறானதா?***

சாதனைகளைப் பற்றி பெருமிதம் கொள்வதற்கும் அவற்றை மற்றவர்களிடம் எடுத்துச் சொல்வதற்கும் இடையே உள்ள மனச்சமநிலை பற்றிய உள்நோக்கிய பார்வையை உங்கள் எண்ணம் பிரதிபலிக்கிறது. பெருமை கொள்வது உண்மையில் ஓர் ஊக்கமளிக்கும் காரணியாக இருக்கலாம், ஆனால் அதிலேயே நீடிக்காமல் இருப்பது முக்கியம். ஏனெனில் இது எதிர்மறையான எண்ணங்கள் அல்லது உயர்வு மனப்பான்மைக்கு வழிவகுக்கும்.

சாதனைகளைப் பற்றி சமூக ஊடகங்கள் மூலமாகவோ அல்லது நேரடியாகவோ மற்ற வர்களுடன் பகிர்ந்து கொள்ளும்போது, பணிவாகவும், மற்றவர்களுக்கும் இதேபோன்ற சூழ்நிலைகளின் கீழ் வாய்ப்புகள் கிடைத்தால் அவர்களாலும் சாதிக்க முடியும் என்று அங்கீரிக்கும் மனப்பான்மையுடனும் அதனை மேற்கொள்வது

அவசியம். இந்த மனநிலை, சமத்துவ உணர்வை வளர்க்கிறது மற்றும் போட்டியிடுவது அல்லது பலத்தைக் காட்டுவதை விட, ஆதரவையும் ஒத்துழைப்பையும் ஊக்குவிக்கிறது.

சாதனைகளைப் பற்றி, மற்றவர்களுக்கு ஊக்கமளிக்கும் நோக்கத்துடனும், ஒத்துழைப்புக்கான வாய்ப்புகளை உருவாக்கும் வகையிலும் பகிர்ந்துகொள்வதன் மூலம், மென்மேலும் வெற்றியைத் தொடர உங்களை நீங்கள் தூண்டுவதோடு மட்டுமல்லாமல், உங்கள் சமூகம் அல்லது தொழிலில் உள்ள மற்றவர்களின் வளர்ச்சி மற்றும் வெற்றிக்குப் பங்களிக்கவும் செய்கிறீர்கள். இறுதியில், பணிவு மற்றும் பரஸ்பர அதிகாரமளிப்பில் கவனம் செலுத்துவது, மிகவும் அர்த்தமுள்ள மற்றும் நிலையான வெற்றிக்கு வழிவகுக்கும்.

❖ எனது பிரச்சனைகள் தீர்க்க முடியாததாகத் தோன்றினாலும், மற்றவர்களுடன் ஒப்பிடுகையில் அது இலகுவானதே. ஆனால் எனது பிரச்சனைகளால் இடையூறு இல்லாவிட்டால் என்னால் நாளைக் கடக்க முடியாது என்பதைப் போல அவை நன்றாகச் செயல்படுவதாகவே தெரிகிறது. இந்த மாயம்தான் என்ன?

வாழ்க்கையின் சவால்களை நிர்வகிப்பதற்கான மனநிலை மற்றும் கண்ணோட்டம் ஆகியவற்றின் முக்கியத்துவத்தை உங்கள் நுண்ணறிவு எடுத்துக்காட்டுகிறது. தற்போதைய தருணத்தில் கவனம் செலுத்துவதன் மூலமும், நேர்மறையான செயல்களில் ஈடுபடுவதன் மூலமும், பல்வேறு பிரச்சனைகளை எதிர்கொண்டாலும் கூட மனிதர்களால் அதிக மகிழ்ச்சி மற்றும் மனநிறைவைக் கண்டறிய முடியும்.

அதிகப்படியாக ஆராய்ந்து பார்ப்பதுடன், விஷயங்களைப் பெரிதாக்கிப் பார்க்கும் மனத்தின் போக்கிலிருந்தே, பெரும்பாலான பிரச்சனைகள் உருவாகின்றன என்பதை நீங்கள்

துல்லியமாக சுட்டிக்காட்டியுள்ளீர்கள். பிரச்சினைகளைப் பற்றி தொடர்ந்து சிந்தித்துக் கொண்டிருப்பதற்குப் பதிலாக, அமைதியான மற்றும் குழப்பமில்லாத மனத்துடன் அவற்றுக்குத் தீர்வு காண்பது அல்லது பிரச்சனைகள் எழுகின்ற தருணத்தில் மட்டுமே அவற்றைப் பற்றிச் சிந்திப்பது நன்மை அளிக்கும்.

பிரச்சனைகள் தீர்க்கப்பட்டுவிட்டதாக கற்பனை செய்து பார்த்துவிட்டு, நிகழ்காலத்தில் மீண்டும் கவனம் செலுத்த வேண்டும் என்ற உங்களது ஆலோசனை, கண்ணோட்டத்தை மாற்றுவதற்கும் கவனத்தை மீண்டும் பெறுவதற்கும் சக்தி வாய்ந்த நுட்பம் ஆகும். கூடுதலாக, சிக்கலான எண்ணங்களை வளர்வதற்கு அனுமதிக்காமல் அவற்றை வெறுமையாக்குதல் தேவையற்ற மன அழுத்தம் மற்றும் பதட்டத்தைத் தடுக்க உதவும்.

இந்த நடைமுறைகளைப் பின்பற்றுவதன் மூலம், எந்தவொரு நபரும் மிகவும் நேர்மறையான மற்றும் மீளும் திறனுடைய மனநிலையை வளர்க்க முடியும். அவர்கள் வாழ்க்கையின் சவால்களை மிக எளிதாகவும் மகிழ்ச்சியாகவும் கடந்து செல்ல முடியும்.

❖ நீங்கள் ஒரு முழுமையான தோல்வியாளர் என்பதை உணரும்போது என்ன செய்வீர்கள்?

1. **ஏற்றுக்கொள்ளுதல்:** உங்களது வாழ்க்கையில் நீங்கள் எதிர்கொண்ட எதிர்மறை அனுபவங்கள் மற்றும் தோல்விகளை ஒப்புக்கொண்டு ஏற்றுக்கொள்ளுங்கள். அவற்றை ஏற்றுக்கொள்வதன் மூலம், உங்கள் மனத்தை அவற்றின் பிடியில் இருந்து விடுவித்து, நேர்மறையான மாற்றத்துக்கான இடத்தை அனுமதிக்கிறீர்கள்.

2. **நிகழ்காலத்தில் கவனம் செலுத்துங்கள்:** தற்போதைய தருணம் மற்றும் நீங்கள் தற்போது ஈடுபட்டுள்ள

எந்தவொரு பணி அல்லது செயல்பாட்டிலும் உங்கள் கவனத்தைச் செலுத்துங்கள். இது மனத்தை, கடந்த கால வருத்தங்கள் அல்லது எதிர்காலப் பதட்டங்கள் பற்றிச் சிந்திப்பதைத் தடுக்க உதவுகிறது

3. **எதிர்மறை எண்ணங்களை வளர்த்துக்கொள்வதைத் தவிர்க்கவும்:** எதிர்மறையான அல்லது தேவையற்ற எண்ணங்கள் எழும்போது, அவற்றை நீட்டித்துக்கொண்டே செல்லாமல் அவற்றைத் தவிர்க்கவும். அதற்குப் பதிலாக, விழிப்புணர்வுடன் அவற்றை வெறுமையாக்குவதோடு, உங்கள் ஆற்றலை நேர்மறையான மற்றும் ஆக்கப்பூர்வமான முயற்சிகளில் ஈடுபடுத்துவதில் அதிக கவனம் செலுத்துங்கள்.

இந்த நடவடிக்கைகளை மிகுந்த ஈடுபாட்டுடனும் உறுதியுடனும் பின்பற்றுவதன் மூலம், உங்கள் பார்வையை படிப்படியாக மாற்றுவதோடு, அழகான மற்றும் நிறைவான வாழ்க்கையை வாழத் தொடங்குங்கள். கூடுதலாக, தியானம் அல்லது குறிப்பிட்ட ஒரு வடிவத்தில் கவனம் செலுத்துதல் போன்ற மனப்பயிற்சி, உங்கள் கவனம் செலுத்தும் திறனை வளர்ப்பதற்கும், எதிர்மறைச் சிந்தனை முறைகளை வெல்வதற்கும் உதவும்.

இறுதியில், இது எளிதானது அல்ல என்ற போதிலும், ஏற்றுக்கொள்ளுதல், மனத்தெளிவு மற்றும் மன நலத்திற்கான ஒரு செயலூக்கமான அணுகுமுறை ஆகியவற்றைத் தழுவிக்கொள்ள விரும்பும் எந்த ஒருவருக்கும் நேர்மறையான மாற்றம் மற்றும் தனிப்பட்ட வளர்ச்சிக்கான சாத்தியம் அடையக் கூடிய தொலைவில்தான் உள்ளது.

❖ **கேள்வியின் இரண்டாம் பகுதிக்குப் பதிலளிக்க நான் ஏன் மறந்துவிடுகிறேன்? அதை நான் எப்படித் தடுக்க முடியும்?**

கார் ஓட்டுவது பற்றி விவரிக்கப்பட்ட நிகழ்வு, ஆழ் மனத்துக்கும் திரும்பத் திரும்ப மேற்கொள்ளும் பயிற்சி அல்லது

அனுபவத்துக்கும் இடையிலான உறவை எடுத்துக்காட்டுகிறது. உங்களது வெளி மனமானது மற்ற எண்ணங்களால் சூழப்பட்டிருந்தாலும், உங்களது ஆழ் மனம் கார் ஓட்டுதல், கார் சரியான பாதையில் செல்ல வழிகாட்டுதல் போன்ற பழக்கமான பணியை ஏறத்தாழ சிரமமின்றி மேற்கொள்கிறது.

அதேபோல், பரீட்சை அல்லது மேடை பயம் போன்ற சூழ்நிலைகளில், மறதி பயம் பெரும்பாலும் வெளி மனத்தில் இருந்து உருவாகிறது, இது செயல்திறனுக்கு இடையூறு ஏற்படுத்தலாம். இருப்பினும், இந்த அச்சத்தை நீட்டித்துக் கொண்டே போவதைத் தவிர்த்து, பழக்கப்படுத்தப்பட்ட அறிவு அல்லது திறனை அணுகுவதற்கு ஆழ்மனத்தை அனுமதிப்பதன் மூலம், எந்தவொரு மனிதரும் இந்தத் தடைகளைக் கடக்க முடியும்.

எண்ணங்களையோ அல்லது நினைவுகளையோ வலுக்கட்டாயமாக வெளிக்கொணர முயற்சிப்பது சில சமயங்களில் எதிர்மறை விளைவுகளை ஏற்படுத்தலாம். மாறாக, சுதந்திரமாகச் செயல்பட மனத்துக்கு இடமும் நேரமும் கொடுக்கும்போது, நிர்பந்தம் அகலுவதால், விரும்பிய தகவல் இயற்கையாக வெளிவர வழியேற்படுகிறது.

ஆழ் மனத்தின் ஆற்றலைப் புரிந்துகொண்டு பயன்படுத்துவதன் மூலம், தனிநபர்களால் பல்வேறு பணிகளில் செயல்திறனை மேம்படுத்த முடியும், அத்துடன், மறதியுடன் அல்லது குறைவான செயல்திறனுடன் தொடர்புடைய அச்சங்கள் அல்லது பதட்டங்களைத் தணிக்க முடியும்.

❖ *நான் ஏன் ஒரே நேரத்தில் பல விஷயங்களை மிக ஆழமாகச் சிந்திக்கிறேன்?*

அனைத்துப் பிரச்சனைகளையும் தீர்ப்பதில் மகிழ்ச்சி அடங்கியுள்ளது என்ற மனநிலை, ஒரு பொதுவான வலையாகும். சில சிக்கல்களைத் தீர்த்த பிறகும், மீதமுள்ளவற்றில் மனம் நிலைபெற்று, பதட்டம் மற்றும் அதிகப்படியான சிந்தனையின்

சுழற்சியை நீடித்திருக்கச் செய்கிறது. இது பேராசை மற்றும் அதிகப்படியான பகுப்பாய்வின் தூண்டுதலால், பிரச்சனையில்லாமலும் நீடித்த மகிழ்ச்சியுடனும் இருக்க வேண்டும் என்ற ஆசை காரணமாக ஏற்படுகிறது.

இருப்பினும், அறியப்படும் பிரச்சனைகளில் பெரும்பாலானவை மனத்தின் படைப்புகள் என்பதையும், பதட்டம் மற்றும் கவனம் இல்லாமையால் இது அதிகரிக்கிறது என்பதையும் உணர்வது மிக முக்கியம். இதை அங்கீகரிப்பதன் மூலம், எந்தவொரு நபரும் பல சவால்களுக்கு மத்தியில் மகிழ்ச்சியைக் காணலாம்

இந்த மனநிலையைச் சமாளிக்க, ஒருவர் கண்டிப்பாகப் பின்பற்ற வேண்டியவை:

1. பெரும்பாலான பிரச்சனைகள் அதீத சிந்தனை, பதட்டம் மற்றும் கவனச்சிதறல் ஆகியவற்றால் உருவாக்கப்படுகின்றன என்பதை உணருங்கள்.
2. நிகழ்காலத்தில் இருப்பதன் மூலமும், தேவையற்ற எண்ணங்களைத் தவிர்ப்பதன் மூலமும், பல பிரச்சனைகளுக்கு மத்தியிலும் மகிழ்ச்சியை அடைய முடியும் என்பதைப் புரிந்து கொள்ளுங்கள்
3. அத்தியாவசியப் பிரச்சனைகளுக்கு மட்டும் தீர்வு காண முயற்சி எடுங்கள், அமைதியான மற்றும் ஒருமுகப்பட்ட மனத்துடன் அவற்றைச் சமாளியுங்கள்.
4. தீர்க்கப்படாத பிரச்சனைகளை அப்படியே ஏற்றுக்கொள்ளும் மனநிலையைத் தழுவுவது, மனத்தில் இருந்து அவற்றைக் களைய அனுமதிக்கிறது.
5. மன ஆற்றலை வளர்த்துக்கொண்டு, தற்போதைய தருணத்தில் கவனம் செலுத்துங்கள், எதிர்மறையான அல்லது தேவையற்ற எண்ணங்கள் எழும்போது அவற்றை வெறுமையாக்குங்கள்.

இந்த உத்திகளைப் பின்பற்றுவதன் மூலம், தனிநபர்கள் அதிகமாகச் சிந்திக்கும் சுழற்சியில் இருந்து விடுபட்டு, வாழ்க்கையின் சவால்களுக்கு மத்தியில் மனநிறைவைக் கண்டடைய முடியும்.

❖ *நான் ஏன் இப்படிச் சிந்திக்கிறேன்? எனது பிறந்த நாள் இன்னும் 2 நாட்களில் வர உள்ளது. அந்த நாள் எவ்வித ஆர்வத்தையும் எனக்கு ஏற்படுத்தவில்லை. ஏதேனும் மாயாஜாலம் செய்து, என்னை வாழ்த்த இயலாதவாறு அந்த நாளை மக்கள் மறக்கும்படி செய்ய வேண்டும் என நான் விரும்புகிறேன்.*

உங்கள் பிறந்தநாளில் மக்கள் உங்களை நினைவில் வைத்துக்கொண்டு வாழ்த்துகளைத் தெரிவிப்பார்களா என்ற கவலை ஏற்படுவது இயற்கையானது, ஆனால் அதையே நீட்டித்துக்கொண்டு செல்வது தேவையற்ற மன அழுத்தத்தையும் விரக்தியையும் உருவாக்கும். யார் நினைவில் வைத்திருந்தார்கள், யார் நினைவில் வைத்திருக்கவில்லை என்று கவலைப்பட்டுக் கொண்டிருப்பதற்குப் பதிலாக, இந்தக் கவலையைச் சமாளிக்க பின்வரும் உத்திகளை முயற்சிக்கவும்:

1. *எதிர்மறை எண்ணங்களை வளர்த்துக்கொண்டு செல்வதைத் தவிர்க்கவும்*: யார் உங்களை விரும்புவார்கள் அல்லது விரும்ப மாட்டார்கள் என்ற கவலைகள் எழும்போது, விழிப்புணர்வோடு அந்த எண்ணங்களை ஒதுக்கித் தள்ளிவிட்டு, உங்கள் கவனத்தை உங்கள் வாழ்வின் மற்ற நடவடிக்கைகள் அல்லது நேர்மறையான அம்சங்களை நோக்கித் திருப்பிவிடுங்கள்.

2. *ஏற்றுக்கொள்ளப் பழகுங்கள்*: உங்கள் பிறந்தநாளை அனைவரும் நினைவில் வைத்திருக்க மாட்டார்கள் என்பதைப் புரிந்து கொள்ளுங்கள், அது பரவாயில்லை. இந்த உண்மையை ஏற்றுக்கொள்வது மற்றவர்களிடமிருந்து

வாழ்த்துகளைப் பெறுவதற்கு நீங்கள் கொடுக்கும் முக்கியத்துவத்தைக் குறைக்க உதவும்.

3. **பிறரிடம் அனுதாபம் கொள்ளுங்கள்:** உங்களை வாழ்த்த மறந்தவர்களின் சூழ்நிலைகளையும் நிலைமைகளையும் கருத்தில் கொள்ளுங்கள். மனிதர்கள் பிஸியான வாழ்க்கை நடத்துவதால், சில சமயங்களில் பிறந்தநாள்கள் அவர்களது மனத்தில் இருந்து நழுவிவிட வாய்ப்புண்டு. அவர்கள் மீது அனுதாபப்படுவதன் மூலம், நீங்கள் உணரக்கூடிய எந்தவொரு வெறுப்பையும் அதிருப்தியையும் விலக்க முடியும்.

4. **முன்னோக்குப் பார்வையைப் பராமரிக்கவும்:** பிறந்தநாள் வாழ்த்துக்களைப் பெறுவது மகிழ்ச்சிகரமாக இருந்தபோதிலும், அவற்றுக்கு அதிக முக்கியத்துவம் கொடுப்பதைத் தவிர்க்கவும். உங்கள் மதிப்பும் மகிழ்ச்சியும் மற்றவர்களிடமிருந்து நீங்கள் பெறுகின்ற அங்கீகாரத்தை மட்டுமே சார்ந்தது அல்ல என்பதை நினைவில் கொள்ளுங்கள்.

5. **பணிவுடன் இருங்கள்:** பிறந்தநாள் வாழ்த்துகளைப் பெறும் எண்ணத்தில் அதிக உற்சாகம் காட்டுவதையோ அல்லது அதில் பற்றுக் கொள்வதையோ தவிர்க்கவும். சமநிலையான மற்றும் பணிவான கண்ணோட்டத்தை வைத்திருப்பது, சிலர் உங்களை வாழ்த்த மறந்துவிட்டால் ஏற்படும் ஏமாற்றத்தைத் தடுக்க உதவும்.

இந்த உத்திகளைப் பயிற்சி செய்வதன் மூலம், பிறந்தநாள் தொடர்பான கவலையைக் குறைத்து, யார் உங்களை நினைவில் கொண்டு வாழ்த்தினார்கள் என்பதைப் பொருட்படுத்தாமல், அந்தச் சிறப்புநாளில் உங்களது மகிழ்ச்சியில் கவனம் செலுத்தலாம்..

❖ நான் இப்போதெல்லாம் அதிக சிந்தனையில் ஆழ்ந்துவிடுகிறேன். எதிர்காலத்தைப் பற்றி நான்

அதிகமாகச் சிந்திக்க வேண்டும் என்று என் மனம் விரும்புகிறது, ஆனால் நான் அதை அனுமதிக்காமல் இருக்க முயலுகிறேன். எனது அதீத சிந்தனையைக் குறைப்பதற்கும், மனத்தில் வெறும் நிம்மதியை உணர்வதற்குமான சில வழிமுறைகள் யாவை?

1. திட்டமிடுதல் மற்றும் செயல்படுத்துதல்:

★ எதிர்காலத்தில் நீங்கள் ஒரு பணியைச் செய்ய வேண்டியிருந்தால் அல்லது தீர்க்க வேண்டிய பிரச்சனை இருந்தால், உங்கள் மனம் அமைதியாக இருக்கும்போது, அதுகுறித்துத் திட்டமிட்டு செயல்படுத்துவதற்கான நடவடிக்கைகள் பற்றி எழுதுங்கள்.

★ செயல்படுத்தும் போது, கையில் இருக்கும் பணியில் கவனம் செலுத்துங்கள். எதிர்மறை எண்ணங்கள் எழுந்தால், அவற்றை வளர்த்துக்கொண்டே போவதற்குப் பதிலாக அவற்றை வெறுமையாக்குங்கள். காலப்போக்கில், இந்த எண்ணங்கள் மறைந்துவிடும்.

2. ஏற்றுக்கொள்ளுதல் மற்றும் முன்னோக்கி நகர்தல்:

★ முழுமையான திட்டமிடுதல் மற்றும் செயல்படுத்துதல் இருந்தபோதிலும், விளைவுகள் எப்போதும் எதிர்பார்ப்புகளுக்கு ஏற்ப அமைந்துவிடாது என்பதைப் புரிந்து கொள்ளுங்கள்.

★ முடிவு நேர்மறையா, எதிர்மறையா என்பதைப் பொருட்படுத்தாமல், வருவதை ஏற்றுக்கொண்டு முன்னேறிச் செல்லுங்கள். வாழ்க்கைப் பயணத்தில் அதிகப்படியாகச் சிந்தித்துக்கொண்டே இருப்பது, தேவையற்ற துன்பங்களை மட்டுமே ஏற்படுத்தும்.

3. நிகழ்காலத்தில் கவனம் செலுத்துங்கள்:

★ எதிர்காலக் காட்சிகளைப் பற்றி அதிகமாகச் சிந்திப்பதைத் தவிர்த்துவிட்டு, தற்போதைய தருணத்தில் கவனம் செலுத்துங்கள்.

★ நிகழ்காலத்தில் கவனம் செலுத்துவதன் மூலம், எதிர்காலத்தில் எழும் சூழ்நிலைகளை நீங்கள் திறம்படக் கையாளலாம், இறுதியில் இது வெற்றியை உணர்வதற்கு வழிவகுக்கும்.

இந்த வழிமுறைகளைப் பின்பற்றுவதன் மூலம், நீங்கள் மனஆற்றலை வளர்த்துக் கொள்ளலாம், அதிகப்படியான சிந்தனையைக் குறைக்கலாம், மற்றும் பணிகளையும் சவால்களையும் தெளிவு மற்றும் நம்பிக்கையுடன் அணுகலாம்.

❖ வெற்றியை விரும்புவதற்கான உண்மையான காரணங்கள் என்ன? மிகவும் அதிகப்படியாகச் சிந்தித்த பிறகு, இந்தக் கேள்வியில் நான் நின்றுவிட்டேன்.

அடிப்படைத் தேவைகளில் தொடங்கி, மிகவும் சிக்கலான ஆசைகளாக வளர்ச்சியடைந்து, இறுதியில் வெற்றியின் உண்மையான சாராம்சத்தில் நிறைவடைகின்ற, மனிதர்களின் தேவைகள் மற்றும் விருப்பங்களின் பரிணாம வளர்ச்சியை உங்கள் வர்ணனை அழகாக விளக்குகிறது. தொடக்கத்தில் வெற்றியானது, பசி மற்றும் தாகத்தைத் தணித்தல் போன்ற அடிப்படைத் தேவைகளை நிறைவேற்றுவதாகவும், சவால்களை சமாளிப்பதில் புத்திசாலித்தனத்தைப் பயன்படுத்துவதாகவும் இருந்து, சிறிய வெற்றிகளை அடைவது உள்மனத்தைத் திருப்திபடுத்துவதாக இருந்தது.

சமூகம் வளர்ந்தபோது மற்றும் தனிநபர்கள் தொடர்பு கொண்டபோது, வெற்றி என்பது, பொருள் உடைமைகள், அந்தஸ்து மற்றும் போட்டி ஆகியவற்றுடன் பின்னிப்பிணைந்ததாக ஆனது. பொறாமை மற்றும் ஒப்பீடு எழுந்து, செல்வம், உடைமைகள் மற்றும் அதிகாரத்தைப் பெறுவதைச் சார்ந்து, வெற்றிக்கான விளக்கம் மாற்றமடைவதற்கு வழிவகுத்தது.

இருப்பினும், உண்மையான வெற்றி என்பது உள்ளார்ந்த தேவை களைப் பூர்த்தி செய்வதிலும், மற்றவர்களுக்கு

உதவவதிலும், நோக்கங்களை நிறைவேற்றுவதிலும், மற்றவர்களைக் காயப்படுத்தாமல் அல்லது பதிலுக்கு எதையும் எதிர்பார்க்காமல் மனநிறைவைக் கண்டடைவதிலும் இருக்கிறது என்பதை நீங்கள் வலியுறுத்துகிறீர்கள். இது, கவனச்சிதறல்களுக்கு மத்தியில் அமைதியான மனத்தைப் பராமரிப்பது மற்றும் தனக்கும் மற்றவர்களுக்கும் நிறைவைத் தருகின்ற செயல்களைப் பின்தொடர்வது ஆகியவற்றைப் பற்றியது.

இந்தக் கண்ணோட்டம், வெற்றி என்பது வெளிப்புறச் சாதனைகளால் மட்டுமே அளவிடப்படுவதில்லை; நமது உள்ளார்ந்த மதிப்புகளுக்குப் பொருத்தமாக நமது செயல்கள் அமைந்திருப்பது மற்றும் நம்மைச் சுற்றியுள்ள உலகில் நாம் ஏற்படுத்தியிருக்கும் நேர்மறையான தாக்கம் ஆகியவற்றாலும் அளவிடப்படுகிறது என்பதை நினைவூட்டுகிறது.

❖ பழிவாங்கும் எண்ணங்கள் மற்றும் யாரோ சிலர் மீதான வெறுப்பு உணர்வுகளைத் தொடர்ந்து வைத்துக்கொண்டிருப்பதை என்னவென்று அழைப்பது?

யாரோ ஒருவரால் தவறாக நடத்தப்பட்டதாகவோ அல்லது அவமதிக்கப்பட்டதாகவோ உணரும் பொதுவான எண்ணத்தை நீங்கள் வெளிப்படுத்தியுள்ளீர்கள்— சாதனைகள் அல்லது வெற்றியால் அவர்களை முறியடிப்பதற்கு ஆசைப்படுவது பழிவாங்குவதன் ஒரு வடிவமாகும். இருப்பினும், இந்த அணுகுமுறை பெரும்பாலும் ஒப்பீடு, பயம் மற்றும் பாதுகாப்பற்ற உணர்வு ஆகியவற்றின் முடிவில்லாத சுழற்சிக்கு வழிவகுக்கிறது.

இந்த உணர்வுகளுக்கு அடிபணிவதற்குப் பதிலாக, சில முக்கிய விஷயங்களை உணர வேண்டியது அவசியம்:

1. **அவர்கள் உங்கள் எதிரி அல்ல:** உங்களைத் தவறாக நடத்தியவர் உங்கள் எதிரி அல்ல என்பதை அறிந்து கொள்ளுங்கள்; உங்களுடைய ஈ.கோதான் மோதலை ஏற்படுத்தியுள்ளது.

2. **சமத்துவம்:** அதிகாரம், புகழ் அல்லது செல்வம் எவ்விதமாக இருந்தாலும் அனைவரும் சமம் என்பதைப் புரிந்து கொள்ளுங்கள். உங்கள் மதிப்பு வெளிப்புறக் காரணிகளால் தீர்மானிக்கப்படவில்லை.

3. **கர்மா:** செயல்களுக்கு விளைவுகள் உண்டு என்ற கர்மா (வினைப்பயன்) கோட்பாட்டில் நம்பிக்கை கொள்ளுங்கள். யாராவது உங்களைத் தவறாக நடத்தினால், அவர்கள் தங்களுக்கு எதிர்மறையான வினைப்பயனை தாங்களே உருவாக்குகிறார்கள்.

4. **உள்ளியல்பான உந்துதல்:** மற்றவர்களிடமிருந்து மதிப்பீட்டை எதிர்பார்க்காமல், உங்கள் சொந்த வளர்ச்சி மற்றும் நிறைவுக்கான விஷயங்களை அடைவதில் கவனம் செலுத்துங்கள்.

5. **ஒப்பீடுகள்:** உங்களை மற்றவர்களுடன் ஒப்பிடுவதைத் தவிர்க்கவும். யாரேனும் வெற்றிகரமானவராகத் தோன்றினாலும், அது உங்கள் மதிப்பையோ திறனையோ குறைத்துவிடாது.

6. **தொடர்ச்சியான முன்னேற்றம்:** வெற்றி என்பது பெரியதாகவோ அல்லது சிறந்ததாகவோ இருப்பது பற்றியதல்ல; அது தொடர்ச்சியான வளர்ச்சி மற்றும் நேற்று இருந்ததை விடச் சிறப்பாக இருக்க நீங்கள் மேற்கொள்ளும் முயற்சி ஆகியவற்றைப் பற்றியது.

இந்த உணர்தல்களை உள்வாங்குவதன் மூலம், அதீத சிந்தனை, பாதுகாப்பின்மை மற்றும் முடிவெடுக்க இயலாமை ஆகியவற்றின் சுழற்சியிலிருந்து நீங்கள் விடுபட முடியும். அத்துடன் சொந்த வளர்ச்சி மற்றும் நிறைவுக்கான உங்கள் சொந்தப் பயணத்தில் கவனம் செலுத்த முடியும்.

❖ *"எதிர்மறையாக இருப்பது" ஏன் சில நேரங்களில் சிரிப்பை உருவாக்குகிறது? இது உள்ளுணர்வுக்கு எதிராக நமது உணர்வில் நேர்மறையை ஏற்படுத்துகிறதா?*

மனிதர்கள், குறிப்பாக துயரப்படும்போது அல்லது கஷ்டப்படும் நேரத்தில், பெரும்பாலும் மற்றவர்களுடன்

சேர்ந்திருப்பதில் ஆறுதலையும் அங்கீகாரத்தையும் தேடுகிறார்கள் என்பது உண்மைதான். மற்றவர்களும் இதே போன்ற சவால்களை அனுபவிக்கும் போது, நாம் நிம்மதியாக உணரும் மனப்போக்கு உள்ளது, இது ஒருவரைத் தனிமையில் இருப்பதாக நினைப்பதைக் குறைப்பதுடன், தங்களது சொந்தப் போராட்டங்கள் பொதுவானவைதான் என்பதையும் உறுதிப்படுத்துகிறது.

கூடுதலாக, துயரத்தில் மற்றவர்கள் பங்கேற்க வேண்டும் என்று ஆழ் மனத்தில் ஓர் ஆசை இருக்கலாம், ஒருவேளை இயலாமை அல்லது தனிமை உணர்வுகளைத் தணிப்பதற்கு இது ஒரு வழியாக இருக்கலாம். சிரமங்களை மற்றவர்கள் எதிர்கொள்வதைக் காண்பது, முரண்பாடாக ஒருவரின் சொந்த மன உறுதியை அதிகரிக்கலாம், ஏனெனில் அது ஒற்றுமை உணர்வையும் பகிர்ந்துகொண்ட அனுபவத்தையும் உருவாக்குகிறது.

இருப்பினும், இந்த மனநிலையின் எதிர்மறையான தாக்கங்களை, அதாவது மற்றவர்களின் துயரத்தில் மகிழ்ச்சி அடைவது (schadenfreude), மற்றும் துன்பத்தின் கலாசாரத்தை நீடித்திருக்கச் செய்வது போன்ற தாக்கங்களை உணர்ந்துகொள்வது முக்கியமானதாகும். இதற்கு மாறாக, தனிப்பட்ட போராட்டக் காலங்களிலும் பச்சாதாபம், கருணை மற்றும் பிறருக்கு ஆதரவு அளிப்பது ஆகிய பண்புகளை வளர்ப்பது, ஆரோக்கியமான மற்றும் மிகுந்த நிறைவுடனான உறவுகளையும் சமூகங்களையும் அமைக்க வழிவகுக்கும்.

❖ கடந்த காலத்தில் நீங்கள் எடுத்த ஒரு முட்டாள்தனமான முடிவைப் பற்றி சிந்திப்பதையும் அதுகுறித்து கவலைப்படுவதையும் எப்படி நிறுத்துவது?

1. **உண்மையை ஏற்றுக்கொள்ளுதல்:**

★ கடந்த கால நிகழ்வுகளை நினைத்துக் கொண்டே இருப்பது, அவற்றை மாற்றிவிடாது மற்றும் பிற பணிகளில்

திறம்பட கவனம் செலுத்துவதற்கான உங்கள் திறனைத் தடுக்கக்கூடும் என்பதை ஒப்புக்கொள்ளுங்கள்.

2. **தவறுகளை நிவர்த்தி செய்தல்:**

★ ஒரு முடிவு அறியாமலோ அல்லது தவறுதலாகவோ எடுக்கப்பட்டிருந்தால், அதைப் பற்றி குற்ற உணர்ச்சி கொள்ள வேண்டாம். மாறாக, எதிர்காலத்தில் இதுபோன்ற தவறுகள் செய்வதைத் தடுக்க மிகுந்த மனத்தெளிவுடன் இருப்பதில் கவனம் செலுத்துங்கள்.

★ தெரிந்தே எடுக்கப்பட்ட முடிவு என்றால், அதற்குப் பொறுப்பேற்று, அதை மீண்டும் செய்ய மாட்டேன் என்று உறுதியளித்து, இதேபோன்ற சூழ்நிலைகள் மீண்டும் ஏற்படுவைத் தவிர்ப்பதற்கு முனைப்புடன் வேலை செய்யுங்கள்

3. **எண்ணங்களை நிர்வகித்தல்:**

★ கடந்த கால நிகழ்வுகள் அல்லது முடிவுகளைப் பற்றி எதிர்மறையான எண்ணங்களை வளர்ப்பதைத் தவிர்த்துவிடுங்கள். இந்த எண்ணங்கள் எழும்போதெல்லாம், அதை வளர்த்துக்கொண்டு செல்வதை விழிப்போடு தடுக்கவும்.

★ இந்த அணுகுமுறையைத் தொடர்ந்து பயிற்சி செய்வதன் மூலம், இந்த எண்ணங்களின் தாக்கத்தை படிப்படியாக குறைக்கலாம், மேலும் தெளிவான மனநிலையுடன் முன்னேறலாம்.

❖ ***அதிகப்படியாகச் சிந்திப்பதற்கும், எல்லா நேரங்களிலும் சிந்திப்பதற்கும் உள்ள வித்தியாசம் என்ன? நான் ஒரே விஷயத்தைத் திரும்ப திரும்ப யோசிப்பதில்லை, ஆனால் நான் ஒவ்வொரு விஷயத்தையும் ஆழமாகச் சிந்திக்கிறேன் (பதற்றமாக இருப்பதால் அல்ல, அவ்விதம்***

செய்ய விரும்புவதால் இப்படிச் சிந்திக்கிறேன்) இது ஒரு பிரச்சனையா?

நம் மனம் சுறுசுறுப்பாகவும், தொடர்ந்து சிந்தித்துக் கொண்டும் இருப்பது இயற்கையானது, ஆனால் தூக்கம், தியானம், இசையைக் கேட்பது, விளையாட்டுகளை விளையாடுவது அல்லது நண்பர்களுடன் நேரத்தை செலவிடுவது போன்ற செயல்களின் மூலம் நம் மனத்துக்கு ஓய்வு கொடுக்க வேண்டியது அவசியம். இந்தச் செயல்பாடுகள், ஆழ்ந்த கவனம் செலுத்தவும், ஆரோக்கியமான சமநிலையைப் பராமரிக்கவும் நமக்கு உதவுகின்றன.

இருப்பினும், நாம் எதைப் பற்றியாவது தொடர்ந்து சிந்தித்துக்கொண்டே இருக்கும்போது அதீத சிந்தனை ஏற்படுகிறது, இது முடிவெடுக்க இயலாமை, குழப்பம், எரிச்சல் மற்றும் சந்தேகத்துக்கு வழிவகுக்கிறது. இது பெரும்பாலும், சரியாக இருக்குமா என்ற பயம், தோல்வி, எதிர்மறை அல்லது மற்றவர்களின் கருத்துகளில் இருந்து உருவாகிறது.

ஆழ்ந்த சிந்தனை நல்ல பலனளிப்பதோடு திறம்பட கவனம் செலுத்த நமக்கு உதவுகின்ற அதே வேளையில், எதிர்மறை விளைவுகள் ஏற்படும்போது இது ஒரு சிக்கலாக மாறுகிறது. ஆழ்ந்த சிந்தனைக்கும் தேவையற்ற எண்ணங்களை விட்டுவிடுவதற்கும் இடையில் சமநிலையைக் கண்டறிவது, மனநலம் பேணுவதற்கு முக்கியமானதாகும்.

❖ ***நான் அதிகப்படியாக சிந்திக்கிறேன். பொதுவாக நான் விரும்பத்தகாத அல்லது எதிர்மறையான ஒன்றைச் சிந்திக்கும்போது, அதன் பின்னர் நான் மோசமாக உணர்வதுடன். அதை நினைத்து வருந்துகிறேன். இதைத் தடுக்க நான் என்ன செய்யலாம்?***

நீங்கள் ஓர் ஆழமான உண்மையைத் தொடுகிறீர்கள்– நமது எண்ணங்களே நமது வாழ்க்கையை வடிவமைக்கின்றன. முன்னேற்பாட்டுக்காக எதிர்மறையான காட்சிகளைக் கருத்தில்

கொள்வது இயல்பானது என்றாலும், அந்தச் சிந்தனையை வளர்த்துக்கொண்டே செல்வது குழப்பம், எரிச்சல் மற்றும் பயத்திற்கு வழிவகுக்கும்.

உண்மையில், நாம் கவலைப்படும் பல சூழ்நிலைகள் ஒருபோதும் நடைபெறுவதில்லை, அவை நிகழ்ந்தாலும் கூட, நாம் பெரும்பாலும் எதிர்பார்த்ததை விடச் சிறப்பாக அவற்றை எதிர்கொண்டு விடுவோம். "ஒருவேளை அப்படியானால்" என்று சிந்தித்துக்கொண்டே இருப்பதற்குப் பதிலாக, தற்போதைய தருணத்தில் கவனம் செலுத்துவதும், சவால்கள் எழும்போது அவற்றைக் கையாள்வதற்கான நமது திறன் மீது நம்பிக்கை கொள்வதும் முக்கியமாகும்.

எதிர்மறை எண்ணங்கள் எழும்பும்போது, அவற்றில் ஈடுபடாமல் இருக்க முயற்சி செய்யுங்கள். அதற்குப் பதிலாக, அவற்றை வெறுமையாக்கி விட்டு, நிகழ்காலத்தில் கவனம் செலுத்துங்கள். காலப்போக்கில், இந்த நடைமுறையானது அந்த எண்ணங்கள் மறைந்துவிடுவதற்கு உதவுகிறது. இது, தற்போதைய தருணத்தில் முழுமையாக வாழ உங்களை அனுமதிப்பதுடன், தேவையற்ற கவலையிலிருந்து விடுவிக்கிறது.

❖ அதிகப்படியாகச் சிந்திப்பது என்றால் என்ன? அதீத சிந்தனையை எவ்வாறு சமாளிப்பது? அதீத சிந்தனையின் சில தீமைகள் என்ன?

சரியாக இருக்குமா என்ற பயம், எதிர்மறை, தோல்வி மற்றும் ஈகோ போன்ற அதீத சிந்தனைக்கான பொதுவான காரணங்களைக் கோடிட்டுக் காட்டியுள்ளீர்கள். இதற்கு கவனச்சிதறல் மற்றும் கவனமின்மை ஆகியவை குறிப்பிடத்தக்க பங்களிப்பை அளிக்கின்றன. ஒரே நேரத்தில் பலவற்றைச் சிந்திப்பது, சந்தேகம் மற்றும் அதீத சிந்தனைக்கு வழிவகுக்கும்.

அதிகப்படியாகச் சிந்திப்பதை நிவர்த்தி செய்ய, உங்கள் மனம் குழப்பமாக இருக்கும் போது, பணிகளில் ஈடுபடுவதைத்

தவிர்ப்பதும், எதிர்மறை எண்ணங்களில் ஈடுபடாமல் இருப்பதும் முக்கியம். பணிகளின் போது கூர்ந்த கவனத்தையும் விழிப்புணர்வையும் வளர்ப்பது அதீத சிந்தனையைத் தடுக்க உதவுகிறது.

அமைதியான மனமானது, தியானம் போன்ற பயிற்சிகள் அல்லது இரவில் நல்ல தூக்கத்திற்குப் பிறகு அடையப்படுகிறது, இது தெளிவாக முடிவெடுக்க உதவுகிறது. ஒரு முடிவு எடுக்கப்பட்டவுடன், சந்தேகங்களைத் தவிர்க்க உடனடியாக அதைச் செயல்படுத்தவும். இந்த உத்திகளைத் தொடர்ந்து பின்பற்றுவது, அதிகப்படியாகச் சிந்திப்பதைக் குறைத்து நம்பிக்கையுடன் முடிவெடுப்பதை ஊக்குவிக்கும்.

❖ **ஒருவரைப் பற்றிய அதிகப்படியான சிந்தனையிலிருந்து விடுபடுவது எப்படி?**

1. **பற்று மற்றும் உடைமைக்குணம்:**

★ அதீத சிந்தனையானது பெரும்பாலும் ஒருவரின் மீதான பற்றுதல் மற்றும் அவர் தனக்கே உரியவர் என்ற உடைமைக்குணம் ஆகியவற்றில் இருந்து உருவாகிறது என்பதை உணருங்கள்.

★ அதிக உடைமைக்குணத்துடன் இருப்பது உறவுகளில் மன அழுத்தம் மற்றும் மகிழ்ச்சியின்மைக்கு வழிவகுக்கும் என்பதைப் புரிந்து கொள்ளுங்கள்.

★ தியானம் மற்றும் சுவாசப் பயிற்சிகள் மூலம் அமைதியான மனதைப் பராமரிப்பது, உணர்ச்சிப்பூர்வமான எதிர்வினையாற்றுவதையும் உடைமைக்குணத்தையும் குறைக்க உதவும் என்பதை உணருங்கள்.

★ எதிர்மறை எண்ணங்கள் எழும்பும் போது, அவற்றை வளர்த்துக்கொண்டே செல்வதைத் தவிர்க்க முயலுங்கள். மாறாக, அவற்றை வெறுமை யாக்கி, காலப்போக்கில் அவை மறைந்துவிடுவதற்கு அனுமதிக்கவும்.

2. ஈகோ தொடர்பான சிக்கல்கள்:

★ புண்படுத்தும் உணர்வு அல்லது குறைவான முக்கியத்துவம் குறித்த உணர்வுகள் ஒருவரைப் பற்றி அதிகமாகச் சிந்திக்கத் தூண்டும் என்பதை ஒப்புக்கொள்ளுங்கள்.

★ பணம், அதிகாரம் போன்ற வெளிப்புற காரணிகளைப் பொருட்படுத்தாமல் அனைவரும் சமம் என்பதை உணருங்கள்.

★ வெற்றி மற்றும் செயல்திறனில் வாய்ப்புகளும் சூழ்நிலைகளும் குறிப்பிடத்தக்க பங்கு வகிக்கின்றன என்பதைப் புரிந்து கொள்ளுங்கள்.

★ ஒருவரைப் பற்றிய எதிர்மறை எண்ணங்களை வளர்த்துக்கொண்டே போவது, அதிக எரிச்சலையும், மகிழ்ச்சியின்மையையும் உருவாக்கும் என்பதை உணருங்கள்.

★ கடந்த கால வலிகளில் கவனம் செலுத்துவதை விட தற்போதைய தருணத்தில் கவனம் செலுத்தப் பழகுங்கள்.

★ மனிதர்களும் சூழ்நிலைகளும் வாழ்க்கையில் தற்காலிகமானவை என்பதையும், அவற்றை மறந்துவிட்டு முன்னேறிச் செல்வது பரவாயில்லை என்பதையும் ஏற்றுக்கொள்ளுங்கள்.

★ இந்த உணர்தல்களை ஏற்றுக்கொள்வதன் மூலம், நீங்கள் ஒரு நபரைப் பற்றி அதிகமாகச் சிந்திப்பதை படிப்படியாக நிறுத்தி, மன அமைதியைக் காணலாம்.

ஒட்டுமொத்தமாக, அதீத சிந்தனையை முறியடிக்க, சுய விழிப்புணர்வை வளர்ப்பது, மனஆற்றலைப் பயிற்சி செய்வது மற்றும் உறவுகளில் ஆரோக்கியமான கண்ணோட்டத்தை வளர்ப்பது அவசியம் ஆகும்.

❖ **எதிர்மறையான செய்திகளைப் பற்றி நினைப்பதை நிறுத்துவது எப்படி?** பயங்கரமான செய்திகளைப் பார்க்கும்போது, நான் எப்போதும் அதைப் பற்றியே நினைத்துக் கொண்டிருக்கிறேன், என்னால் வேறு எதிலும் கவனம் செலுத்த முடிவதில்லை.

உயிர் வாழ்வதற்கோ அல்லது தகவல் அறிவதற்கோ எதிர்மறையான செய்திகளை நீங்கள் அறிந்தாக வேண்டிய அவசியமில்லை. உண்மையில், தொடர்ந்து எதிர்மறையான செய்திகளை அறிந்துகொள்வது உங்கள் நல்வாழ்வுக்குத் தீங்கு விளைவிக்கும். உலகில் நடக்கும் பெரும்பாலான விஷயங்கள் நேர்மறையானவை என்பதை உணர்ந்துகொள்வது முக்கியம். ஆனால் பார்வையாளர்களைக் கவர்வதற்காக, ஊடகங்கள் பெரும்பாலும் எதிர்மறைச் செய்திகளில் கவனம் செலுத்துகின்றன.

ஊடக நிறுவனங்கள் எதிர்மறைச் செய்திகளை அழுத்தமாகக் கூறுவதன் மூலம், மக்களின் இயல்பான ஆர்வத்தையும், வதந்திகளின் மீதான ஈர்ப்பையும், தங்களுக்குச் சாதகமாகப் பயன்படுத்திக் கொள்கின்றன. இருப்பினும், நீங்கள் வாழ்க்கையின் நேர்மறையான அம்சங்களில் கவனம் செலுத்தவும் எதிர்மறையைப் புறக்கணிக்கவும் தேர்வு செய்யலாம்.

எதிர்மறைச் செய்திகளால் நீங்கள் பாதிக்கப்பட்டிருப்பதைக் கண்டால், அந்த எண்ணங்களை வளர்த்துக்கொண்டே போவதைவிட அவற்றை விட்டுவிட முயற்சி செய்யுங்கள். எதிர்மறையான எண்ணங்களில் ஈடுபட இந்தச் செய்திகள் தூண்டுதலாக இருக்கலாம், இருப்பினும் விழிப்புணர்வுடன் அவற்றைத் தவிர்ப்பதன் மூலம், இறுதியில் அவை உங்களை விட்டு விலகிச் செல்ல வழிவகுப்பதுடன், மிகவும் நேர்மறையான மனநிலையையும் பராமரிக்கலாம்.

❖ *அதீத சிந்தனையை எவ்வாறு கட்டுப்படுத்துவது?*

ஒரு பிரச்சனைக்குத் தீர்வு காண நீங்கள் முயலும்போது, அதீத சிந்தனை ஏற்படுகிறது. ஆனால் உங்கள் மனம் அதனைப் பற்றி கேள்வி கேட்டுக்கொண்டே இருப்பதுடன், மீண்டும் அதனை யூகிக்கிறது. இது தோல்வி பயம், எதிர்மறை அல்லது உங்களது வசதி நிலையில் இருந்து வெளியேறுதல் ஆகியவற்றிலிருந்து உருவாகலாம். அதீத சிந்தனையைச் சமாளிக்க, எந்த எண்ணங்களுக்கு ஆழ்ந்த பரிசீலனை தேவை என்பதை அடையாளம் காண்பது முக்கியம்.

பெரும்பாலும் தியானத்தின் மூலம் அடையப்படும் அமைதியான மனம், எந்தெந்த எண்ணங்கள் மேலும் ஆராய்வதற்குத் தகுதி வாய்ந்தவை என்பதைக் கண்டறிய உங்களுக்கு உதவும். உங்கள் மனம் அமைதியாகிவிட்டால், நீங்கள் முறையாக மூளையைக் கசக்கி, உங்கள் பிரச்சனைக்கான தீர்வுகளைக் கோடிட்டுக் காட்டலாம். இந்தத் தெளிவு, மிகவும் பயனுள்ள அணுகுமுறையைத் தீர்மானிக்க உங்களுக்கு உதவுவதோடு, உங்களது திட்டத்தைச் செயல்படுத்தத் தொடங்கும்போது, கூடுதலான நுண்ணறிவுகளும் இயல்பாக எழுகின்றன.

தியான பயிற்சி

இந்த தியான பயிற்சி தற்போதைய தருணத்தில் மனதை செலுத்துவதற்கு, கவனச்சிதறலை குறைப்பதற்கு, மற்றும் தேவையில்லாத மற்றும் எதிர்மறையான எண்ணங்களிலிருந்து வெளியேற உதவுகின்றது.

வழிமுறைகள்:

1. அமைதியான இடத்தைத் தேர்ந்தெடுத்து, சீரான, தளர்ந்த உடை அணிந்து கொள்ளவும்.
2. அமர்ந்து, கண்களை மெதுவாக மூடிக் கொண்டு, 30 வினாடிகள் முதல் 1 நிமிடம் வரை தோராயமாக உங்கள் சுவாசத்துக்கு கவனம் செலுத்தவும்.
3. ஒரு நிமிடம் கழித்து, உங்கள் கவனத்தை சூரியஒளி, விளக்கு ஒளி அல்லது எந்த ஒளி இமேஜிற்க்கு திருப்புங்கள்.
4. உங்கள் மனம் வேறு சிந்தனைகளில் அலைந்து செல்வது இயல்பு; அது இயற்கை.
5. நீங்கள் ஒளியின் படிமத்தில் இருந்து கவனம் சிதறி எண்ணங்களுக்கு திசைதிரும்பியதை உணரும்போது, மெதுவாக மீண்டும் ஒளி இமேஜை நோக்கி கவனத்தை திருப்புங்கள்.
6. இதை 19 நிமிடங்கள் செய்யுங்கள். பின்னர் கண்களை மெதுவாகத் திறந்து, அதே நிலையில் அமைதியாக 1 நிமிடம் இருங்கள்.

இந்த தியானத்தை நீங்கள் நாளில் குறைந்தது இருமுறை செய்ய வேண்டும். காலை ப்ரேக்ஃபாஸ்ட் செய்யும் முன்பு மற்றும் மதிய உணவுக்குப் பிறகு மூன்று மணிநேரம் கழித்து

செய்யுங்கள். முக்கியமான நிபந்தனை என்னவென்றால், நீங்கள் பெரும்பாலும் காலியான வயிற்றில் இருக்க வேண்டும்.

தினமும் இதை பயிற்சி செய்ய ஏற்படும் பயன்கள்:

1. அவசியமற்ற எதிர்மறையான எண்ணங்களை நிறுத்துவது: ஒரு ஒளி படிமத்தில் கவனம் செலுத்தும் போது எண்ணங்கள் வந்தால், அதை உடனே நிறுத்தி மீண்டும் படிமத்தில் கவனம் செலுத்தலாம். இது தேவையற்ற அல்லது எதிர்மறை எண்ணங்களை நிறுத்தி முக்கியமான விஷயங்களில் திரும்ப கவனம் செலுத்த உங்கள் மனதை பயிற்சி செய்ய உதவும்.
2. கவனத்தை மேம்படுத்துவது: ஒளி அல்லது படிமத்தில் தொடர்ந்து கவனம் செலுத்துவதன் மூலம் உங்கள் கவன சக்தி மேம்படும். இது உங்கள் வாழ்க்கையின் பிற பகுதிகளிலும் உதவியாக இருக்கும்.
3. அமைதியான மனம்: தியானத்தை தொடர்ந்து செய்யும்போது மனம் அமைதியாக இருக்கும். அமைதியான மனம் சூழ்நிலைகளை எளிதாக சமாளிக்கவும், நிகழ்வுகளை ஏற்றுக்கொள்வதற்கும், மன அழுத்தமின்றி பதிலளிக்கவும் உதவும்.

கீழுள்ள ஒளி இமேஜை தியானத்தின் போது ஃபோகஸ் செய்யவும்

நூலாசிரியரைப் பற்றி...

சென்னையில் வசிக்கின்ற அ.தி. ராஜ்குமார், மன ஆற்றல் மற்றும் தியானம் ஆகியவற்றை உணர்வுப்பூர்வமாக போதிக்கும் ஆசிரியர். தனது கருத்தரங்குகள் மற்றும் நூல்களின் வாயிலாக, தனது கற்றல்கள், அன்பு மற்றும் ஞானத்தை அவர் அனைவருடனும் பகிர்ந்துகொள்கிறார்.

சிறந்த மனைவி, அழகான குழந்தைகள், அற்புதமான பெற்றோர், நேசமிகு சகோதரர்கள், சகோதரிகள் மற்றும் மிக நல்ல நண்பர்கள் ஆகிய நற்பேறுகள் கிடைத்தமைக்காக ராஜ்குமார் எப்போதும் நன்றி பாராட்டுகிறார். பாடல்களைக் கேட்பதில் மிகவும் ஆர்வம் கொண்ட இவர், பாடுவதில் வல்லவரும்கூட. டென்னிஸ் மற்றும் செஸ் போன்ற விளையாட்டுகளிலும் நாட்டம் கொண்டவர்.

இவர், "மனதில் கொள்" (மைண்ட் இட்) என்ற நூல் வரிசையில் ஏற்கெனவே 4 நூல்களை எழுதி தன்னை நிலைநிறுத்திக்கொண்ட நூலாசிரியர். இந்நூல்கள் தற்போது புத்தகச் சந்தையில் கிடைக்கின்றன. இந்த நூல்கள் மிகவும் பிரபலமானவை, அத்துடன் ஆங்கிலம், ஹிந்தி, தமிழ் ஆகிய மொழிகளில் ஏராளமான வாசகர்களிடம் நல்ல வரவேற்பைப் பெற்றுள்ளவை. இவரது அனைத்து நூல்களும் விருதுகளை வென்றுள்ளன.

தற்போது உங்களது கரங்களில் தவழும் இந்த நூல், மனித மனத்தின் இயல்பு, எண்ணங்கள் மற்றும் உணர்வுகளை எளிய முறையில், அதேவேளையில் ஆழமாகப் புரிந்துகொண்டு, வாசிப்பதற்கு எளிமையான வகையில் எழுதப்பட்டுள்ளது. இந்நூல், நமது மனத்தைக் கட்டுப்படுத்துவதில் தேர்ச்சி பெற்று, மனஅழுத்தத்துக்கு ஆளாகாமல், அமைதியான உணர்வுகளோடு, வெற்றியை அடைவதற்கான சில எளிய மற்றும் நடைமுறை

சாத்தியமான ஆலோசனைகளை வழங்குவதுடன், வாழ்க்கையைத் திறம்பட வாழ்வதற்கும் நமக்கு வழிகாட்டுகிறது.

வெற்றிகரமான, அமைதியான மற்றும் நிறைவான வாழ்க்கையை அனுபவியுங்கள்!